ആനന്ദയാനം

Nadakkavu, Kozhikode, Kerala, 673011
www.insightpublica.com
e-mail: insightpublica@gmail.com
Anandayaanam
Author: Chandran Sooryasila
(Malayalam)
Illustration: Ramesh Ranjanam
First Edition: January 2024
Second Edition: August 2024
Copyright © Reserved
All rights reserved.
Printed and Published by
InsightinPublica Printers & Publishers Pvt. Ltd.
ISBN 978-93-5517-577-9

₹240

ആനന്ദയാനം

ചന്ദ്രൻ സൂര്യശില

കോഴിക്കോട് ജില്ലയിലെ പാതിരിപ്പറ്റയിൽ ജനനം. വട്ടോളി സംസ്കൃതം ഹൈസ്കൂൾ, ഗവ. കോളേജ് മടപ്പള്ളി, തൃശ്ശൂർ സെയിന്റ് തോമസ് കോളേജ്, റീജിയണൽ ഇൻസ്റ്റിറ്റ്യൂട്ട് ഓഫ് ഇംഗ്ലീഷ് ബാംഗ്ലൂർ എന്നിവിടങ്ങളിൽ വിദ്യാഭ്യാസം. ഇംഗ്ലീഷ് സാഹിത്യത്തിൽ ബിരുദാ നന്തര ബിരുദം. ഗവൺമെന്റ് ഹയർസെക്കണ്ടറി സ്കൂൾ പ്രിൻസിപ്പൽ തസ്തികയിൽ നിന്ന് വിരമിച്ചു.

നാടകങ്ങൾ എഴുതി സംവിധാനം ചെയ്തിട്ടുണ്ട്. വാട്ടർ ഓഫ് ലൈഫ് എന്ന ഡോക്യുമെന്ററി സംവിധാനം ചെയ്തു.

ഭാര്യ: സിന്ധു, മക്കൾ: ശ്രീചന്ദന, ശ്രീനന്ദന

വിലാസം:

തൃണേരി പോസ്റ്റ്, പിൻ 673505,

കോഴിക്കോട് ജില്ല.

ഫോൺ : 8848787784, 9544358332

ചന്ദ്രൻ സൂര്യശില

ആമുഖം

കോവിഡ് മഹാമാരി ജനജീവിതത്തെ സ്തംഭിപ്പിക്കുന്നതിന് പത്തുനാൾ മുൻപാണ് ഈ നോവലിന്റെ രചന ആരംഭിച്ചത്. പല ദേശത്ത് നിന്നുമാണ് രചന പൂർത്തിയാക്കിയത്. ഇതിനിടയിൽ പലപ്പോഴും എഴുത്ത് നിന്നുപോയിട്ടുണ്ട്. അപ്പോഴെല്ലാം നിരന്തരം വിളിച്ച് പ്രചോദനം നൽകിയത് പാതിരിപ്പറ്റ സ്വദേശി ഡോ. പി. കെ. സുരേന്ദ്രനാണ്. അദ്ദേഹത്തെ നന്ദിപൂർവ്വം ഓർക്കുന്നു. ഈ നോവൽ യാത്രയിൽ എന്നോടൊപ്പം സഞ്ചരിച്ച ദിനേശ് പുതിയോട്ടിൽ, രനേഷ് ചന്ദ്രോത്ത്, ഒരപകടത്തിൽ ജീവൻ പൊലിഞ്ഞ എന്റെ അനന്തരവൻ എം.പി. അശോകൻ തുടങ്ങിയവരോടുള്ള നന്ദിയും വാക്കുകൾക്കതീത മാണ്.

ഇതിന്റെ അവസാന മിനുക്കുപണികൾ നടത്തിയത് പാലക്കാട്ട് വെച്ചാണ്. അതിനുള്ള സൗകര്യം ഒരുക്കിത്തന്ന പി.കെ. വിനോദൻ (ഗോകുലം), പരമശിവം, ജയചന്ദ്രൻ നായർ തുടങ്ങിയവരേയും സ്നേഹ പൂർവ്വം ഓർക്കുകയാണ്.

ഈ നോവൽ ശ്രദ്ധാപൂർവ്വം വായിച്ച് വിലപ്പെട്ട നിർദ്ദേശങ്ങൾ നൽകിയ എഴുത്തുകാരായ ശ്രീ. കെ.എം. ശ്രീജിത്ത്, ശ്രീ. കെ.ടി. ദിനേശ്, ശ്രീ. ടി. നാരായണൻ വട്ടോളി, നോവലിനെ സൂക്ഷ്മമായി വിലയിരുത്തിയ വിശ്വപ്രസിദ്ധ സിനിമാ സംവിധായകൻ ശ്രീ അടൂർ ഗോപാലകൃഷ്ണൻ, പ്രസിദ്ധ സാഹിത്യനിരൂപകരായ ശ്രീ വി. രാജകൃ ഷ്ണൻ, ശ്രീ സജയ് കെ.വി. തുടങ്ങിയവരോടുള്ള കൃതജ്ഞതയും നിസ്സീമ മാണ്. പുസ്തകത്തിന്റെ കവറും ഇല്ലസ്ട്രേഷനും നിർവ്വഹിച്ച ശ്രീ. രമേശ് രഞ്ജനത്തിനും ഹൃദയ പൂർവ്വം നന്ദി രേഖപ്പെടുത്തട്ടെ.

ചന്ദ്രൻ സൂര്യശില

ഒഴുകിക്കൊണ്ടിരുന്ന ഒരു കുഞ്ഞരുവി ഒടുവിൽ നദീമു ഖത്തെത്തി. സന്ദേഹത്തോടെ നദിയോട് ചോദിച്ചു:

"എന്റെ പൊരുൾ എന്താണ്?"

"ഒപ്പം വന്നോളൂ.. ഞാനും അന്വേഷിക്കുന്നത് മറ്റൊ ന്നുമല്ല.."

വർഷാന്ത്യത്തിൽ അവർ കടലണഞ്ഞു.

"ഞങ്ങളുടെ പൊരുളെന്താണ്?" അവർ കടലിനോട് ചോദിച്ചു.

"ഞാനും തിരയുന്നത് മറ്റൊന്നുമല്ല," ഗഹന ഗംഭീരമായി കടൽ മൊഴിഞ്ഞു.

"എനിക്ക് തിരിച്ച് പോകണം". നിരാശനും ചകിതനു മായ അരുവി നദിയുടെ കാതിൽ മന്ത്രിച്ചു.

ഭാഗം 1

ആനന്ദൻ ശങ്കരിന്റെ ഡയറിക്കുറിപ്പിൽ നിന്ന്:

വെയിലാറിക്കഴിഞ്ഞാൽ സന്ധ്യകൾ വന്നെത്തും. എവിടെയോ ഒളിച്ചിരുന്ന ഇരുട്ട് പരന്നു തുടങ്ങുമ്പോൾ കുട്ടിക്കാലത്തിൻ്റെ നിറം പിടിച്ച ഇളം ചില്ലയിലിരുന്ന് ഞാൻ പുതിയ കഥകൾക്കായി ആകാശച്ചെരിവിലേക്ക് നോക്കും. അവിടെയത്രയും കഥകളടങ്ങിയ ചെപ്പുക ളാണ്. ആ ചെപ്പുകളിലൊന്ന് ആരെങ്കിലും തുറന്നത നെങ്കിലെന്ന് ആശിക്കും.

1

രൈരുവൈദ്യർ മൂന്ന് മണിക്ക് മുമ്പേ ഉണർന്നു. ഒപ്പം മാധവി യമ്മയും. മേശപ്പുറത്ത് ഒരു വിളക്ക് സന്ദേഹത്തോടെ കത്തിക്കൊണ്ടിരുന്നു. കുളി കഴിഞ്ഞ രൈരു വൈദ്യർ പ്രാർഥനാ മുറിയിൽ കയറി ജപമന്ത്രങ്ങൾ ഉരുവിട്ടു. അടഞ്ഞ വാതിലിനു പുറത്ത് ശില പോലെ മാധവിയമ്മ നിലകൊണ്ടു. പ്രാർത്ഥന കഴിഞ്ഞ് പുറത്തി റങ്ങിയ രൈരുവൈദ്യരുടെ മുഖത്ത് ഒരലൗകിക വെളിച്ചം പരന്നതായി മാധവിയമ്മ കണ്ടു. ചുമരിൽ തൂക്കിയിട്ട തോക്കെടുത്ത് തോളിൽ വെച്ച് പുറത്തിറങ്ങുന്ന വൈദ്യരെ അവർ കനപ്പിച്ച് നോക്കി. ഒപ്പം ചുമരിൽ ഉടമ്പിനെപ്പോലെ ഒട്ടി നിന്ന ഘടികാരത്തിലേക്കും.

"..ന്നാലും ഈ നേരം കെട്ട നേരത്ത് പോണോ? കോഴി കൂവിയിട്ടി ല്ല.."

"നീ വാതിലടച്ച കിടന്നോളൂ.. ആര് മുട്ടിയാലും വാതിൽ തുറക്കണ്ട.. പിന്നെ കോഴി..സമയമെത്തുമ്പോൾ അത് കൂവും."

"അറക്കൽ ഹൈദ്രോസ് മാപ്പിള കൂടെ കാണ്വോ?" ഉത്തരമെ ന്നോണം വൈദ്യർ മാധവിയമ്മയെ നോക്കി. അവരൊന്ന് പരുങ്ങി.

പുറപ്പെടാൻ നോക്കുമ്പോൾ ചോദ്യങ്ങൾ പാടില്ല. അതൊരലിഖിത നിയമമാണ്. വൈദ്യർ മുറ്റത്തിറങ്ങി. മുറ്റം നിലാവിൽ മയങ്ങിക്കിടന്നു. ഒരു നീലിച്ച കാറ്റ് വൈദ്യരെ പൊതിഞ്ഞു. മുറ്റക്കൊള്ളിനരികെയുള്ളമാ വിൻകൊമ്പിലിരുന്ന് ഒരു രാപ്പക്ഷി നിർത്താതെ നിലവിളിച്ചു. കുഞ്ഞു നഷ്ടപ്പെട്ട അമ്മക്കിളിയെപ്പോലെ. വൈദ്യരുടെ മനസ്സിലകി. ശകുനം നല്ലതല്ല. ഇഷ്ടദേവതയെ മനസ്സിൽ ധ്യാനിച്ച പതിയെ നടന്നു. ഒരു നിഴൽ പോലെ നടന്ന പോവുന്ന കെട്ടിയവനെ നോക്കി മാധവിയമ്മ കോലായിലെ ഇണ്ണം ചാരി കുറേ നേരം അങ്ങനെ നിന്നു. പിന്നെ അകത്തു കയറി വാതിലടച്ചു കുറ്റിയിട്ടു.

രൈരു വൈദ്യർ പൊറ്റക്കാവ് ഗ്രാമത്തിന്റെ കാണപ്പെട്ട ദൈവമാണ്. ഏത് പാതിരാത്രിക്കും ആളുകൾ വന്ന് വാതിലിൽ മുട്ടും. വൈദ്യർ അകത്തിരുന്ന് മുട്ടന്നതിന്റെ താളം ശ്രദ്ധിക്കും. ഉമ്മറത്തെ കാൽപെരുമാറ്റം കൂടി കേട്ടാൽ വൈദ്യർ ഉറപ്പിക്കും ദീനത്തിന്റെ സ്വഭാവം. വിപത്തിന്റെ വക്കിലെത്തിയാലേ പാതിരാത്രിയിൽ അവർ വാതിലിൽ മുട്ടൂ. ദീനമെന്തായാലും രൈരു വൈദ്യരുടെ അടുത്തെ ത്തിയാൽ ജീവൻ തിരിച്ചകിട്ടും. പൊറ്റക്കാവ് ഗ്രാമവാസികളുടെ വിശ്വാസം ഒരിക്കലേ തെറ്റിയിട്ടുള്ളൂ. ഉറക്കത്ത് പാമ്പ് കടിയേറ്റ ഒരു കുട്ടിയേയും താങ്ങിപ്പിടിച്ച് കുറച്ചുപേർ പുലർകാലത്ത് രൈരു വൈദ്യരെ കാണാനെത്തി. കോലായിൽ ധ്യാന നിരതനായിരിക്കുന്ന രൈരു വൈദ്യരെ കണ്ട് അവർ ഞെട്ടി.

"രച്ചിക്കണം തമ്പായി.." കുട്ടിയുടെ അച്ഛൻ ചാത്തൻ, രൈരു വൈദ്യരുടെ കാലിൽ വീണു. നിലത്തു കിടത്തിയ കുട്ടിയുടെ നീലിച്ച ശരീരത്തിലേക്ക് രൈരു വൈദ്യർ ഒന്ന് നോക്കി.

"വൈകിപ്പോയല്ലോ ചാത്താ..കൊണ്ട് പൊയ്ക്കോളൂ.."

"ഞാളെ കൈവിടല്ലെ പൊന്നു തമ്പായീ.." ചാത്തൻ നിലവിളിച്ചു. രൈരു വൈദ്യർ അകത്തു കയറി വാതിലടച്ചു.

രൈരു വൈദ്യരുടെ യാത്രയെന്നാൽ ഒന്നുകിൽ നായാട്ടിന് അല്ലെ ങ്കിൽ ഇഷ്ടദേവതയെ വണങ്ങാൻ മുത്താച്ചിമലയിലേക്ക്. നായാട്ടിനാ ണെങ്കിൽ അറക്കൽ ഹൈദ്രോസ് കൂടെക്കാണും. ആറടിയിലേറെ പൊക്കവും കരിവീട്ടിയുടെ നിറവും ഉറപ്പുമുള്ള ഹൈദ്രോസ് മാപ്പിളയെ പൊറ്റക്കാവ് ഗ്രാമവാസികൾ ഭയം കലർന്ന ആദരവോടെ മാത്രമേ നോക്കുകയുള്ളൂ. ഒരിക്കൽ നവരാത്രി നാളിൽ പൊറ്റക്കാവ് ഗ്രാമ ത്തിലെ മുടിക്കൽ പീടികയിൽ കാവിലും പാറയിൽ നിന്ന് ഒരു ചീട്ടുകളി സംഘമെത്തി. അഞ്ചാറു പേരുണ്ട്. എല്ലാവരും പേരു കേട്ട റൗഡികൾ.

     ആനന്ദയാനം

ആ സംഘത്തെ ഒറ്റയ്ക്ക് നിന്ന് തല്ലിയോടിച്ചിട്ടുണ്ട് ഹൈദ്രോസ് മാപ്പിള. അവരുടെ കൂട്ടത്തിലൊരാൾ ചീട്ടുകളിയിൽ കള്ളത്തരം കാണിച്ചതായി രുന്നു കാരണം. "ഇത്രേം ധൈര്യോം ശക്തിയും ഉള്ള മറ്റൊരാൾ ഇനി ഇമ്മളെ നാട്ടില് പെറക്കണം." അടി നേരിൽ കണ്ടവർ അന്ന് മുതൽ മുടിക്കൽ പീടികയിൽ നിരത്തിയിട്ട നിരപ്പലകയിൽ ഇരുന്നു കൊണ്ട് പറയാൻ തുടങ്ങി.

നിഴലുകൾ പരസ്പരം പുണർന്നു കിടന്ന ഇടവഴി പിന്നിട്ട് പാടവര മ്പിലൂടെ കിഴക്കൻ മല ലക്ഷ്യമാക്കി രൈരു വൈദ്യർ നടന്നു. രൈരു വൈദ്യരുടെ കാലൊച്ച കേട്ട ഇരപിടിക്കാനിറങ്ങിയ പാമ്പുകൾ വഴി മാറി സഞ്ചരിച്ചു. ദൂരെ തെങ്ങിൻ തോപ്പുകൾക്കപ്പുറം വനമാണ്. അതിനുമപ്പുറം നിലാവിൽ ധ്യാനിച്ച് നിൽക്കുന്ന മുത്താച്ചിമല. മുത്താച്ചി മലയ്ക്ക് രക്ഷാകവചം തീർത്ത് കാടും ചെങ്കുത്തായ പാറക്കൂട്ടങ്ങളും. രൈരു വൈദ്യർ വിദൂരതയിലേക്ക് കണ്ണയച്ചു. മുന്നിൽ നീണ്ട നീണ്ട പോകുന്ന വയൽ വരമ്പുകൾ. വരമ്പുകൾക്കിരുവശവും മഞ്ഞ് വീണ് തലകുനിച്ച നിൽക്കുന്ന നെൽക്കതിരുകൾ. താനിക്കുളം തെങ്ങിൻ തോപ്പിലെത്തിയപ്പോൾ ആദ്യത്തെ കോഴി കൂവി. ആ ശബ്ദം മുത്താച്ചി മലയുടെ താഴ്‌വാരത്ത് പ്രതിധ്വനിച്ചു. ദൂരെയെവിടെയോ നിന്ന് ഒരു നായ നിർത്താതെ കുരച്ച കൊണ്ടിരുന്നു. ഇനി ഒരു ഇടവഴിയാണ്. അരിപ്പച്ചെടികൾ സമൃദ്ധമായി വളരുന്ന ഇടവഴിയിലെത്തിയപ്പോൾ ഒരിക്കൽക്കൂടി കോഴി കൂവി. അകലെ ആകാശ വിസ്തൃതിയിൽ കരിമേ ഘക്കൂട്ടങ്ങൾ ഇറങ്ങി നടന്നു.

മുൻപിൽ നീണ്ട ഇടവഴിയാണ്. ചില ഇടങ്ങളിൽ മണ്ണിളകി കൂർത്ത പാറക്കഷണങ്ങൾ മുഖം കാണിച്ച കിടപ്പുണ്ട്. അതിൽ കാല്പ പതിഞ്ഞാൽ ചോര പൊടിയും. എന്നാൽ ഇളകിയ മണ്ണിനും കൂർത്ത കല്ലുകൾക്കും രൈരു വൈദ്യരുടെ പാദപതനം തിരിച്ചറിയാം. എവിടെ നിന്നോ ഒരിക്കൽക്കൂടി കോഴി കൂവി. മുത്താച്ചി മലയിലെ കാടുകൾക്ക് മുകളിൽ തലയുയർത്തി നിൽക്കുന്ന പാറക്കൂട്ടങ്ങളെ വൈദ്യർ നോക്കി. ഒരൊറ്റയാൻ പാറയുടെ ശിരസ്സിൽ ആരോ കത്തിച്ച വെച്ച പോലെ ഒരു വെളിച്ചം. ആ കാഴ്ച ദുരൂഹമായ സന്ദേശമായി മാറും പോലെ തോന്നി. ഇരുട്ടിന്റെ സാന്ദ്രതയിലൂടെ കൈത്തോടൊഴുകുന്ന പതിഞ്ഞ ശബ്ദം കേൾക്കാം. കൈത്തോടിന്റെ ഓരം പറ്റി കാട്ടുചെടികൾ. ഒപ്പം തല പുറത്തേക്കിട്ട നോക്കുന്ന അരിപ്പച്ചെടികൾ. മുന്നോട്ട് നടക്കുംതോറും ഒഴുക്കിന്റെ ശബ്ദം കൂടി വന്നു. കാട്ടുചെടികളും അവയ്ക്കിടയിൽ ഉയർന്ന നിൽക്കുന്ന പാറക്കൂട്ടങ്ങളും കൈത്തോടിനെ കാഴ്ചയിൽ നിന്ന് മറച്ചു. കുറച്ച മുമ്പിലാണ് പറമ്പത്ത് നാണുവിന്റെ ചായക്കട. പെട്ടെന്ന്

തൊട്ടു തൊട്ടില്ലെന്ന മട്ടിൽ പറന്ന പോയ ഒരു കാട്ടുപക്ഷി വൈദ്യരെ ഉണർത്തി. കാട്ടുചെടികളുടെ വിടവില്ലൂടെ കുത്തിയൊഴുകുന്ന തോട്ടി ലേക്ക് രൈര വൈദ്യർ ഒന്ന് നോക്കി. വലിയൊരു പാറ ഒഴുക്കിന് മുകളിൽ ഉയർന്ന നിൽക്കുന്നു. അറക്കൽ ഹൈദ്രോസിനെ അറിയാതെ ഓർത്തുപോയി. തോട്ടിൽ മീൻ പിടിക്കാനിറങ്ങിയ തെങ്ങു കയറ്റക്കാരൻ പൊക്കനേയും.പുലർകാലത്തു മീൻ പിടിക്കാനെത്തിയ പൊക്കൻ ഒരു വലിയ വരാലിനെ കണ്ടു. പൊക്കന്റെ കാലൊച്ച കേട്ട് വരാൽ വെള്ളം കുറഞ്ഞ പാറ മടയിലേക്ക് കയറി. വിട്ടുകൊടുക്കാൻ പൊക്കനും തയ്യാറായില്ല. പൊക്കൻ പാറക്കടിയിലെ പൂഴി മാന്തി തല ഉള്ളിലേക്ക് അടുപ്പിച്ച അരയിൽ നിന്ന് കത്തിയെടുത്ത് വരാലിനെ വെട്ടാൻ ശ്രമിച്ചു. പെട്ടെന്ന് പാറ ചാഞ്ഞു. പൊക്കൻ കാലിട്ട് പിടഞ്ഞു. ആ കാഴ്ച കണ്ട്, വിറകെടുക്കാൻ മലയിൽ പോകുന്ന പെണ്ണങ്ങൾ നിലവിളിച്ചു. നിലവിളി കേട്ട നാണുവിന്റെ ചായക്കടയിൽ നിന്ന് ആളുകൾ ഓടിയെത്തി. ഒപ്പം ഹൈദ്രോസും. ചോര കലർന്ന വെള്ളം ഒഴുകിക്കൊണ്ടിരുന്നു.

"ഇത് മ്മളെ പൊക്കനല്ലേ?" ആരോ ഉരുവിട്ടു.

'പൊക്കനോ?' ഹൈദ്രോസ് മാപ്പിള ഒന്ന് ഞെട്ടി. തന്റെ പറമ്പിൽ തേങ്ങ പറിക്കുന്ന പൊക്കൻ. അവനെയും കാത്താണ് അയാൾ അത്രയും നേരം ചായക്കടയിലിരുന്നത്. രണ്ടും കൽപ്പിച്ച് ഹൈദ്രോസ് മാപ്പിള വെള്ളത്തിലേക്ക് ചാടി. ഭീമാകാരം പൂണ്ടുനിൽക്കുന്ന പാറയെ പിറകിലോട്ട് തള്ളി. പാറ ഒന്ന് ഇളകി. പിന്നെ അൽപം ഉയർന്നു.

"നോക്കി നിൽക്കാതെ വലിച്ചെട്ടുക്ക് നായിന്റെ മക്കളേ". ഹൈദ്രോസ് മാപ്പിള അലറി. കണ്ട നിന്നവർ പൊക്കന്റെ കാല് പിടിച്ച് വലിച്ചു. തല പിളർന്ന നിൽക്കുന്ന പൊക്കനെ കണ്ട് പെണ്ണങ്ങളിൽ ചിലർ ബോധംകെട്ടുവീണു. കരയിൽ കയറ്റി വെച്ചിരിക്കുന്ന പൊക്കന്റെ നിശ്ചലമായ ശരീരത്തിലേക്ക് ഹൈദ്രോസ് ഒന്ന് നോക്കി. പിന്നെ എളിയിൽ നിന്ന് ഒരു ബീഡിയെടുത്ത് കത്തിച്ച് ഒന്നും പറയാതെ മുന്നോട്ട് നടന്നു. ഈ കഥ രൈര വൈദ്യരുടെ ചെവിയില്ലം എത്തി യിരുന്നു.

മുത്താച്ചി മലയിലെത്താൻ ഇനിയും ഏറെ നടക്കണം. നാണുവിന്റെ ചായക്കട കഴിഞ്ഞാൽ കണ്ടോത്ത് പറമ്പാണ്. കണ്ടോത്ത് കുളം! ഓർത്തപ്പോൾ തന്നെ മനസ്സിൽ ഭയസംക്രമണം. നിലാവുള്ള ചില രാത്രികളിൽ മലയിറങ്ങി വന്ന് മുത്താച്ചി കണ്ടോത്ത് കളത്തിൽ നീരാടാറുണ്ട്. ആർക്കുമറിയില്ല ഏത് ദിവസങ്ങളിലാണ് മുത്താച്ചി കുന്നിറങ്ങി വരികയെന്ന്. മുത്താച്ചിയുടെ പതിവ് നീരാട്ട് മലമുകളിലെ

 ആനന്ദയാനം

മുത്താച്ചിക്കുളത്തിലാണ്. പഴമക്കാർ പറയുന്ന ഇത്തരം കഥകൾ തലമുറകളില്ലൂടെ സഞ്ചരിക്കുന്നു. ഇക്കഥയറിയാവുന്ന ആരും തന്നെ പകൽ സമയത്ത് പോലും കണ്ടോത്ത് കുളം വഴി പോകാറില്ല. ഒരിക്കൽ നായാട്ട് കഴിഞ്ഞ് തിരിച്ച് വരികയായിരുന്ന ധീരനും കളരിയഭ്യാസിയു മായ ഗോപാലൻ നമ്പ്യാർ കാലും മുഖവും കഴുകാൻ പാതിരാ നേരത്ത് കുളത്തിലിറങ്ങി. പൂത്തു നിന്ന ആകാശത്തിന കീഴെ ജലരാശി വെട്ടി ത്തിളങ്ങി. വാറ്റകാരൻ ഒതേനൻ കൊടുത്ത ചാരായത്തിന്റെ ലഹരി കെട്ടിറങ്ങിയിട്ടില്ല. കുളത്തിലെ ജലസമൃദ്ധിയിൽ ഒന്ന് മുങ്ങിക്കുളിക്കാൻ തോന്നി. കുളത്തിലിറങ്ങിയ ഗോപാലൻ നമ്പ്യാർ പിന്നെ ഒരിക്കലും പൊങ്ങിയിട്ടില്ല. മുത്താച്ചി നീരാടാൻ വരുന്ന സമയമായിരുന്നു അത്.

മുത്താച്ചിയെ ഉപാസിച്ച് പോരുന്ന രൈരു വൈദ്യർക്കുമുണ്ട് മറക്കാനാവാത്ത ഒരോർമ്മ. ഒരിക്കൽ നട്ടുച്ച നേരത്ത് മേൽ കഴുകാൻ കണ്ടോത്ത് കുളത്തിൽ ഇറങ്ങി. പെട്ടെന്ന് കുളത്തിന് മുകളിൽ കുമിളകൾ ഉയർന്ന പൊങ്ങി. ക്രമേണ കുമിളകൾ ചുവന്ന തുരുത്തായി രൂപം കൊണ്ടു. മുത്താച്ചിയെ മനസ്സിൽ ധ്യാനിച്ച പടവു കയറി, കരയിൽ വെച്ച തോക്കെടുത്ത് തിരിഞ്ഞ് നോക്കാതെ നടന്നു.

"മുത്താച്ചി കാത്തു". ഇക്കഥ മാധവിമ്മയോട് പറഞ്ഞപ്പോൾ അവർ മുത്താച്ചിയെ കൈകൂപ്പിത്തൊഴുത് പറഞ്ഞു.

പലയും ഓർത്ത് രൈരു വൈദ്യർ മുന്നോട്ട് നടന്നു. മുത്താച്ചി മല ഒരലൗകിക പ്രഭയിൽ സമാധിയിലെന്ന പോലെ നിലകൊണ്ടു. ഒരു കിളിയൊച്ച പോലും കേൾക്കുന്നില്ലല്ലോ എന്ന് വൈദ്യർ ആധി പൂണ്ടു. കണ്ടോത്ത് പറമ്പിനോടടുക്കന്തോറും രൈരു വൈദ്യരുടെ നെഞ്ച് ഉദ്വേ ഗത്താൽ പിടയാൻ തുടങ്ങി. വൈദ്യർക്ക് വല്ലാത്ത പാരവശ്യം അനുഭ വപ്പെട്ടു. കണ്ടോത്ത് കുളത്തിനടുത്തെത്തിയപ്പോൾ ആരോ നീന്തുന്ന പോലെ ഒരു ശബ്ദം. വൈദ്യർ കാതോർത്തു.. തോന്നിയതാണോ? മനസ്സ് ആധി പൂണ്ടു നിൽക്കുമ്പോൾ കേൾക്കാത്തത് കേൾക്കും, കാണാത്തത് കാണും. തോന്നലുകൾ ശബ്ദങ്ങളായും കാഴ്ചകളായും ഉരുവം കൊള്ളും. കുളത്തിന്റെ ദിശയിലേക്ക് കണ്ണുകൾ നീങ്ങി.. കുളത്തി നപ്പുറം കാവൽക്കാരെപ്പോലെ കൂറ്റൻ മരങ്ങൾ.. മരങ്ങളെ പുണർന്ന് കുളത്തിന് മറയായി വള്ളിപ്പടർപ്പുകൾ. തന്റെ പാദങ്ങളെ കുളക്കരയി ലേക്ക് ആരോ നയിക്കുന്നത് പോലെ. കുളത്തിന് അല്പമകലെ ഒരു കൂറ്റൻ മരത്തിന് പിറകിൽ നിന്ന് കുളത്തിലേക്ക് നോക്കി. ജലാശയം മഹാധ്യാനത്തിലാണ്. ആ പ്രശാന്തതയിൽ രൈരു വൈദ്യർ സർവ്വതും മറന്നു. ഭയവും പാരവശ്യവും മറന്നു. ആ അലൗകികപ്രഭയിൽ തെളിഞ്ഞു നിൽക്കുന്ന ജലപ്പരപ്പിലേക്ക് നോക്കിയപ്പോൾ തന്റെ കണ്ണിൽ അത്

വരെ കെട്ടി നിന്ന മാറാല നീങ്ങിപ്പോകുന്നതായിത്തോന്നി. ജലം ഒരു വെളിപാട് പോലെ നിലകൊണ്ടു. നോക്കിക്കൊണ്ടിരിക്കെ ജലാശ യത്തിന്റെ ഭാവം മാറി.. കുളത്തിന് നടുവിൽ നീല പ്രഭയുടെ തുരുത്ത്. തുരുത്തിലെ ജലം പെട്ടെന്ന് പൊങ്ങി.. ഉയർന്ന വരുന്ന ജല ശിരസ്സ്.. സമൃദ്ധമായ മുടി വെള്ളി നാരുകളായി ജലത്തിന് മുകളിൽ നിവർന്നാടി. ശിരസ്സ് വീണ്ടും ഉയർന്നു. രൈര വൈദ്യരുടെ ഉടലാകെ വിറകൊണ്ടു. ആ അഭൗമ തേജസ്സ് കുളപ്പടവുകളിലേക്ക് നീന്തിയടുത്തു.

'മുത്താച്ചി!' രൈര വൈദ്യർ ഉരുവിട്ടു. ശബ്ദം പുറത്ത് വന്നില്ല.

2

മുറിയുടെ മൂലയിലിരുന്ന് ശ്വാസം കിട്ടാൻ പ്രയാസപ്പെടുന്ന ബിയ്യാ ത്തുവിന്റെ ഞരക്കം കേട്ടാണ് ഹൈദ്രോസ് മാപ്പിള ഉണർന്നത്. മിന്നി ക്കത്തുന്ന മുട്ടവിളക്കിന്റെ വെളിച്ചത്തിൽ അയാൾ അവരെ നോക്കി. ഉറങ്ങാൻ കിടക്കുന്നതിന് മുമ്പുള്ള ചമ കണ്ടപ്പോഴേ തീർച്ചപ്പെടുത്തിയി രുന്നു ഇന്ന് അവൾക്ക് ആസ്ത്മയുടെ ഉപദ്രവം കലശലാകുമെന്ന്. ഇത് പതിവായയ്തു കൊണ്ട് കാര്യമാക്കിയില്ല.

"ബിയ്യാത്തു ഇനിക്ക് തീരെ ബയ്യെ?" കിടന്നകിടപ്പിൽ അയാൾ ചോദിച്ചു.

"എനക്ക് തീരെ ബയ്യാ... ഞാനിപ്പം ചാവുന്നാ തോന്നുന്നേ... പടച്ചോനേ എന്നെ ബേഗാങ്ങ് എടുത്തോ!"

അയാൾ എഴുന്നേറ്റു. അവളിങ്ങനെ ബയ്യാണ്ടാകുന്നത് കണ്ടടാ... അയാൾ ക്ലോക്കിലേക്ക് നോക്കി... സമയം നാല്മണി.

"ബിയ്യാത്തു, രൈര വൈദ്യര് തന്ന ഗുളികേം ആവർത്തനേം തീർന്നോ?"

"അതൊക്കെ തീർന്നേ." ബിയ്യാത്തു ഞരങ്ങിക്കൊണ്ട് അത്രയും പറഞ്ഞൊപ്പിച്ചു.

"ഞാനിനിക്കൊരു കട്ടൻ ചായ ഇണ്ടാക്കിത്തരാം.. ചൂടുള്ളത് അകത്ത് ചെന്നാൽ ഇച്ചിരി ആശ്വാസം കാണും..." അയാൾ അടുക്ക ളയിൽ ചെന്നു ചൂടു ചായ ഒരു പിഞ്ഞാണത്തിൽ ഒഴിച്ച് അവർക്ക് കൊടുത്തു.

"ഞാൻ രൈര വൈദ്യരേട്ത്ത് പോയി വേഗം വരാം"

"കോഴി കൂകും മുമ്പ് പോയി ബിളിച്ചാൽ ഓർക്ക് ബെഷമാളൂലേ. തണുപ്പള്ളത് കൊണ്ടാ... കുറച്ച് കയിഞ്ഞാ ഇതങ്ങ് മാറും... ഇങ്ങള് ഇപ്പം പോണ്ട."

                              ആനന്ദയാനം

"അതും നേരാ... എന്നാലും ഞാൻ ചെന്നാൽ വൈദ്യർക്ക് ഇഷ്ടക്കേ
ടാവില്ല."

പുറത്ത് നേർത്ത നിലാവെളിച്ചമുണ്ട്. മുറ്റത്തെ കിണറ്റിൽ നിന്ന്
മൂന്ന് തൊട്ടി വെള്ളം തലയില്ലൂടെ ഒഴിച്ചു. സുഖകരമായൊരു തണുപ്പ്
ഉടലാകെ നിറഞ്ഞു. മുണ്ടും അരക്കയ്യൻ ജുബ്ബയും ധരിച്ച്,വാതിൽ ചാരി
അയാൾ പുറത്തിറങ്ങി.

നാല് സെല്ല് ടോർച്ചടിച്ച് മഞ്ഞ് വീണ് കുതിർന്ന വയൽവരമ്പിലൂടെ,
നിലാവിന്റെ വെട്ടം വീണ് മയങ്ങുന്ന ഇടവഴിയിലൂടെ ഹൈഡ്രോസ്
മാപ്പിള നടന്നു. ചാലിൽ സൂപ്പിയുടെ കടയുടെ മുന്നിലെത്തിയപ്പോൾ
ഒന്ന് നിന്ന് ചുറ്റും നോക്കി. കടയുടെ വരാന്തയിൽ ഒരാളനക്കം. ചാക്ക്
വിരിച്ച് ആരോ കിടന്നുറങ്ങുന്നുണ്ട്. ഒന്നു കൂടി നോക്കി. വടക്കേ പറമ്പത്ത്
ഭാസ്കരനാണ്. കുടിച്ച് ബോധമറ്റ് കിടക്കുകയാണ് അയാൾ. ഇടയ്ക്കിടെ
ഞരങ്ങുന്നുണ്ട്. അത് ഗൗനിക്കാതെ അയാൾ നടന്നു. ദൂരെയെവിടെയോ
നിന്ന് നായ്ക്കളുടെ പടയൊരുക്കം.

മുൻപും പലപ്പോഴും രൈരു വൈദ്യരുടെ വീട്ടിൽ കോഴി കൂകുന്നതിന്
മുൻപ് പോയിട്ടുണ്ട്. അതൊക്കെ വൈദ്യരുടെ ആവശ്യപ്രകാരം.
മുത്താച്ചിമലയിലെ കൃഷിയിടങ്ങളിൽ പന്നി ശല്യം വർദ്ധിക്കുമ്പോൾ
അവറ്റകളെ ഒന്ന് പേടിപ്പിക്കാൻ നന്നേ പുലർച്ചെ പോകും. അവിടെ
യെത്തിയാൽ തോക്ക് തന്റെ കൈയിൽത്തരും. പലതവണ പന്നികളെ
വെടിവെച്ച് കൊന്ന കാര്യം അയാളോർത്തു.

"കൊന്നു അല്ലേ? അതിന്റെ ജാതകം അങ്ങനെയായിപ്പോയി.
അതിനെ ഈ നാട്ടുകാർക്ക് കൊട്ടക്ക്..." മത്സ്യമാംസാദികൾ ഭക്ഷി
ക്കാത്ത വൈദ്യർ കൽപിക്കും.

വൈദ്യരുടെ വീടിന് മുൻപിലെത്തിയപ്പോൾ ഒന്ന് നിന്നു ചുറ്റും
നോക്കി. ഇളം മാന്തളിരുകളുടെ കൊതിപ്പിക്കുന്ന ഗന്ധം. ഇലക്കൂട്ട
ങ്ങളുടെ ഇടയിൽനിന്നും പച്ചിലക്കിളികളുടെ കുറുകുറുപ്പ്. മുറ്റത്ത് അവി
ടവിടെയായി നിലാവിന്റെ ചിരാതുകൾ. വരാന്തയിൽ കയറുമ്പോൾ
പതിവില്ലാത്ത പേടി തോന്നി. തിരിച്ചു പോയാലോ? വീട്ടുമുറ്റത്തോളമെ
ത്തിയിട്ട് തിരിച്ചു പോകുന്നതിലെ അനൗചിത്യം അയാൾക്ക് അനുഭവ
പ്പെട്ടു. അയാൾ മുറ്റത്ത് കയറി. നേർത്ത നിലാവിൽ അടഞ്ഞുകിടക്കുന്ന
വാതിൽ അയാളെ ഇറിച്ചു നോക്കുന്നതു പോലെ തോന്നി. തൊണ്ട
വരളുന്നു. രൈരു വൈദ്യർക്ക് ഹിതമില്ലാത്ത ഒന്നും ഇതു വരെ ആവശ്യ
പ്പെട്ടിട്ടില്ല. രോഗം കലശലാകുമ്പോൾ ഏത് പാതിരാത്രിക്കും ആളുകൾ
വൈദ്യരെ കാണാൻ ചെല്ലും... അതിൽ രൈരു വൈദ്യർ ഇന്നു വരെ

അപ്രീതി കാട്ടിയതായി അറിവില്ല. അയാൾ രണ്ടും കൽപ്പിച്ച് വാതിലിൽ മുട്ടി.

"രൈരു വൈദ്യരേ... ഇത് ഞാനാ അറക്കൽ ഹൈദ്രോസ്... ഒന്ന് വാതിൽ തുറക്കണേ!" അകത്ത് ആളനക്കമില്ല... വൈദ്യരില്ലേ. മുത്താച്ചിയെ പ്രസാദിപ്പിക്കാൻപോയോ?മാസാമാസം മുത്താച്ചിയെ പ്രീതിപ്പെടുത്താനായി മൂത്താച്ചിമലയിൽ പോകും. അത്തരം ഘട്ടങ്ങ ളിൽ തന്നെ വിളിക്കാറില്ല. പോകുന്ന കാര്യം രഹസ്യമായി വെക്കും. വൈദ്യരില്ലാത്ത സമയത്ത് ഇവിടെ വന്നെന്നറിഞ്ഞാൽ അതിനേക്കാൾ കുഴപ്പമാ... ഏതായാലും ഒന്നുകൂടി വിളിക്കാം. അയാൾ ഒരിക്കൽക്കൂടി വാതിലിൽ മുട്ടി. അകത്ത് തീപ്പെട്ടി ഉരയുന്ന ശബ്ദം കേട്ടു. വെളിച്ചത്തി ന്റെ നേർത്ത നാര് ജനൽ പഴുതിലൂടെ കാണാം

"ആരാത്?" മാധവിയമ്മയുടെ ശബ്ദം.

"മാധവിയമ്മേ ഇത് ഞാനാ... ഹൈദ്രോസ് മാപ്പിള... ബിയ്യാത്തുന് കലശലായ ശ്വാസംമുട്ടൽ... വൈദ്യരെ കാണാൻ വന്നതാ..."

വാതിൽ തുറന്നു. കൈയിൽ വിളക്ക പിടിച്ച് ദീപനാളം പോലെ മാധവിയമ്മ മുൻപിൽ. കനൽക്കട്ട പോലെ തന്റെ മുൻപിൽ നിൽക്കുന്ന മാധവിയമ്മയെ കണ്ട് അയാൾ അൽപം പിന്നോട്ട് മാറി.

"രൈരു വൈദ്യരെ കാണാൻ വന്നതാ... ബീയാത്തുവിന് ശ്വാസം മുട്ടൽ..."

"അതിന് ഓറ് ഇവിടെ ഇല്ല... കോഴി കൂകും മുൻപ് പോയതാ..." അയാൾ പറഞ്ഞ് പൂർത്തിയാക്കും മുൻപ് അവർ മൊഴിഞ്ഞു.

"അയ്യോ. വന്നത് തെറ്റായിപ്പോയി... ഞാൻ പോയേക്കാം ഇച്ചിരി ആവർത്തനമെങ്കിലും കിട്ടിയെങ്കിൽ. ഇനി നാളെ വരാം." അയാൾ ആരോടെന്നില്ലാതെ പറഞ്ഞു.

"മരുന്നെല്ലാം ഓറെ മുറിയിലാ... കുറച്ച് ആവർത്തന ഞാൻ സൂക്ഷി ച്ചിട്ടുണ്ട്... അസമയത്ത് സൊാകക്കേട് വന്നാൽ എന്താ ചെയ്യാ. ഇങ്ങള് ഇവിടെ നിക്ക്... ഞാൻ എടുക്കട്ടെ." നിലാത്തുണ്ട പോലെ അകത്തെ ഇരുട്ടിലൂടെ നടന്നു പോകുന്ന മാധവിയമ്മയെ അയാൾ നോക്കി നിന്നു.

പൂത്തു നിൽക്കുന്ന മരത്തെ ഓർമ്മിപ്പിക്കുന്ന ആ ഉടല് എന്നും കൊതിപ്പിച്ചിരുന്നു. മാധവിയമ്മ ഇപ്പോഴും ചെറുപ്പമാണ്. ഇരുപത് വയസ്സിന്റെ ഇളവെങ്കിലും കാണും അവരും വൈദ്യരും തമ്മിൽ. ഉഗ്ര പ്രതാപിയായ വൈദ്യരുടെ ഭാര്യയായതു കൊണ്ട് ഒന്ന് നേരെ ചൊവ്വെ നോക്കാൻ പോല്യം ധൈര്യമുണ്ടായിരുന്നില്ല ഹൈദ്രോസ് മാപ്പിളയ്ക്ക്. അവരുടെ കനത്തു നിൽക്കുന്ന മാറിടവും രണ്ടാം മുണ്ടിനടിയിൽ

തെളിഞ്ഞു കാണുന്ന ഉടയാത്ത വയറും ഓർമകളിൽ സുഗന്ധംനിറച്ച് വന്നും പോയും കൊണ്ടിരുന്നു. തന്റെ മനസ്സ് കെട്ടറ്റ് പോകുന്നതായി അയാൾക്ക് തോന്നി.

"ഇതാ കുറച്ച് ആവർത്തന..." കത്തിച്ച വിളക്കുമായി തന്റെ മുമ്പിൽ വീണ്ടും മാധവിയമ്മ. നിയന്ത്രണം വിട്ട കണ്ണുകൾ അവരുടെ ഉടലാസ കലം പാറി നടന്നു... അയാളുടെ പാരവശ്യംകൂടി.

"മാധവിയമ്മേ, ബുദ്ധിമുട്ടില്ലെങ്കിൽ കുടിക്കാൻ കൊറച്ച് ബെള്ളം മാണം..." മാധവിയമ്മയ്ക്ക് എന്തോ പന്തികേട് തോന്നി. അവർ ഒന്നും പറയാതെ അടുക്കളയിലേക്ക് നടന്നു.

നിലാവിൽ ഉന്മാദം പൂണ്ട് കിടക്കുന്ന മാന്തളിരുകൾ. ആ ഇലകളെ ഓർമ്മിപ്പിക്കുന്ന അടിവയർ. ഉടയാത്ത ഉടൽ. മനസ്സിൽ ആധിയുടെ പെരുമ്പറ. ചിന്തകൾ അറ്റപോയ ഒരു നിമിഷത്തിൽ ഒരു ഉന്മാദിയെ പ്പോലെ അയാൾ അകത്ത് കയറി വാതിലടച്ചു.

വെള്ളവുമായി തിരികെയെത്തിയ മാധവിയമ്മ കരിവീട്ടി പോലെ തന്റെ മുൻപിൽ നിൽക്കുന്ന ഹൈദ്രോസ് മാപ്പിളെയെക്കണ്ട് ഞെട്ടി പിറകോട്ട് മാറി.

"മാപ്പിളെ ങ്ങള് എന്താ ഇക്കാണിക്കുന്നത്. പുറത്ത് കടക്ക്..." മാധ വിയമ്മ അയാളെ രൂക്ഷമായി ഒന്ന് നോക്കി.

"മധവിയമ്മേ ഞാൻ പോയേക്കാം ആ ബെള്ളെങ്ങ് താ..."

അറച്ച നിൽക്കുന്ന മാധവിയമ്മയുടെ കൈയിൽ നിന്ന് അയാൾ വെള്ളം തട്ടിയെടുത്ത് ഒറ്റ വലിക്ക് കുടിച്ചു... പുറം കൈ കൊണ്ട് നനഞ്ഞ ചുണ്ട് ഇടച്ച് അയാൾ മാധവിയമ്മയെ ആർദ്രമായി നോക്കി.

"മാധവിയമ്മേ." അയാൾ ഇടർച്ചയോടെ വിളിച്ചു.

"ങ്ങളോട് പുറത്ത് കടക്കാനാ പറഞ്ഞേ?... ങ്ങക്ക് ബ്രാന്താ?.."

"എനക്ക് ബ്രാന്താ..."

മാധവിയമ്മക്ക് എന്തെങ്കിലും പറയാൻ കഴിയുന്നതിന മുൻപ് അവർ ഹൈദ്രോസ് മാപ്പിളയുടെ കൈകളിൽ അമർന്നു. മാധവിയമ്മയെ രുക്കിയെടുത്ത് അയാൾ തൊട്ടടുത്ത മുറിയിൽക്കയറി. ആ ഗതിയിൽ അടുക്കള വാതിലിന് തൊട്ടപ്പുറം കത്തിക്കൊണ്ടിരുന്ന വിളക്കണഞ്ഞു.

3

നേരം നന്നേ വെളുത്തിട്ടും രൈര വൈദ്യരുടെ വീട് അടഞ്ഞുകിടന്നു. മുറ്റം തൂക്കാൻ വരുന്ന അയലത്തെ കൊച്ചും വന്നില്ല. ഉണക്ക് മാവില വീണ് അശാന്തമായി കിടക്കുന്ന മുറ്റം.

മാധവിയമ്മ തലയിണയിൽ മുഖമമർത്തിക്കിടന്നു. തലയിണ കണ്ണീരാൽ കുതിർന്നിരുന്നു. എഴുന്നേൽക്കാൻ തോന്നുന്നില്ല. ശരീരമാ സകലം കൊല്ലുന്ന വേദന. നടന്ന കാര്യമോർത്ത് അവർ തേങ്ങി.

"ദൈവങ്ങളേ ഇനി ഞാനെങ്ങനെ ആ മൊഖത്ത് നോക്കും."

പുറത്ത് വാതിലിൽ ആരോ ശക്തിയായി മുട്ടുന്നുണ്ട്.

"മാധവിയമ്മേ. മാധവിയമ്മേ..."

കോലായിൽ ആരുടെയോ കാലൊച്ച.

"മാധവിയമ്മേ വാതിൽ തുറക്ക്"

പരിചിതമായ ശബ്ദം, രണ്ടാം മുണ്ട് മാറിലിട്ട് മുഖം തുടച്ച് വിറകൈക ളോടെ വാതിൽ തുറന്നു. കോലായിൽ രണ്ട് മൂന്ന് പേർ നിൽക്കുന്നുണ്ട്. ഭാസ്കരൻ അടിയോടിയും കൃഷ്ണൻ മാഷും അടുത്ത വീട്ടിലെ കേളപ്പനും.

"എന്താ മാധവിയമ്മേ സുഖമില്ലേ? മുഖം വല്ലാതിരിക്കുന്നു."

' നല്ല തലവേദന. ഇന്നലെ ഒരു പോള കണ്ണടച്ചില്ല."

കുറച്ചപേർ കോണി കയറി വരുന്നുണ്ട്. മാധവിയമ്മയ്ക്ക് പന്തികേട് തോന്നി.

"എന്താ അടിയോടി ഈ ആളുകളൊക്കെ..."

"പേടിക്കാനൊന്നുമില്ല... വൈദ്യരെപ്പാ പോയത്?"

"നന്നേ വെളുപ്പിന് പോയതാ..."

"വൈദ്യർ തലകറങ്ങി വീണു. കണ്ടോത്ത് പാടത്തിനടുത്ത്. അതുവഴി വന്ന പണിക്കാർ താങ്ങിയെടുത്ത് കുന്നമ്പള്ളി വൈദ്യരുടെ അടുത്ത് കൊണ്ട പോയി.''

"അയ്യോ... ഓർക്കെന്താ പറ്റ്യേ?" കൃഷ്ണൻ മാഷ് പറഞ്ഞുതീരും മുൻപ് മാധവിയമ്മ അലമുറയിട്ടു.

നെഞ്ചുകീറുന്ന നിലവിളി കേട്ട് അടുക്കള ഭാഗത്ത് നിന്ന് ഓടിയ ത്തിയ മൂന്നു നാല് പെണ്ണങ്ങൾ അവരെ താങ്ങിയെടുത്ത് അകത്ത് കൊണ്ട പോയി.

വാർത്തയറിഞ്ഞ് പൊഴ്യകാവ് ഗ്രാമം ഞെട്ടി. അവരുടെ കാണപ്പെ ട്ട ദൈവം. വൈദ്യരുടെ ഖ്യാതി പൊഴ്യകാവ് ഗ്രാമവും കടന്ന ചേലക്കര, കുറ്റ്യാടി, മുള്ളൻകുന്ന്, പേരാമ്പ്ര തുടങ്ങിയ ദിക്കുകളിലും വ്യാപിച്ചിരുന്നു.

വൈദ്യരുടെ വീടും മുറ്റവും സമീപവാസികളെക്കൊണ്ട് നിറഞ്ഞു. ഒരേയൊരു മകൾ ലക്ഷ്മിയെ കൂട്ടിക്കൊണ്ടുവരാൻ ആൾക്കാർ നേരത്തെ പോയിരുന്നു.

"ഇതെങ്ങനെ സംഭവിച്ച്?"

"പടച്ചോനറിയാം"

"എപ്പെഴ്ത്തം.?"

"ഒര് പന്ത്രണ്ട് മണിയോടെന്നാ കേക്ക്ന്ന്"

"ന്നാല്യം എന്തിനാ മ്മടെ ബൈദ്യര് നേരം കെട്ട നേരത്ത് കണ്ടോത്ത് കുളത്തിന്റ് അട്ത്ത് പോയെ? ഒരെത്തും പിടിയും കിട്ട്ന്ന്ല്ല"

"തോക്കെട്ത്തിരുന്ന. പന്നിശല്യം ഇച്ചിരികുടീട്ട്ണ്ട്. ബൈദ്യരെ പറമ്പായ പറമ്പെല്ലാം മുത്താച്ചി മലേലല്ലേ?"

"വേലിയ മന്ഷ്യര് എന്തിന് പോക്ന്ന് എപ്പം പോക്ന്ന് ഏടെപോ ക്ന്ന് എന്നൊക്കെ ആലോചിച്ച് മ്മള് തലപ്പുണ്ണാക്കണ്ട..."

രാമൻ നായര് പറഞ്ഞത് എല്ലാരും ശരിവെച്ച.

പന്ത്രണ്ടരയോടെ രൈരു വൈദ്യരുടെ നിശ്ചലശരീരം മഞ്ചലിലെ ത്തി. അകത്തളങ്ങളിൽ ക്ൂട്ട നിലവിളി ഉയർന്ന. വരാന്തയും മുറ്റവും പറമ്പും ജനങ്ങളെക്കൊണ്ട് നിറഞ്ഞു.

അന്ത്യാർപ്പണം നടത്താൻ പൊയ്ക്കാവ് ഗ്രാമം മുഴുവൻ എത്തിയെ ങ്കിലും അറക്കൽ ഹൈദ്രോസ് മാപ്പിള മാത്രം എത്തിയില്ല.

"അല്ല ഗ്ര്ുക്കളേ നമ്മുടെ ഹൈദ്രോസ് മാപ്പിള എങ്ങോട്ട് പോയി?" കഥ കേട്ടിരുന്ന അയലത്തെ കണ്ണച്ചൻ ചോദിച്ച.

"അത് മറ്റൊരു കഥ. ആ കഥ ശങ്കരനും കേട്ടിരിക്കുമല്ലോ?" അച്ഛന്റെ നേരെ തിരിഞ്ഞ് ഗ്ര്ുക്കൾ പറഞ്ഞു.

"ആ കഥ ചെറിയ കുട്ടിയാരിക്കുമ്പം കേട്ടിട്ടുണ്ട്. നമ്മുടെ പനയുള്ള തിൽ സെയ്ലവി മാപ്പിള ആ കഥ ഒരിക്കൽ മുടിക്കൽ പീടികയിലിരുന്ന പറഞ്ഞതാണ്."

"ഗ്ര്ുക്കളേ ഒന്ന് ചോയിച്ചോട്ടെ?" കഥ കേട്ട് നിന്ന അയലത്തെ കണ്ണച്ചൻ ചോദിച്ച.

"ചോദിച്ചോ കണ്ണച്ചാ..."

"രൈരു ബൈദ്യര് ന്തിനാ നേരം കെട്ട നേരത്ത് മുത്താച്ചിമലയിൽ പോയേ?"

"അത് മറ്റൊര് വലിയ കഥയാ. ആ കഥ നമുക്ക് മറ്റൊരിക്കൽ പറയാം"

"ശങ്കരാ ഒര് ച്ൂട്ട വേണം"

ആളിക്കത്തുന്ന ചൂട്ടുമായി വയൽ വരമ്പിലൂടെ നടന്നു നീങ്ങുന്ന ഗോവിന്ദൻഗുരുക്കളെ ആനന്ദൻ അത്ഭുതത്തോടെ നോക്കിയിരുന്നു. മൺമറഞ്ഞവരുടെയും ജീവിക്കുന്നവരുടെയും കഥകളുടെ ഭാണ്ഡവുമായി സന്ധ്യ കഴിഞ്ഞാൽ ആ കഥാകാരൻ വീട്ടുകളിൽ നിന്ന് വീട്ടുകളിലേക്ക് ചെന്നുകയറും. ഗോവിന്ദൻ ഗുരുക്കൾ ചെന്നു കയറിയാൽ വീട്ടുകൾ ഉണരും. മുട്ട വിളക്കിന്റെ മങ്ങിയ വെളിച്ചത്തിൽ പ്രേതരൂപികളെപ്പോ ലെയിരിക്കുന്ന തന്റെ ശ്രോതാക്കളെ നോക്കി കഥ പറഞ്ഞു തുടങ്ങും...

"അച്ഛാ ഹൈദ്രോസ് മാപ്പിള എങ്ങോട്ട് പോയതാ?" ഗോവിന്ദൻ ഗുരുക്കൾ കൺവെട്ടത്തു നിന്നു മറഞ്ഞപ്പോൾ ആനന്ദൻ ചോദിച്ചു.

"അത് ഞാൻ പിന്നെ പറഞ്ഞെരാം. ഇപ്പം നേരം ഒരുപാടായി."

ആനന്ദന് നിരാശ തോന്നി. ചിലപ്പോൾ എന്നെങ്കിലും അച്ഛൻ ആ കഥ പറഞ്ഞു തരുമായിരിക്കും.

നിലാവിൽ കുളിച്ചു നിൽക്കുന്ന മുത്താച്ചി മല, നീരാട്ടിനിറങ്ങുന്ന മുത്താച്ചി. അവന്റെ മനസ്സിൽ ഉദ്വേഗത്തിന്റെ അല്ല കുമിളകൾ നുരഞ്ഞു പൊങ്ങി. അവൻ അമ്മയോട് ചേർന്നു കിടന്നു.

"അമ്മേ മുത്താച്ചിമലയിൽ ചെന്നാൽ മുത്താച്ചിയെ കാണാൻ പറ്റ്യോ?

"ആർക്കും അവിടെ ചെല്ലാൻ പറ്റില്ല. അള്ളയിളും ആലോയിക്കാണ്ട് ബേഗം ഒറങ്ങ്"

"എനക്കും മുത്താച്ചിമലയിൽ പോണം,"

അമ്മ ഉറങ്ങിക്കഴിഞ്ഞിരുന്നു. ആനന്ദൻ തുറന്നിട്ട ജാലകത്തിലൂടെ പുറത്തേക്ക് നോക്കി... ചന്ദ്രക്കല തെളിഞ്ഞു കാണാം. വീടിനു പിറകിലെ തോട്ടിലൂടെ ഒഴുകുന്ന വെള്ളത്തിന്റെ പതിഞ്ഞ ശബ്ദം കേട്ട് ആനന്ദൻ ഉറക്കത്തിലേക്ക് പതിയെ നീങ്ങി.

4

രൈരു വൈദ്യരുടെ മരണാന്തര ചടങ്ങുകൾ കഴിഞ്ഞ് മാസങ്ങൾ പിന്നിട്ടു. പക്ഷേ അറക്കൽ ഹൈദ്രോസ് പൊള്ള കാവ് ഗ്രാമത്തിൽ തിരിച്ചെത്തിയില്ല... അദ്ദേഹം എങ്ങോട്ട് പോയി? അതിന് ഉത്തരം ആർക്കും അറിയില്ല. ചായക്കടകളിലും അനാദിക്കടകളിലും ദിവസങ്ങ ളോളം ഇതു തന്നെയായിരുന്നു സംസാരം. ഓരോരുത്തരും അവരവ രുടെ ഭാവനയ്ക്കൊത്ത് കഥകൾ മെനഞ്ഞു. യാഥാർത്ഥ്യം കുറച്ചെങ്കിലും അറിയാവുന്നത് പനയുള്ളതിൽ കൃഷ്ണൻ മാഷക്കു മാത്രമായിരുന്നു.

"അല്ല കൃഷ്ണൻ മാശേ അറക്കൽ ഹൈദ്രോസ് മ്മടെ നാട്ടിലെങ്ങനെ

എത്തിപ്പെട്ട്?" പീടികത്തിണ്ണയിലിരുന്ന് ഖത്തറിൽ നിന്ന് കൈ നിറയെ പണവുമായി ആയിടെ നാട്ടിലെത്തിയ പനയുള്ളതിൽ സെയ്താലി ഈ ചോദ്യമുയർത്തുമ്പോൾ മുടിക്കൽ പീടികയിൽ ഒന്നുരണ്ട് പേരേ ഉണ്ടാ യിരുന്നുള്ളൂ.

"സെയ്താലി പറഞ്ഞത് ശരിയാ... ഹൈദ്രോസ് ഇവിടെ വന്നുപെട്ട താണ്. ഒരു പുലർകാലത്ത് സുബിഹി ബാങ്ക് വിളിക്കാൻ പള്ളിയിൽ ചെന്ന മൊയിലില്യാർ പള്ളിയുടെ തിണ്ണയിൽ കിടന്നുറങ്ങുന്ന ആജാന ബാഹുവായ മനുഷ്യനെ കണ്ട് ഞെട്ടി. പേടിച്ച് വിറച്ച അയാൾ തൊട്ട ടുത്ത വീട്ടുകളിലെ ഉശിരുള്ള ചെറുപ്പക്കാരെക്കൂട്ടി പള്ളിയിലെത്തി. മോഷ്ടിക്കാൻ വന്ന് ഉറങ്ങിപ്പോയതാണെന്നാണ് അവർ കരുതിയത്. കരുതലോടെ അവർ അയാളെ വിളിച്ചുണർത്തി. ആറടിയിലേറെ പൊക്കവും അതിനൊത്ത വണ്ണവും ആരോഗ്യവുമുള്ള ആ മനുഷ്യൻ നിവർന്ന് നിന്നപ്പോൾ ആ ചെറുപ്പക്കാരും പേടിച്ച് പിന്നോട്ട് മാറി. മൊയിലില്യാരെയും ചെറുപ്പക്കാരെയും കണ്ട് അയാളും അമ്പരന്നു. അയാൾ ചുറ്റും നോക്കി.

"ങ്ങളാരാ?എവിടെയാ സ്ഥലം... ഇവിടെ എന്തിന്ന് വന്ന്?" ചെറുപ്പ ക്കാരിലൊരാൾ ചോദിച്ചു.

അയാളൊന്ന് പരുങ്ങി...

"ഞാൻ ഹൈദ്രോസ്... കുറച്ച് ദൂരെയാ... ജോലിയന്വേഷിച്ച് വന്നതാ..."

"നമ്മളെ ആളാ..." അയാളുടെ ഉച്ചാരണശുദ്ധി കണ്ട് ഒന്ന് അമ്പര ന്നെങ്കിലും മൊയിലില്യാർക്ക് സമാധാനായി. പൊറ്റകാവ് ഗ്രാമത്തിലെ ത്തിയ അപരിചിതനെപ്പറ്റി ധാരാളം കഥകളിറങ്ങി.

"വേഷം മാറി വന്ന സി ഐ ഡിയാണ്." ചിലർ പറഞ്ഞു. ചിലർ അയാളെ കോഴിക്കോട് വലിയങ്ങാടിയിൽ പലവട്ടം കണ്ടു എന്ന് അവകാശപ്പെട്ടു. അധികം വൈകാതെ അയാൾ ഇവിടുത്ത്കാരുടെ പ്രിയപ്പെട്ടവനായി. അയാൾ എല്ലാ ജോലിയും ചെയ്തു. പക്ഷേ മറ്റാരേ ക്കാളും കൂടുതൽ കൂലി അയാൾ ചോദിച്ച് വാങ്ങി."

"ഊരും പേരും ശരിയായി പറയാത്ത ഈ മനുഷ്യന് എങ്ങനെ അറക്കൽ ആലി മുതലാളിയുടെ ഒറ്റമോൾ ബിയ്യാത്തുവിനെ കെട്ടാനായി?"

"ആലി മുതലാളി പുത്തതായി എത്തിയ ആളപ്പറ്റി കേട്ട് വീട്ടിലേക്ക് വിളിച്ച് വരുത്തി. പല ജോലിയും കൊടുത്തു. അയാൾ ആരേക്കാളും ഭംഗിയായി അത് ചെയ്തു. ക്രമേണ അയാൾ അറക്കൽ ആലി മാപ്പിളയുടെ

വിശ്വസ്തനായ കാര്യസ്ഥനായി... കരിങ്ങാട്ട് മലയിൽ ആലി മാപ്പിളയുടെ പറമ്പത്തു നിന്ന് എന്നും തേങ്ങ മോഷണം പോന്ന കാലം. ഒരു ദിവസം കോഴി കൂവും മുമ്പ് ആലി മുതലാളിയേയും കൂട്ടി ഹൈദ്രോസ് കരിങ്ങാട് മലയിൽ ചെന്നു. തെങ്ങിൽക്കയറി തേങ്ങ മോഷ്ടിക്കുന്ന കള്ളനെ കൈയ്യോടെ പിടിച്ച് അയാളെ നല്ല രീതിയിൽ കൈകാര്യം ചെയ്തു... പിന്നീട് ആ പ്രദേശത്തെ പറമ്പുകളിൽ കള്ളൻമാരുടെ ശല്യമില്ലാ തായി. ആദ്യ ബന്ധം ഒഴിഞ്ഞ് ബീട്ടിൽ നിൽക്കുന്ന ബിയ്യാത്തുവിന് ആളെ വളരെ ഇഷ്ടായി. ആലിമുതലാളി എതിർത്തില്ല... അവരുടെ വിവാഹം നടന്നു. അങ്ങനെ ഹൈദ്രോസ് അറക്കൽ ഹൈദ്രോസായി മാറി. പതിയെപ്പതിയെ അയാൾ ഭാഷയിലും ശൈലിയിലും നമ്മുടെ നാട്ടുകാരനായി." കൃഷ്ണൻ മാഷ് വിശദീകരിച്ചു.

"ഒരു പക്ഷേ രൈര ബൈശ്യേറ്റുടെ മരണം ഓനറഞ്ഞു കാണില്ല." സെയ്ലവി ആത്മഗതം ചെയ്തു.

"അവിടെയാ ങ്ങക്ക് പറ്റിയ അമളി. എനക്കറിയുന്നത് ഞാൻ പറയാം." കൃഷ്ണർ മാഷ്ടെ കഥ കേട്ടിരുന്ന മൊട്ട മാപ്പിള കഥ തുടർന്നു.

"സംഭവം നടന്ന ദിവസം ഹൈദ്രോസ് മാപ്പിള മുടിക്കൽ പീടിക വഴി ചാലിൽ സൂപ്പിയുടെ കടയിൽ ചായ കുടിക്കാനെത്തിയിരുന്നു. അബിട ബെച്ചാണ് രൈര ബൈശ്യേറ്റെ ദാരുണ അന്ത്യം അറിഞ്ഞത്. പാതി കുടിച്ച ചായ പുറത്തേക്ക് ഒഴിച്ച് ഉടലാകെ തീ പിടിച്ചോനെപ്പോലെ കുതിച്ച് പോകുന്നത് ചിലര് കണ്ടിരുന്നു. ഓര് ബിചാരിച്ചത് അയാൾ പോയത് രൈര ബൈശ്യരുടെ വീട്ടിലേക്കാണെന്നാണ്. ഉടലാകെ വിറച്ച കൊണ്ട് അയാൾ ഓടിക്കയറിയത് സ്വന്തം ബീട്ടിലേക്ക് തന്നെ യായിരുന്നു."

"ബിയ്യാത്തു ഇഞ്ഞ് അകത്ത് ബേഗം ഒര് പായ വിരിക്. ഒര് പിഞ്ഞാ ണത്തിൽ തണുത്ത ബള്ളം അട്ത്തോ.

"ന്റെ അള്ളാ ങ്ങക്കെന്ത് പറ്റി ?."

"ഇനിയെന്ത് പറ്റാനാ ന്റെ ബിയ്യാത്തു...?"

"ങ്ങളോട് അന്നേരേ ഞാൻ പറഞ്ഞില്ലേ നേരം കെട്ട നേരത്ത് പോണ്ടാന്ന്..."

അത്രയും പറഞ്ഞ് ബിയ്യാത്തു അകത്ത് പോയി ഒരു കുടത്തിൽ തണുത്ത വെള്ളവുമായി ഓടിയെത്തി. കോലായിൽ വെറും നിലത്ത് മലർന്ന് കിടക്കുന്ന തന്റെ മാപ്പിളയുടെ പാരവശ്യം കണ്ട് ബിയ്യാത്തുവി ന്റെ ബേജാറ് ഇരട്ടിച്ചു." ങ്ങള് ഇങ്ങനെ ബെറും നിലത്ത് കെടക്കാണ്ട് അകത്ത് കെടക്. പായ ബിരിച്ചിട്ട്ണ്ട്.

"പോയ് ബിയ്യാത്തു. പോയി... മ്മളെ ബൈദ്യര് പോയി"

"ന്റെ പടച്ചോനെ ഞമ്മളെന്താ ഈ കേക്ക്ന്ന്. ന്റ്റ് ങ്ങള് ഇങ്ങനെ കെട്ക്കാ"

"ഞാൻ പോന്നില്ല ബിയ്യാത്തു... അക്കെടപ്പ് കാണാൻ മ്മളാ കൊണ്ട് പറ്റല. ഞ്ഞ് ആ ബാതില് അടച്ചോ... ആര് ബന്നാല്യം ഞാനിബ്ഡ ഇല്ലാന്ന് പറഞ്ഞാ മതി ,"

മൂന്ന് ദിവസം അറക്കല് ഹൈദ്രോസ് മാപ്പിള പനിച്ച് കിടന്നു. നാലാം നാളില് എങ്ങോട്ടോ പോയി.

"നാല്യം ഈ ഹൈദ്രോസ് മാപ്പിള എങ്ങോട്ട് പോയി" സെയ്ദലവി ആരോടെന്നില്ലാതെ പറഞ്ഞു.

"അത് മാത്രം എനിക്കറിയില്ല ." മൊയ്ല മാപ്പിള കൈമലര്ത്തി.

5

മഴ കനത്തു പെയ്യുകയാണ്. നല്ല കാറ്റുമുണ്ട്. കാറ്റിന്റെ ശക്തി കൂടുമ്പോൾ മഴച്ചില്ലുകള് ക്ലാസിലേക്ക് അടിച്ചകയറും. ദേഹത്ത് പതി ക്കുമ്പോൾ കുട്ടികള് ആർപ്പുവിളിക്കും. ബാലൻ മാഷ ച്ചരെലെടുത്ത് മേശപ്പറത്ത് അടിക്കും. മൂന്ന് മണിക്ക് പെയ്യാൻ തുടങ്ങിയ മഴയാണ്.

മഴയുടെ ശക്തികുറഞ്ഞപ്പോൾ ലോംങ്ബെല് അടിച്ചു. കുട്ടികള് ആർപ്പവിളിയോടെ പുറത്തേക്കോടി. മഴനാരുകള് ദേഹത്ത് വീഴുന്നുണ്ട്. സ്കൂള് പാലം കടന്ന് ഒറ്റവരമ്പില്ലൂടെ ആനന്ദൻ നടന്നു. മുൻപിൽ കുട്ടിക ളുടെ നീണ്ട നിര. മിക്കവരുടെയും കൈയില് കുടയില്ല. ചിലർ വാഴയില ച്ചൂടി രസിച്ച് നടക്കുകയാണ്.

തോട്ടിലെ വെള്ളം കലങ്ങിമറിഞ്ഞ് ഒഴുകുകയാണ്. ഒഴുക്കിന്റെ ശക്തിയിൽ അയിരാണിക്കൂട്ടങ്ങളും ചപ്പചവറുകളും താണും പൊങ്ങിയും ഒഴുകുന്നത് നോക്കി ആനന്ദൻ നടന്നു.

"ആനന്ദാ മഴ ചാറ്റുന്നുണ്ട്. എന്റെ കുടയിൽ നിന്നോ."

തൊട്ടരികില് കുഞ്ഞിരാമൻ മാഷാണ്.

"ഇപ്പോ മഴ പെയ്യുന്നില്ല സർ"

"എന്നാൽ നീയങ്ങനെ വാ..."

കുഞ്ഞിരാമൻ മാഷ് വളഞ്ഞ കാലുള്ള കുടയും ചൂടി വേഗം നടന്നു.

മാഷ് നല്ല കഥകള് പറഞ്ഞു തരും. അന്റോണിയോ എന്നം ബസാനിയോ എന്നം പേരുള്ള രണ്ട് കൂട്ടുകാരുടെ കഥ പറഞ്ഞുതന്നത് ഓർമ്മയുണ്ട്. വല്യതായാൽ പോർഷ്യയെപ്പോലൊരു വക്കീലാകണം.

അവൻ മനസ്സിൽ കരുതി.

കഥയെക്കുറിച്ചാലോചിച്ചും കലങ്ങിമറിഞ്ഞൊഴുകുന്ന വെള്ളത്തെ നോക്കിയും ആനന്ദൻ നടന്നു. കടവുങ്കൽ പാലത്തിനരികെ ഒരാൾ ഇരിക്കുന്നുണ്ട്. കുട ചൂടിയത് കൊണ്ട് ആരാണെന്ന് മനസ്സിലായില്ല. അടുത്തെത്തിയപ്പോൾ മനസ്സിലായി. പൊള്ള കാവ് ഗ്രാമത്തിന്റെ കഥാകാരൻ ഗോവിന്ദൻ ഗുരുക്കൾ. ഒരുപക്ഷേ പുതിയ കഥയെക്കുറി ച്ചാലോചിക്കുകയായിരിക്കും. നിലാവുവീണ് മയങ്ങുന്ന മുത്താച്ചിമല, നീരാടാനിറങ്ങുന്ന മുത്താച്ചി. ആനന്ദന്റെ ഹൃദയമിടിപ്പ് ഉയരാൻ തുടങ്ങി. ഇന്ന് ഗുരുക്കൾ വീട്ടിലേക്ക് വരുമോ? അന്ന് പറഞ്ഞ കഥയുടെ ബാക്കി കേൾക്കാമായിരുന്നു.

ആനന്ദൻ പ്രതീക്ഷയോടെ ഗുരുക്കളെ നോക്കി. ഗുരുക്കൾ ആനന്ദ നെയും.

"നീ നമ്മുടെ ശങ്കരന്റെ മോനല്ലേ?"

"ആണ്. ഗുരുക്കൾ ആ കഥയുടെ ബാക്കി പറഞ്ഞ് തര്വോ?"

"ഏത് കഥയുടെ ബാക്കി?"

"മുത്താച്ചിമലയിലേക്ക് പോയ രൈരുവൈദ്യരുടെ കഥ."

"അത് കഴിഞ്ഞില്ലേ? ഇനിയെന്ത് ബാക്കി !"

രൈരു വൈദ്യരെന്തിനാ മുത്താച്ചിമലയിൽ പോയതെന്ന കണ്ണച്ച ന്റെ ചോദ്യത്തിന് അതൊരു വലിയ കഥയാന്നാ അന്ന് പറഞ്ഞത്.

"അങ്ങനെ ഞാൻ പറഞ്ഞോ?" ഗുരുക്കൾ അത് പാടെ മറന്നിരു ന്നു. കഥ കേൾക്കുന്നവരിൽ താത്പര്യം കൂട്ടാൻ ഗുരുക്കൾ അങ്ങനെ ചില പൊടിക്കൈകൾ പ്രയോഗിക്കാറുണ്ട്.

പെട്ടെന്ന് ഒരു പാമ്പ് കലങ്ങി മറിഞ്ഞ വെള്ളത്തിലൂടെ വളഞ്ഞ് പുളഞ്ഞ് കടന്നുപോയി.അതിന്റെ തല ഒഴുക്കിന് മീതെ പൊക്കിപ്പിടിച്ച് ഇരുവശത്തും നോക്കിയാണ് പോകുന്നത്.

"പാമ്പ്"ആനന്ദൻ ആർത്തു വിളിച്ചു.

"അത് നീർക്കോലിയാ."

ഗുരുക്കൾ ആകാശത്ത് നോക്കി. മഴ നിലച്ചിരിക്കുന്നു. പിന്നെ തോട്ടിലേക്കും. പാമ്പിനെ അവിടെയെങ്ങും കാണാനില്ല.

"ആനന്ദൻ ഏത് ക്ലാസിലാ പഠിക്കുന്നേ?"

"നാലാം ക്ലാസിൽ"

"ആനന്ദന് ആ കഥ കേൾക്കണോ?"

                                   ആനന്ദയാനം

"കേക്കണം"

"എന്നാൽ എന്റെ കൂടെ വാ."

തോട്ടിന് കുറുകേ ഇട്ടിരിക്കുന്ന തെങ്ങിൻ പാലത്തിലൂടെ ഗുരുക്കൾ നടന്നു. പിന്നാലെ ആനന്ദനും. നീണ്ട് കിടക്കുന്ന വരാന്തയുടെ അറ്റത്ത് ഒരു വലിയ മേശ. പിറകിൽ ചാരുകസേര. മേശയ്ക്ക് മുൻപിൽ നീളത്തിൽ ഇട്ടിരിക്കുന്ന ബെഞ്ച്.

"മോനിരിക്ക്."

ഗുരുക്കൾ ഇരുന്നപ്പോൾ ആനന്ദനും ഇരുന്നു. മേശപ്പുറത്ത് കറുത്ത ചട്ടയോട് കൂടിയുള്ള ഒരു വലിയ പുസ്തകം.

"ഇതെന്ത് പുസ്തകാ ഗുരുക്കളെ?"

"ഭാഗവതം, ഇതിലത്രയും കഥകളാണ്."

"ഇതെനക്ക് തര്വോ?"

ഗുരുക്കൾ ആനന്ദനെ ഒന്ന് ഇരുത്തി നോക്കി.

"മോന് കഥകൾ വായിക്കാൻ ഇഷ്ടാ?"

"ഇഷ്ടാ"

"എങ്കിലൊര് കാര്യം ചെയ്യ്. ജവഹർ വായനശാലയിൽ ഒരംഗത്വ മെടുക്ക്. ഞാൻ ശങ്കരനോട് പറയാം. മെമ്പറായാൽ ഇത്തരം പുസ്തക ങ്ങളൊക്കെ കിട്ടും. അപ്പോ ധാരാളം വായിക്കാം..."

ആനന്ദൻ ഒന്നും പറയാതെ ബാക്കി കഥയ്ക്കായി കാത്തിരുന്നു.

"അപ്പോ എവിടയാ നിർത്തിയത്?"

"രൈര വൈദ്യരെന്തിനാ... ."

"വൈദ്യരെന്തിനാ കോഴി കൂകും മുൻപ് മുത്താച്ചി മലയിലേക്ക് പോയതെന്ന്? അല്ലേ?"

ആനന്ദൻ തലയാട്ടി.

"അതൊര വലിയ കഥയാ ആനന്ദാ..."

ഗുരുക്കൾ ഒന്ന് നിർത്തി. ആനന്ദന്റെ കണ്ണുകൾ വിടർന്നു.

"രൈര വൈദ്യർക്ക് അറിയാത്തതായി ഒന്നുമില്ല. ഗുരുപരമ്പര കളിലൂടെ കിട്ടിയ അറിവാണ്. വൈദ്യർ ഉരുവിട്ടന്ന ഓരോ വാക്കും മന്ത്രോച്ചാരണങ്ങളാണ്. ഏത് ദീനം വന്നാലും വൈദ്യരുടെ അടുത്ത ത്തിയാൽ മതി. രക്ഷപ്പെട്ടും. സമയത്തിനെത്തണമെന്ന് മാത്രം... ..."

ഗുരുക്കൾ കഥ പറഞ്ഞുതുടങ്ങിയപ്പോൾ ആനന്ദൻ ഒന്ന്

ഇളകിയിരുന്നു.

"വളരെ കാലം മുമ്പ് നടന്ന ഒരു സംഭവമാ ഞാൻ പറയുന്നത്. ആനന്ദന്റെ പ്രായത്തിൽ വല്യച്ഛൻ ചോയി ഇരുക്കളിൽ നിന്നും കേട്ട കഥയാണ്. പൊറ്റ് കാവ് ഗ്രാമത്തിൽ മമ്മുഹാജി എന്നൊരു ധനികനുണ്ടായിരുന്നു. പാടങ്ങളായ പാടങ്ങളുടെയും പറമ്പുകളായ പറമ്പുകളുടെയും ഉടമ. ഒരിക്കൽ പൊലിയാടി മലയിൽ നിന്നും തിരിച്ച വരികയായിരുന്ന ഹാജിയാരെ ഒരുഗ്രവിഷസർപ്പം കൊത്തി. സമയം സന്ധ്യ. പണിക്കാർ പണിപ്പെട്ട് ഹാജിയാരെ കുന്നിറക്കി. ദുർഘടമായ വഴികളില്ലൂടെ രൈരു വൈദ്യരുടെ വീട്ടിലെത്തി. രാത്രി പത്ത്മണിയായി ക്കാണും. അവരെ പ്രതീക്ഷിച്ച് വൈദ്യർ പൂമുഖത്ത് ധ്യാനനിരതനായി ഇരിക്കുന്നുണ്ടായിരുന്നു. ആ ഘട്ടത്തിൽ ആരും ഒന്നും ചോദിക്കാൻ പാടില്ല. വൈദ്യർ ചുമരിൽ ഇര പിടിക്കാനെത്തിയ ഗൗളിയുടെ നീക്കം നിരീക്ഷിച്ചു.

"ഹാജിയാർ വരുന്ന വിവരം രൈരു വൈദ്യർക്ക് എങ്ങനെ മനസ്സി ലായി?"

"ദ്ത്! ആനന്ദൻ ഇങ്ങനെ ചോദ്യങ്ങൾ ചോദിച്ചാൽ കഥ തീരില്ല." ഇരുക്കൾ കഥ തുടർന്നു.

"ഹാജിയാരുടെ അവസ്ഥ ഇരുതരമായിരുന്നു. വൈദ്യർ വിഷം തീണ്ടിയ ഭാഗം പരിശോധിച്ചു. തന്റെ സഹായി കുമാരനെ അടുത്ത് വിളിച്ച് ചെവിയിൽ എന്തോ പറഞ്ഞു. അല്പം കഴിഞ്ഞ് കുമാരൻ ഒരു കോപ്പയിൽ മരുന്നുമായെത്തി. രണ്ടു പേർ ഹാജിയാരെ താങ്ങിപ്പിടിച്ച് വായിലേക്ക് മരുന്നൊഴിച്ചു. അവർ ഹാജിയാരെ കോലായിൽ വിരിച്ചിരി ക്കുന്ന ഒരു പായയിൽക്കിടത്തി. ഹാജിയാരുടെ മുണ്ടും ജുബ്ബയും അഴിച്ച മാറ്റി ഉടലാസകലം പച്ച മരുന്ന് തേച്ച് പുരട്ടി. ഒപ്പം കണ്ണിൽ എരിവുള്ള മറ്റൊരു പച്ച മരുന്നും. ഹാജിയാർ ഒന്ന് പുളഞ്ഞു... പുലർച്ചെ കോഴി കൂകിയപ്പോൾ ഹാജിയാർ ഉണർന്ന് ചുറ്റും നോക്കി. കൂടെ വന്നവർ ഹാജിയാരെ ഉടുപ്പ് ധരിപ്പിച്ചു.

"ഹാജിയാരേ, കുറച്ച കൂടി വിശ്രമിച്ച് സമാധാനമായി വീട്ടിലേക്ക് പോയ്ക്കോള." ഒരു മണിക്കൂർ കൂടി കഴിഞ്ഞപ്പോൾ ഹാജിയാർ എഴുന്നേറ്റ് രൈരു വൈദ്യരെ സാഷ്ടാംഗം തൊഴുതു.

"വൈദ്യരെ ങ്ങളാന്റെ കാണപ്പെട്ട പടച്ചോൻ... നാല്യം ചോദിക്കൂ. ഞാനെന്താ ബേണ്ടെ? പറഞ്ഞോളീ..."

"ഒന്നും വേണ്ട. ഹാജിയാര് പോയ്ക്കോളേ..."

ഹാജിയാർ പോകാനായി നിവർന്നു നിന്നു.

                    ആനന്ദയാനം

"വൈദ്യര് എനക്കൊര് കാര്യം സാധിച്ച് തരണം. എന്നെ കടിച്ച ആ ഹിമാറിനെ ഇവിടെ വര്ത്തണം. എനിക്കാ ചെകുത്താനെ ഒന്ന് കാന്നണം. വൈദ്യര്ക്ക് പറ്റേങ്കില് മതി. പക്കെ വൈദ്യര് ആ ഇബിലീസിനെ ഇവിടെ വര്ത്തിച്ചാല് കണ്ടോത്ത് കുളത്തിനടുത്തുള്ള അഞ്ചെക്കര് പറമ്പ് വൈദ്യര്ക്കുള്ളതാ..." ഹാജിയാര് ഉയര്ത്തിയ വെല്ലുവിളി കേട്ട് എല്ലാവരും ഞെട്ടി. കുമാരന് ദേഷ്യം അടക്കി നിര്ത്താന് പ്രയാസപ്പെടുന്നുണ്ടായിരുന്നു. വൈദ്യര് ഹാജിയാരെ ഒന്ന് നോക്കി. ഹാജിയാര് ച്ചുളിപ്പോയി."

"കുമാരാ. ആ വിളക്ക് കത്തിച്ച് വെക്കാന് മാധവിയോട് പറ."

മാധവിയമ്മ കത്തിച്ച വെച്ച വിളക്കിന്റെ മുന്പില് വൈദ്യര് ധ്യാന നിരതനായി ഇരുന്നു. മണിക്കൂര് ഒന്ന് കഴിഞ്ഞു. ഹാജിയാരുടെ കൂടെ വന്നവര് പരിഭ്രാന്തരായി. കുറച്ച് കഴിഞ്ഞ് ഒര് വരവാ."

"ആര്?"ആകാംക്ഷ അടക്കാന് കഴിയാതെ ആനന്ദന് ചോദിച്ചു.

"സര്പ്പങ്ങള്... ഒന്നല്ല. ഏഴെണ്ണം... തള്ളപ്പാമ്പും അതിന്റെ കുഞ്ഞു ങ്ങളും..."പാമ്പുകളെ കണ്ട് ഹാജിയാര് തലകറങ്ങി വീണു.

"കൊണ്ടുപോയ്ക്കോ..." വൈദ്യരുടെ ഉഗ്രശാസന കേട്ട് പേടിച്ച ആള്ക്കാര് ഹാജിയാരെ താങ്ങിപ്പിടിച്ച് തിരികെ കൊണ്ടുപോയി.

"വന്ന സര്പ്പങ്ങളോ"

"വന്ന സര്പ്പങ്ങളോ? അവ മുറ്റത്ത് പത്തി വിടര്ത്തി നിന്നു.". എന്നാ തിരിച്ച പോയ്ക്കോള ചങ്ങാതികളേ. വൈദ്യര് ആംഗ്യം കാട്ടി. എല്ലാ സര്പ്പങ്ങളും തിരിച്ച പോയി. പക്ഷേ.!"

"പക്ഷേ...?"ആനന്ദന് നിയന്ത്രിക്കാന് കഴിഞ്ഞില്ല.

"രൈരവൈദ്യര് കുറേനേരം കണ്ണടച്ച് നിശ്ശബ്ദനായിരുന്നു. അപ്പോഴാണ് മുറ്റത്തെ സന്ധ്യാദീപം വെക്കുന്ന തറയില് നിന്നും ഒരു ശബ്ദം കേട്ടത്. തള്ളപ്പാമ്പ് ദീപത്തറയില് തല തല്ലി അടിക്കുകയാ. അതിന്റെ ചോര തറയില് പുരണ്ടു. വൈദ്യര്ക്ക് കാര്യം പിടി കിട്ടി. ആവശ്യമില്ലാതെ വിളിച്ച വരുത്തിയതിന്റെ പ്രതിഷേധം... വൈദ്യര് ചേതനയറ്റ പാമ്പിനെ നോക്കി."

"എന്റെ പരദൈവങ്ങളേ. മുത്താച്ചീ. മാപ്പാക്കിന്. വൈദ്യര് അലമുറ യിട്ട് കരയാന് തുടങ്ങി. സര്പ്പശാപമേറ്റ് വൈദ്യര്ക്ക് സിദ്ധി നഷ്ടമായി. സിദ്ധി വീണ്ടെടുക്കാന് അന്നപാനീയങ്ങളില്ലാതെ ഒരു മാസം മുത്താ ച്ചിയെ ധ്യാനിച്ച് പൂജാ മുറിയിലിരുന്നു. തുടര്ന്ന് ഏഴ് നാള് മുത്താച്ചിമ ലയില് തപസ്സിരുന്നു."

"ആ സംഭവത്തിന് ശേഷം വൈദ്യർ എല്ലാ മാസവും ഒന്നാം തീയ്യതി കോഴി കൂകും മുൻപ് മുത്താച്ചി മലയിൽ ധ്യാനത്തിന് പോകും... ..."

"വൈദ്യർക്ക് സിദ്ധി തിരിച്ച കിട്ടിയോ?"

"തിരിച്ച കിട്ടി. ആനന്ദന് കഥ ഇഷ്ടമായയോ?"

"വളരെ ഇഷ്ടമായി."

"എന്നാൽ വേഗം വീട്ടിലേക്ക് പോയിക്കോ."

ആനന്ദന് പിന്നെയും സംശയങ്ങളുണ്ടായിരുന്നു. സമയം വളരെ വൈകിയിരുന്നു. ആനന്ദൻ വയൽ വരമ്പിലൂടെ വീട്ടിലേക്ക് കുതിച്ചു.

6

ഏറെ നേരമായി നടക്കാൻ തുടങ്ങിയിട്ട്. പാടവരമ്പ് കഴിഞ്ഞ് വാഴ ത്തോപ്പിലെത്തിയപ്പോൾ തളിരിലകളുടെ ഗന്ധം. തണുത്ത കാറ്റടി ക്കുന്നുണ്ട്. കണ്ടോത്ത് പാടത്ത് എത്തിയപ്പോൾ ഒന്ന് നിന്നു. കൂറ്റൻ മരങ്ങളുടെ മറവിൽ എവിടെയോ ആയിരിക്കാം ദുരൂഹമായ സന്ദേശം വഹിക്കുന്ന കണ്ടോത്ത് കുളം.

കൂറ്റൻ മരങ്ങളുടെ വേരുകൾക്കിടയിലൂടെ എത്തി നോക്കുന്ന കൂർത്ത പാറമുനകൾ. വേരുകിന്റേത് പോലെ ഏതോ ജീവിയുടെ ഗന്ധം. ചെങ്കുത്തായ കയറ്റം. ഒന്ന് വഴുതിയാൽ തീർന്നു." സൂക്ഷിച്ച്... സൂക്ഷിച്ച് "ആരോ കാതിൽ മന്ത്രിക്കുന്നു. തണുപ്പ് കൂടിക്കൂടി വന്നു.

കാട്ടാറിന്റെ പതിഞ്ഞ സംഗീതം കേട്ട്, കാട്ടുപൂക്കളുടെ ഗന്ധം ശ്വസിച്ച് മുന്നോട് നടന്നു. പാറക്കൂട്ടങ്ങൾക്കിടയിലൂടെ, കാട്ടുചെടികൾ പടർന്ന ഇടങ്ങിയ വഴിയിലൂടെ നടന്നു. പാറക്കൂട്ടങ്ങൾക്കപ്പുറം ഒരു ചെറു സമതലം. സമതലത്തിനപ്പുറം നിലാവിന്റെ പരാഗങ്ങൾ വീണ് കിടക്കുന്ന കാട്ടും മലകളും. കയറ്റങ്ങളുടെ ഓരങ്ങളിൽ പുറത്തേക്ക് തള്ളി നിൽക്കുന്ന ചോദ്യചിഹ്നങ്ങൾപോലെ ചെങ്കുത്തായ പാറക്കൂട്ടങ്ങൾ.

നടന്നുനടന്ന് സമതലത്തിലെത്തിയപ്പോൾ ഒരു വിജയിയുടെ ഭാവം. കുറച്ചകലെ പുക ഉയരുന്നുണ്ട്. ഇടയ്ക്കിടെ തീ ആളിക്കത്തുന്നുണ്ട്. ശ്രദ്ധിച്ച നോക്കി. ആരോ തീ കായുകയാണ്. കമ്പിളി കൊണ്ട് ശരീരം മൂടിയിരിക്കയാണ്. സമാധാനമായി. ഇവിടെ ആൾപ്പാർപ്പില്ലെന്ന് പറയുന്നത് വെറുതെയാണ്.

"എങ്ങോട്ടാ ഈ നേരത്ത്?" ഒരു വൃദ്ധയുടെ ശബ്ദം.

"കുറച്ചകലെ നിന്നാ. മുത്താച്ചിമലയിലേക്കാ..."

"മുത്താച്ചിമലയിലേക്കോ? അയ്യോ... അവിടെ എത്താൻ പ്രയാസാ... അതും ഈ നേരത്ത്. മോനിങ്ങോട്ട് വാ. ഇവിടെയിരുന്ന് ഇച്ചിരി തീ കാഞ്ഞോ... നല്ല തണുപ്പല്ലേ?"

തലയിലെ വെള്ളി നാരുകൾ തോളിലേക്ക് വീണ് കിടക്കുകയാണ്.

ആനന്ദയാനം

കണ്ണുകളിൽ അലിവിന്റെ ആഴം... ... മുഖത്തെ ചളിവുകളിൽ യുഗങ്ങളുടെ ജ്ഞാന സ്മൃതി

"അമ്മൂമ്മയെന്താ ഈ നേരത്ത് ഇവിടെ?"

"ഇതിനടുത്താ എന്റെ വീട്. തണുപ്പ് കുടിയപ്പം തീ കായാൻ തോന്നി."

"അമ്മൂമ്മയ്ക്ക് പേടി തോന്നില്ലേ ഇങ്ങനെ ഒറ്റയ്ക്കിരിക്കാൻ..."

"അമ്മൂമ്മയ്ക്ക് വയസ്സായില്ലേ? അല്ലേലും ഈ അമ്മൂമ്മയെ ഉപദ്രവിച്ചിട്ട് മറ്റുള്ളോർക്ക് എന്ത് കിട്ടാൻ? ആട്ടെ മോനെന്തിനാ മുത്താച്ചിമലയിൽ പോന്നത്?"

"മുത്താച്ചിയെ കാണാൻ"

"അതിന് ഇത്രേം ദൂരം പോരണമായിരുന്നോ?" മോൻ ഒരു കാര്യം ചെയ്. ഇപ്പം നല്ല നെലാവുണ്ട്. മുത്താച്ചിയെ ധ്യാനിച്ച് നടന്നോ. ഒരാപത്തും വരാതെ വീട്ടിലെത്താം."

ആനന്ദന് നിരാശ തോന്നി. അവന്റെ കണ്ണുകൾ നനഞ്ഞു.

അമ്മൂമ്മ അവന്റെ നനവൂറിയ കണ്ണുകളിലേക്ക് നോക്കി

"മോന് മുത്താച്ചിയെ കണ്ടേ തീരൂ?"

ആനന്ദൻ പ്രതീക്ഷയോടെ ഒന്ന് മൂളി.

"ശരി മുത്താച്ചിയെ മോന് ഞാൻ കാട്ടിത്തരാം. എന്റെ കൂടെ വാ."

ആനന്ദൻ അമ്മൂമ്മയുടെ കൂടെ നടന്നു. അമ്മൂമ്മ ഒന്ന് നിന്ന് ആനന്ദനെ തലോടി.

"ദേ. അങ്ങകലെ നോക്ക്... ഒരു നക്ഷത്രം കാണുന്നില്ലേ?"

"കാണ്ന്ന്ണ്ട്"

"ഇനി അവിടെ മാത്രം ശ്രദ്ധിച്ച് മുത്താച്ചിയെ മനസിൽ ധ്യാനിച്ച് നിൽക്കണം. തിരിഞ്ഞു നോക്കരുത്?"

ആനന്ദൻ കണ്ണടച്ച് മുത്താച്ചിയെ മാത്രം ധ്യാനിച്ച് അവിടെ നിന്നു. എത്ര നേരം അങ്ങനെ നിന്നു എന്ന ഓർമയില്ല. ആനന്ദന്റെ ദേഹത്ത് ഒരു കൈപതിഞ്ഞു.

"മോനെ എണീക്ക്... നേരം എത്രായിന്നാ... ഇനിക്ക്ന്ന് സ്ക്കളിലൊ ന്നും പോണ്ടേ?" അമ്മയാണ് മുന്നിൽ. ആനന്ദൻ ചാടിയെഴുന്നേറ്റ്.

"അമ്മേ ഞാൻ കണ്ട്......"

"ആരെ?"

"മുത്താച്ചിയെ!"

ഭാഗം 2

ആനന്ദൻ ശങ്കറിന്റെ ഡയറിക്കുറിപ്പിൽ നിന്ന്:

"തിരകൾ ഒന്നൊന്നായി കരയിലേക്ക് ആഞ്ഞടിച്ച
വന്നും പോയും കൊണ്ടിരുന്നു. അച്ഛൻ കൈയിൽ
മുറുകെപ്പിടിച്ചിരുന്നു. ഒറ്റനിമിഷത്തിന്റെ അന്ത
രപ്പിൽ അവൻ കുതറി മാറി. ഉന്മാദിനികളായ
തിരകൾക്ക് കുറുകെ ഓടി. പിന്നെ കടലിലേക്കും...
ആരാക്കൊയൊ കരയിൽ നിന്ന് നിലവിളിക്കുന്ന
ണ്ടായിരുന്നു. അവൻ കരയിലേക്ക് ഒരു നിമിഷം
തിരിഞ്ഞു നോക്കി. കര കാണാനുണ്ടായിരുന്നില്ല."

1

ഇരുട്ട് ഉറങ്ങിക്കിടക്കുന്ന വാഴക്കൂട്ടങ്ങൾക്ക് മീതെ തെങ്ങോലകൾക്ക്
മീതെ നിറഭേദങ്ങളിലായ് ആകാശം. ആകാശത്തിന് കീഴിലെവി
ടെയോ നിറഞ്ഞുല്ലസിക്കുന്ന കടൽ. തന്നെ സ്പർശിച്ച് ഇക്കിളി കൂട്ടുന്ന
തിരകളുടെ സംഗീതം കേട്ട് അശാന്തമായിക്കിടക്കുന്ന തീരം. കടലിന്റെ
ഇരമ്പം കേൾക്കുന്നുണ്ടോ? ആനന്ദൻ ചെവിയോർത്തു.

കടലിനെക്കുറിച്ചായിരുന്നു ബാലൻ മാഷുടെ ഇന്നത്തെ ക്ലാസ്.
കടലുകളായ കടലുകൾ താണ്ടി കാപ്പാട് ദേശത്ത് എത്തിയ വാസ്കോ
ഡഗാമ കുട്ടികളുടെ മനസ്സിൽ വീരപുരുഷനായി.

"നിങ്ങളിൽ എത്രപേർ കടല് കണ്ടിട്ടുണ്ട്?"

ചോദ്യം കേട്ട് കുട്ടികൾ പരസ്പരം നോക്കി

രണ്ടു പേർ എഴുന്നേറ്റ നിന്നു. ചന്തംകണ്ടി നാണുവും ലേഖയും.
ലേഖയുടെ കണ്ണിൽ കടലിന്റെ തിരയിളക്കം. നാണു അഭിമാനപൂർവ്വം
മറ്റ കുട്ടികളെ നോക്കി.

"ലേഖ എപ്പൊഴാ കടല് കണ്ടത്?"

"അച്ഛന്റെ കൂടെ വടേര പോയപ്പോ."

"വെരിഗുഡ്"

"നാണുവോ?"

"കടലിന്റെ അട്ത്താ എന്റെ പൊര..."

"അതേത് കടലാ നാണു?"

"ബാണിയൻ പൊയ."

"അത് പുഴയല്ലേ നാണു? വാണിയൻ പുഴ."

ബാലൻ മാഷുടെ വിശദീകരണം കേട്ട് ക്ലാസ് കല്ങ്ങിച്ചിരിച്ചു. ഒന്നും മനസ്സിലാകാതെ നാണുവും ചിരിച്ചു.

കടല് കാണാത്തവന്റെ ഹൃദയഭാരവ്വമായാണ് ആനന്ദൻ വീട്ടിലെത്തിയത്. അച്ഛൻ കോലായിൽ ഇരിപ്പുണ്ട്. ഇന്ന് കട യുറന്നില്ലെന്ന് തോന്നുന്നു.

ആനന്ദൻ മേശപ്പുറത്ത് പുസ്തകം വെച്ച് നേരെ അട്ടുക്കളയിലേക്കോടി.

"അമ്മേ എനക്ക് കടല് കാണണം." തേങ്ങ ചിരകിക്കൊണ്ടിരിക്കുന്ന അമ്മയോടായി പറഞ്ഞു.

"അച്ഛൻ നാളെ ബടേര പോന്ന്ണ്ട്. ഇഞ്ഞ് ചെന്ന് ചോയിക്ക്."

"അമ്മ ചോയിക്ക്. അച്ഛൻ സമ്മതിക്കോ?"

"അച്ഛന്റെ കൈയില് മീത്തലെ സ്ഥലം ബിറ്റ പൈശേണ്ട്... പീടിയേല് സാധനില്ലാന്നും പറഞ്ഞ് ഇള്ള പൈശ തീർത്താലേ അച്ഛന് സമാധാനാവ്വ... അയിന്റെ കൂടെ ഇഞ്ചെ കടല്വ ആയിക്കോട്ടെ."

ആനന്ദന് അമ്മ പറഞ്ഞത് മുഴുവൻ മനസ്സിലായില്ല. ആനന്ദൻ മെല്ലെ ചെന്ന് അച്ഛന്റെ അരികു പറ്റിയിരുന്നു.

"അച്ഛൻ ബടേര പോളമ്പോ എന്നേം കൂട്ടോ?"

എന്തോ ആലോചിക്കുകയായിരുന്ന അച്ഛൻ. ചോദ്യം കേട്ട് ആനന്ദനെ നോക്കി.

"ഇഞ്ഞെന്താ പറഞ്ഞേ?"

"എനക്ക് കടല് കാണണം. അച്ഛൻ നാളെ ബടേര പോളമ്പോ എന്നേം കൂട്ടോ?"

അച്ഛൻ തന്റെ വിരലുകൾ ആനന്ദന്റെ മുടിയില്ലൂടെ ഓടിച്ചു.

                    ആനന്ദയാനം

"ഇനിക്ക് കടല് കാണണം ,അല്ലേ?"

"കാണണം"

"നാളെ ഇഞ്ഞും പോര്. ഉസ്സളീന്ന് കൊറച്ച് നേരത്തേങ്ങ് പോര്."

ആനന്ദന്റെ ഹൃദയം ശക്തിയായി മിടിക്കാൻ തുടങ്ങി. ഇപ്പോ പൊട്ടു മെന്ന് തോന്നി. അവൻ എഴുന്നേറ്റ് ഓടി അമ്മയെ കെട്ടിപ്പിടിച്ചു.

"അമ്മേ അച്ഛൻ സമ്മതിച്ചു!"

2

"ആനന്ദാ മ്മള് ബടകര എത്താറായി." മനസ്സ് പുറംകാഴ്ചകളിൽ മുങ്ങിപ്പോയിരുന്നു. നിരനിരയായി ഓടിട്ട കെട്ടിടങ്ങൾ... കെട്ടിടങ്ങൾ ക്ക് മുകളിൽ അസ്തമയ ആകാശം. കെട്ടിടങ്ങൾക്ക് പിറകിൽ തുടുത്ത ആകാശച്ചെരുവിൽ എവിടെയോ തന്നെ കാത്തിരിക്കുന്ന കടൽ. അകലെനിന്നും കടലിരമ്പുന്ന ശബ്ദം കേൾക്കുന്നുണ്ടോ? ഉണ്ട് തീർച്ച. തന്റെ കാലിൽ തിര വന്ന് തൊട്ടുന്നതായി തോന്നി.

"നിങ്ങളിൽ എത്ര പേർ കടല് കണ്ടിട്ടുണ്ട്?"

കടലിരമ്പലിൽ ബാലൻ മാഷ്ടെ ചോദ്യം മുഴങ്ങുന്നുണ്ട്. "അച്ഛന്റെ കൂടെ ബടേരെ പോയപ്പോ." കടൽസ്പർശമുള്ള ലേഖയുടെ ഉത്തരം. നാണവിന്റെ ജാള്യം. അവന്റെ വേദന നിറഞ്ഞ ചിരി ഓർമ്മയിലെത്തി.

"മോനെ എണീക്ക്. മ്മൾ ബടേരയെത്തി."

ആനന്ദൻ ചുറ്റും നോക്കി. നിർത്തിയിട്ടിരിക്കുന്ന ഒന്ന് രണ്ട് പച്ച ബസ്സുകൾ... അവയുടെ കൊതിപ്പിക്കുന്ന പച്ച ഗന്ധം.

"അങ്ങയിങ്ങും നോക്കാതെ എന്റെ കൂടെത്തന്നെ നടക്കണം." ബസ് സ്റ്റാൻഡിന് വലതുവശത്തുള്ള ചെറിയ റോഡിലൂടെ താഴേക്കിറങ്ങി. വഴി യരികിൽ കപ്പലണ്ടിക്കച്ചവടക്കാരുടെയും മുറ്ക്ക് കച്ചവടക്കാരുടെയും നിര. മുറുക്കിച്ചവപ്പിച്ച് മൂക്കത്തിയണിഞ്ഞ് ശർക്കര വിൽക്കാനിരിക്കുന്ന പെണ്ണങ്ങൾ...

"വാ . ഒര് ചായ കുടിക്കാം..."

മുഷിഞ്ഞ ചുമരുകളും മുഷിഞ്ഞ ഇരിപ്പടങ്ങളുമുള്ള ഒരു ചെറിയ ചായക്കട.

എണ്ണയിൽ വറുത്ത ഉള്ളിയുടെയും പരിപ്പുവടയുടേയും ഗന്ധം.

"ഇനിക്കെന്നാ മാണ്ടേ?"

ഒന്നും പറയാതെ പലഹാരങ്ങൾ നിറഞ്ഞ ചില്ലലമാരയിലേക്ക്

അവൻ നോക്കി.

"രണ്ട് ചായ. ഒന്ന് കട്ടപ്പത്തിൽ... രണ്ട് കായുണ്ടേം..."

കായുണ്ട അവന് ഇഷ്ടമാണ്... പ്രത്യേകിച്ച് കായുണ്ടക്കകത്ത് മറഞ്ഞു കിടക്കുന്ന രുചിപകരുന്ന ചെറിയ തേങ്ങാക്കഷണങ്ങൾ...

ചായ കുടി കഴിഞ്ഞ് അവർ പുറത്തേക്കിറങ്ങി. വേഗത്തിൽ നടന്ന് നീങ്ങുന്ന അച്ഛന്റെ പിന്നാലെയെത്താൻ അവൻ പ്രയാസപ്പെട്ടു. ചീഞ്ഞ തക്കാളിയുടേയും വാഴക്കുലകളുടേയും ഗന്ധം നിറഞ്ഞ വഴി... ...

"ഇതാണ് കോട്ടപ്പറമ്പ്..."

കോട്ടപ്പറമ്പ് - പലവട്ടം കേട്ട പേര്... കോട്ടപ്പറമ്പിന്റെ വിസ്തൃതിയിൽ നിന്നു മാറി ഒറ്റപ്പെട്ട ഒരു മുറുക്കാൻ കടയുടെ മുന്നിൽ അച്ഛൻ നിന്നു. നര കയറിയ കുറ്റിരോമങ്ങൾ നിറഞ്ഞ മുഖവും മിനുസമുള്ള കഷണ്ടിത്തല യുമായി പ്രായം ചെന്ന ഒരാൾ ഇരിപ്പുണ്ട്. ഒരു നീണ്ട പുകയില ചെറു ചതുരക്കഷണങ്ങളായി മുറിച്ച് ഒരു പാത്രത്തിലിട്ടുകയാണ് അയാൾ. അച്ഛൻ തൊണ്ടയനക്കി... അയാൾ തലയുയർത്തി. കടയോട് ചേർന്ന് ഓല കൊണ്ട് മറച്ച ഒരു ചെറിയ ഷെഡ്,.

"ഇതാര് ശങ്കരനോ? കുറേ നാളായല്ലോ കണ്ടിട്ട്?"

"കുറേയായി ആശാനെ..."

അയാൾ ആനന്ദനെ നോക്കി. വാത്സല്യം നിറഞ്ഞ നോട്ടം...

"എന്താ മോന്റെ പേര്?"

"ആനന്ദൻ."

"മിടുക്കൻ... ആ ബഞ്ചിലങ്ങോട്ട് ഇരിക്ക് ശങ്കരാ..."

"ഇവന് കടല് കാണണമെന്നൊരറ്റ വാശി... എന്നാൽ ആയിക്കോട്ടേ ന്ന് ഞാനും..."

"എന്നാൽ ഇപ്പം തന്നെ ചെല്ല്. മോൻ കടലമ്മയെ ആവോളം കാണട്ടേ..."

"ഇനി രാവിലെയാട്ടെ. രാവിലെത്തെ കടല് കാണ്ന്നതാ അതിന്റെ ഒര് ഐശ്വര്യം..."

"എന്നാ അങ്ങനെയാവട്ടെ... പക്ഷേ രാവിലെത്തെ കടല് വേറെ... സന്ധ്യാസമയത്തെ കടല് വേറെ."

കാര്യം മനസ്സിലാകാതെ ആനന്ദൻ ആശാനെ നോക്കി.

"ആശാനെ എനക്ക് കടയിലേക്ക് കുറച്ച് സാധനങ്ങൾ മാങ്ങണം...

ഇവൻ ഇവ്ട ഇരിക്കട്ടെ. ആശാൻ നോക്കിക്കൊള്ളണം.”

“ശങ്കരൻ ധൈര്യായിട്ട് പോയ് വാ...”

“പിന്നെ ആശാനെ ഇന്ന് ഞങ്ങളിവിടെ കാണും...”

“നമുക്ക് ഉള്ള സ്ഥലത്തങ്ങ് കൂടാം...”അച്ഛൻ പോയിക്കഴിഞ്ഞപ്പോൾ ആനന്ദന് നേരിയ ഭയം തോന്നി. അച്ഛന് തന്നെയും ഒപ്പം കൂട്ടാമായി രുന്നു.

“മോൻ ഏത് ക്ലാസിലാ പഠിക്കുന്നത്?”

“നാലാം ക്ലാസിൽ”

“ഞാൻ നാലാം ക്ലാസ് വരെയേ പഠിച്ചിട്ടുള്ളൂ. പതിനാലാമത്തെ വയസിൽ നാട് വിട്ടതാ. പലയിടത്തും കറങ്ങി. ഒടുവിൽ ഇവിടെയെത്തി. വടകര എന്റെയും നാടായി.”ആശാൻ എന്തോ ഓർത്തു് നെടുവീർപ്പിട്ടു.

“ആശാന്റെ നാടേതോ?”

“കൊല്ലം എന്ന പേരുള്ള ഒരു നാട് കേട്ടിട്ടുണ്ടോ?”

“ഇല്ല.”

“എന്നാൽ അതാ എന്റെ നാട്?”

“ആശാൻ എന്താ അങ്ങനെ പറഞ്ഞേ?”

“എങ്ങനെ?”

“രാവിലെത്തെ കടല് വേറെ. സന്ധ്യാസമയത്തെ കടല് വേറേന്ന്.”

“മിടുക്കൻ. ആനന്ദാ. ഒരു സമയത്തെ കടലല്ല മറ്റൊരു സമയത്ത്. രാവിലെയുള്ള കടലല്ല ഉച്ച സമയത്ത്. വൈകുന്നേരത്തെ കടല് വേറെ. ഇനി രാത്രിയാലോ? മറ്റൊന്ന്. കടലമ്മയുടെ ഭാവം മാറിക്കൊണ്ടേയിരി ക്കും. കണ്ടാലും കണ്ടാലും മതിവരാത്ത ഒരു സംഭവാ കടല്.”

കണ്ടു തീരാത്ത ആ കടലിലേക്ക് കുതിക്കണമെന്ന് തോന്നി. ഭാവം മാറിക്കൊണ്ടേയിരിക്കുന്ന കടലമ്മ.

ആശാൻ ഭരണി തുറന്ന് ഒരു മിഠായി ആനന്ദന് നൽകി.

“മോൻ ഇത് തിന്നോ”

ആനന്ദൻ അത് വാങ്ങി. കടലുകളായ കടലുകൾ താണ്ടി വന്ന നാവികൻ വാസ്ക്കോ ഡ ഗാമ. പല രാത്രികളും പല പകലുകളും പല ഭാവങ്ങളിൽ കടൽ കണ്ടിട്ടും കൊതിതീരാത്ത നാവികന്റെ കടലാഴമുള്ള കണ്ണുകൾ.

അന്തരീക്ഷം ഇരുണ്ട് തുടങ്ങി... ആശാൻ ഒരു മുട്ട വിളക്ക് കത്തിച്ച

വെച്ച. ചെറിയ മഞ്ഞ വെളിച്ചത്തിൽ പലതരം മിഠായികൾ അവനെ നോക്കി കൊതിപ്പിച്ചു.നന്നേ ഇരുട്ടിത്തുടങ്ങിയപ്പോൾ ഒരുകെട്ട് സാധ നങ്ങളുമായി അച്ഛനെത്തി.

"ആശാനെ ഈ സാധനങ്ങൾ ഇവിടെ കെടക്കട്ടെ..."

"അകത്ത് വെച്ചേക്ക് ശങ്കരാ..."

സാധനക്കെട്ടുകളുമായി അച്ഛൻ അകത്തേക്ക് നീങ്ങി. പിന്നാലെ ആശാനും

"ആ മൂലയിൽ വെച്ചേക്ക്..."

"ആശാനെ ഞാനിവന് ചോറ് മാങ്ങിക്കൊടുക്കട്ടെ. ആശാനും വാ..."

"ഉച്ചക്ക് വെച്ച കുറച്ച് ചോറും കറിയും ബാക്കിയുണ്ട്... നിങ്ങള് പോയി വാ... വന്നിട്ട് നമുക്ക് പഴയ കഥകളൊക്കെ പറഞ്ഞ് കുറച്ച് ഇരിക്കാം. പിന്നെ ഇച്ചിരി മരുന്നുണ്ട്. അതങ്ങ് പിടിപ്പിച്ചോ."

"ശരിയാശാനെ."

ചുണ്ട് ഇടച്ച വരുന്ന അച്ഛനെ ആനന്ദൻ നോക്കി.

"മോൻ വാ മ്മക്ക് ചോറ് കയിക്കണ്ടേ?"

ചോറ് കഴിഞ്ഞു വന്ന് ആനന്ദൻ ബെഞ്ചിലിരുന്നു. കൈയിൽ നിന്ന് സാമ്പാറിന്റെ മണം പോകുന്നില്ല. അച്ഛനും ആശാനും പല കഥകളും പറഞ്ഞിരുന്നു. അവർ ഇടയ്ക്കിടയ്ക്ക് ഉച്ചത്തിൽ പൊട്ടിച്ചിരിക്കുന്നുണ്ട്. അച്ഛൻ ഇങ്ങനെ ചിരിച്ച് കണ്ടിട്ടില്ല. ഉറക്കം ഇരുങ്ങി ആനന്ദന്റെ തല ഇടയ്ക്കിടെ താഴോട്ട് വീണു.

"ആശാനെ ഇവന് ഉറക്കം ഇരുങ്ങുന്നുണ്ട്... ..."

"അവൻ കെടന്നോട്ടെ."

ആശാൻ അകത്ത് ഒരു പായ നിവർത്തിയിട്ടു. അകത്തെ മൂലയിൽ മങ്ങി കത്തുന്ന ചെറിയൊരു മുട്ട വിളക്ക്.

"മോൻ കെടന്നോ... മ്മക്ക് നന്നേ രാവിലെ കടല് കാണാൻ പോണ്ടേ?"

ആനന്ദൻ കിടന്നു. അധികം മുകളിലില്ലാതെ ഓല പാകിയ മേൽക്കൂര. സുഷിരങ്ങൾ ഉണ്ട്. അതിലെ നോക്കിയാൽ തെളിഞ്ഞ ആകാശത്തിന്റെ പാളി കാണാം. കുറച്ചകലെ നിന്ന് കുതിച്ചുപായുന്ന തീവണ്ടിയുടെ ഇരമ്പൽ.

"ആനന്ദാ എണീക്ക്. ഇനിക്ക് കടല് കാണണ്ടേ?"

ആനന്ദൻ ചാടിയെഴുന്നേറ്റു. നേരം വെളുത്ത് തുടങ്ങിയിട്ടേയുള്ളൂ.

  ആനന്ദയാനം

ആശാൻ തീ കൂട്ടി കായുകയാണ്.

"ആനന്ദാ പുറത്ത് വെള്ളം വെച്ചിട്ടുണ്ട്. മൊകം ഒന്ന് കൈക്കള"

ആനന്ദൻ പല്ല് തേച്ച് മുഖം കഴകി കടല് കാണാൻ തയ്യാറായി നിന്നു.

"അച്ഛാ പോവ്വാ..."

"ശങ്കരാ, മോന് ധൃതിയായി... വേഗം ചെല്ല്. അവൻ ആവോളം കടല് കാണട്ടെ"

"ശരിയാശാനെ..."

നേരിയ തണുപ്പാസ്വദിച്ച കൊണ്ട് അവൻ അച്ഛന്റെ കൂടെ നടന്നു. ടൗൺ ഉണർന്നു തുടങ്ങിയിട്ടേയുള്ളൂ. ഓട് പാകിയ മേൽക്കൂരകൾക്ക് മുകളിലിരുന്ന കാക്കകൾ ഉല്ലസിക്കുന്നുണ്ട്. ഇരുവശങ്ങളിലും ഓട് പാകിയ കെട്ടിടങ്ങൾക്കിടയിലെ വീതികുറഞ്ഞ വഴിയിലൂടെ അവർ നടന്നു. മുകളിൽ വട്ടമിട്ട പറക്കുന്ന കടൽക്കാക്കകൾ. കടലിരമ്പം ശരിക്കും കേൾക്കാം... ... ആനന്ദന്റെ ഹൃദയമിടിപ്പ് ഇരട്ടിച്ചു.

"നിങ്ങളിൽ എത്ര പേർ കടല് കണ്ടിട്ടുണ്ട്?,.." ഇനി ധൈര്യപൂർവ്വം പറയാം ഞാനും കണ്ടിട്ടുണ്ട് സാർ...

"എന്തിനാ ആനന്ദാ ഇത്ര നേരത്തെ പോകുന്നത്?" ബാലൻ മാഷ് ചോദിച്ചിരുന്നു. അച്ഛന്റെ കൂടെ ഒരിടം വരെ എന്ന് മാത്രം പറഞ്ഞു. ബഷീറും രവീന്ദ്രനും കുഞ്ഞമ്മദും ചോദിച്ചു. അവരോടും രഹസ്യം ഒളിപ്പിച്ച വെച്ചു. ക്ലാസിൽ നിന്നിറങ്ങുമ്പോൾ ലേഖയെ ഒന്ന് നോക്കി. ലേഖ ശ്രദ്ധിച്ചിരുന്നോ? അറിയില്ല. ഇത് തന്റെ മാത്രം രഹസ്യമായിരിക്കട്ടെ എന്ന് കരുതി.

"ആനന്ദാ മ്മളെത്തി"

തൊട്ടുമുൻപിൽ മണൽപ്പരപ്പ്. കടലിന്റെ ഇരമ്പൽ അവന്റെ കാതുകളിൽ മുഴങ്ങി. തീരത്തേക്ക് അടിച്ച കയറുന്ന തിരകൾ. കടലിന്റെ ഗന്ധം... അങ്ങ് ദൂരെ പലയിടങ്ങളിലായി പൊട്ടുപോലെ ചെറുവള്ളങ്ങൾ. അൽപ നേരം അവൻ നിന്നു. അച്ഛനും. തന്റെ ഇടത് കൈ അച്ഛന്റെ കൈയ്യിലാണെന്ന് അവൻ അറിഞ്ഞില്ല. മുന്നറിയിപ്പില്ലാതെ അവൻ മുന്നോട്ട് കുതിച്ചു. കടൽത്തിരയുടെ ആദ്യത്തെ സ്പർശം... കാലിൽ നിന്ന് അവന്റെ തലവരെ അടിച്ച കയറുന്ന തിര... പിന്നാലെ ഓടി വന്ന അച്ഛൻ അവന്റെ കൈയിൽ ബലമായി പിടിച്ച് പിറകോട്ട് വലിച്ചു.

"ഇഞ്ഞ് നല്ല ആളാ... കടലങ്ങ് കൊണ്ടോവ്വാകും."

"മ്മക്ക് കൊറച്ചടി മുന്നോട്ട് നടക്കാം."

"എന്റെ കൈയിൽ മുറുകെ പിടിക്കണം."

അവർ കുറച്ച കൂടി മുന്നോട്ട് നടന്നു. അവന്റെ കാൽ മുട്ടിന് മുകളിലേ ക്ക് തിരയടിച്ച കയറി.

"ഇനി മതി"

"അച്ഛാ കൊറച്ചടി ഇബ്ടെ നിക്ക്..."

അവർ കുറച്ച കൂടി അവിടെ നിന്നു.

"അച്ഛാ ഞാനൊന്ന് ഒറ്റക്ക് നടന്നോട്ടെ."

അച്ഛൻ അവന്റെ വിടർന്ന കണ്ണുകളിലേക്ക് നോക്കി.

"നേരത്തെപ്പോലെ ഓടരുത്. കരേന്റെ അരികില്ലൂടെ കൊറച്ച് നടന്നോ... തെര അങ്ങ് കൊണ്ടോയാല് പിന്നെ നോക്കണ്ന്നില്ല..." അച്ഛൻ പിടിവിട്ടു. തിരകൾക്കു കുറുകെ അവൻ വേഗത്തിൽ നടന്നു. പിന്നാലെ അച്ഛനും.

"ഇനി മതി..." അച്ഛൻ അവന്റെ കൈയിൽ മുറുകെ പിടിച്ചു... അച്ഛൻ കരയിലേക്ക് നടന്നു. പിന്നാലെ അവനും.

"അച്ഛാ കൊറച്ചടി ഇവിടെ നിക്ക്..."

കുറച്ചകലെ അവർ ഇരുന്നു. അറ്റം കാണാത്ത കടൽ... കുറച്ചകലെ ഉയർന്ന നിൽക്കുന്ന പാറയുടെ ശിരസ്സിൽ തിരകൾ ഇടിച്ച രസിക്കുന്നു. ദൂരെ ആകാശത്തെ ഉരുമ്മി നിൽക്കുന്ന കടൽ...

"ഇനി മതി."

"കൊറച്ചടി"

"ന്നാ ഒരു കാര്യം ചെയ്യ്... ഇഞ്ഞ് ഇബ്ടെ ഇരിക്ക്... കൊറച്ചപ്പുറം ഒര് മുറുക്കാൻ കടേണ്ട്... ഞാനൊന്ന് മുറിക്കീട്ട് ബേഗം വര... ഇബ്ടത്തന്നെ ഇരിക്കണം. എങ്ങും പോറ്..."

"ഇല്ല"

"ഒറപ്പല്ലേ?"

"ഒറപ്പായും"

അച്ഛൻ കാഴ്ചയിൽ നിന്ന് മറഞ്ഞപ്പോൾ അവന് പേടിയായി. അവൻ ചുറ്റും നോക്കി. അടുത്തെങ്ങും ആരുമില്ല. കുറച്ചകലെ കുറേപ്പേർ ഒരു തോണി തള്ളി കടലിലേക്ക് ഇറക്കുകയാണ്. അവൻ ആ കാഴ്ച കൗതുകത്തോടെ നോക്കിയിരുന്നു. തോണി തിരമാലകളുടെ മുകളി. ലേക്ക് ഉയർന്നപ്പോൾ കുറച്ച പേർ അതിൽ ചാടിക്കയറി ഇഴയാൻ

     ആനന്ദയാനം

തുടങ്ങി. തോണി അനുസരണയോടെ നീങ്ങാൻ തുടങ്ങി.... അവനാ കാഴ്ച മതിമറന്ന് രസിച്ചു. തോണി തള്ളിക്കൊടുത്ത ഒരാൾ നടന്ന വരുന്നുണ്ട്. അയാൾ ആനന്ദനെക്കണ്ടു.

"ഇഞ്ഞേതാ ചെക്കാ..."

ആനന്ദൻ ഒന്നും മിണ്ടിയില്ല

"ഇഞ്ഞെന്താ ഒറ്റക്കിങ്ങനെ ഇരിക്ക്ന്നേന്നാ ചോയിച്ചേ?"

ആനന്ദൻ ഒന്നും പറയാതെ അച്ഛൻ പോയ ദിക്കിലേക്ക് നോക്കി.

അയാൾ ആനന്ദന്റെ അടുത്തിരുന്നു.

"..ഇങ്ങനെ ഒറ്റക്കിരുന്നാൽ കടലങ്ങ് പിടിച്ചോണ്ട് പോളം... ..."

അയാളുടെ വിരലുകൾ ആനന്ദിന്റെ ഉടയിൽ സഞ്ചരിക്കാൻ തുടങ്ങി.

പുഴ ഇഴയുന്നത് പോലെ തോന്നി.

"വാ മ്മക്ക് ആ തോണീന്റേട്ത്തിരിക്കാം..."അയാൾ ആനന്ദന്റെ കൈയിൽ പിടിച്ചു.

"അച്ഛൻ."

അയാൾ കൈ പെട്ടെന്ന് വിട്ടു... ആനന്ദൻ അച്ഛൻ പോയ വഴിയെ ഓടി... മുറുക്കാൻ കട കണ്ടതോർമ്മയുണ്ട്.അവൻ ഓടി . കടയുടെ മുൻപിൽ അച്ഛൻ ! അവൻ ഓടിച്ചെന്ന് അച്ഛന്റെ കൈ പിടിച്ചു...

"ഇഞ്ഞ് പേടിച്ചോ?"

അവന്റെ ഉടലാകെ വിറയ്ക്കുന്നുണ്ടായിരുന്നു

"മ്മക്ക് പോആ..."

ആനന്ദൻ അച്ഛന്റെ കൈ വിടാതെ മുന്നോട്ട് നടന്നു... ... ഒന്ന് തിരിഞ്ഞു നോക്കി... കടലിരമ്പം കേൾക്കാം...

3

ചെറിയ കാറ്റിൽ മുട്ട വിളക്കിൽ നിന്ന് ഇടറി വീഴുന്ന മഞ്ഞ വെളിച്ചം വീടിന്റെ മൂകത വർധിപ്പിച്ച കൊണ്ടിരുന്നു. ഇരുട്ടിത്തുടങ്ങുമ്പോൾ എവിടെയോ ഒളിച്ചിരുന്ന ഭയം മെല്ലെ കടന്നുവന്ന് വീടിനെയാകെ മൂടും... മുറ്റവും തൊടിയും പരിസരവും ഇരുട്ട് മൂടിയിരിക്കയാണ്... ഇളം മഞ്ഞ വെളിച്ചത്തിൽ പനിബാധിച്ച പോലെ കിടക്കുന്ന കോലായ്. അച്ഛൻ വളരെ നേരമായി ഇരുട്ടിനെ നോക്കി ഏതോ ആലോചനയിൽ ഇരിക്കുന്നു. കുറച്ചകലെ അമ്മയും ഇരിപ്പുണ്ട്. ആനന്ദന്റെ കണ്ണുകൾ പുസ്ത കത്തിൽ ഉടക്കി നിന്നു. ഒന്നും വായിക്കാൻ തോന്നുന്നില്ല. ഇടയ്ക്കിടെ

അവന്റെ ശ്രദ്ധ അച്ഛനിലേക്ക് തിരിയും... ആഴ്ചകളായി കട തുറന്നിട്ട്,. അച്ഛൻ ആരെക്കുറിച്ചായിരിക്കും.ഇത്ര ഗാഢമായി ചിന്തിക്കുന്നത്? മോഹനേട്ടനെക്കുറിച്ചായിരിക്കുമോ? മോഹനേട്ടനിപ്പോൾ സരോജി നിയേടത്തിയുടെ വീട്ടിൽ നിന്നാണ് സ്കൂളിൽ പോകുന്നത്. കഴിഞ്ഞയാഴ്ച വന്നപ്പോൾ പേരാമ്പ്രയിലെ വിശേഷങ്ങൾ പറഞ്ഞു. രാഘവേട്ടൻ വയനാട്ടിൽ സ്ഥലം പാട്ടത്തിന് എടുത്ത് കൃഷി ചെയ്യുകയാണെന്ന് കേട്ടു. കുമാരേട്ടൻ മുത്തുക്കുറ്റി മലയിൽ കരാറ് പണിക്ക പോയാൽ മാസങ്ങൾ കഴിഞ്ഞേ വരൂ. ഇപ്പോൾ രണ്ട ദിവസമായി എത്തിയിട്ട്. വീട്ടിൽ വരാറില്ല. കൈയിലെ കാശ് തീരുന്നത് വരെ കുടിച്ചും ശീട്ട് കളിച്ചും നടക്കും.. ആനന്ദൻ പുസ്തകം മടക്കിവെച്ച് കൈ രണ്ടും മടക്കി മേശമേൽ വെച്ച് അതിൽ തല പൂഴ്ത്തിക്കിടന്നു... .

"ങ്ങ്ള്ത്രേരായി ഇങ്ങനെ കുത്തിരിക്ക്ന്. കാര്യം എന്നാന്നിച്ചാ പറ."അമ്മ കരുതലോടെ ഇടപെട്ടു.

"ഞാനോരോന്ന് ആലോചിച്ചോയി... ആൾക്കാർടെ മോത്ത്നോ ക്കാൻ തന്നെ കയിന്നില്ല:..."

"അയിനും മാത്രം ഇബ്ട എന്നാ ണ്ടായത്. ഒതേനൻ മ്മളോട് കല്യാണം പറഞ്ഞില്ല... നിശ്ചയം പറയാത്തോണ്ട് ങ്ങള് പറഞ്ഞ് മ്മളോട് കല്യാണോം പറേണ്ടാന്ന്... ഓൻ പറഞ്ഞൂ ഇല്ല മ്മള് പോയൂ ഇല്ല... ..."

"രാഘവൻ ചെയ്യെ മനിച്ചന്മാര് ചെയ്യുന്ന കാര്യാ. അയിന്റെ ബെശമം ഒതേനന് ഇണ്ടാകും..."

"മല്ലികേന രാഘവന് പറഞ്ഞേച്ച പെണ്ണല്ലേ? അത്ങ്ങള് മറന്നോ?"... ങ്ങള് പീടിയാണ്ട് തൊറന്ന്ട്..."

അച്ഛൻ അടഞ്ഞുകിടക്കുന്ന മുടിക്കൽ പീടികയിലേക്ക് നോക്കിയി രുന്നു.

ഇന്നലെയായിരുന്ന ഒതേനമ്മാമന്റെ ഏക മകൾ മല്ലികേടത്തി യുടെ വിവാഹം. ഒതേനമ്മാമൻ അമ്മയുടെ അകന്ന ബന്ധുവും അച്ഛന്റെ അടുത്ത സുഹൃത്തുമാണ്. അച്ഛൻ വാതിലടച്ച് അകത്തിരുന്ന. അമ്മ ഒന്നും സംഭവിച്ചതായി നടിച്ചില്ല. രാഘവേട്ടനും മല്ലികേടത്തിയും തമ്മി ലിഷ്ടത്തിലാണ്ന് നാട്ടുകാർക്കൊക്കെ അറിയാം... "തങ്കം പോലൊര പെണ്ണ് ഉശിരുള്ളൊര ചെക്കൻ... ഓല് തമ്മില് നല്ല ചേർച്ചയാ..." നാട്ടുകാരുടെ അഭിപ്രായത്തോട് യോജിക്കാത്ത ഒരാളുണ്ടായിര ന്നു. മല്ലികേടത്തിയുടെ അമ്മ. "ഓനങ്ങനൊര് പൂതീം കൊണ്ടിങ്ങ്

             ആനന്ദയാനം

ബരട്ടെ..."ദേവിയമ്മായി ഇടക്കിടെ പറയും

വിവാഹനിശ്ചയ വാർത്തയറിഞ്ഞ് കൈയിൽ കഠാരയും പിടിച്ച് മല്ലികേടത്തിയെ ബലമായ് പിടിച്ച് കൊണ്ടുവരാൻ പുറപ്പെട്ട രാഘവേ ട്ടനെ മയപ്പെടുത്തി തിരിച്ച് വീട്ടിലെത്തിച്ചത് കുഞ്ഞാലി മാപ്പിളയും വലി യപറമ്പത്തെ. ഭാസ്കരേട്ടനുമാണ്."ഞ്ഞ്താ രാകവാ ഇക്കാട്ടിക്കൂട്ടന്നത്? മ്മക്ക് പരിഹാരം ഇണ്ടാക്കാന്ന്. ഞാനല്ലേ പറേന്നത്"

"കുഞ്ഞാലിയാപ്പിളേ ങ്ങള് ബ്ട്. മല്ലിക എന്റെ പെണ്ണാ..."

"ഇഞ്ഞെ ഇഷ്ടേല്ലാത്ത പെണ്ണിനെ ഇനിക്കെന്തിനാ രാകവാ..."

"എന്നെ ഇഷ്ടേല്ലാന്ന് മല്ലിക പറഞ്ഞോ?"

"ഞാള് ഓളോട് നേരിട്ട് ചോയിച്ചതാ... അറത്ത് മുറിച്ച് ഓള് പറഞ്ഞ് ഇഞ്ഞെ ഓക്ക് മാണ്ടാന്ന്. ഞാൻ പറേന്ന് ബിശ്വാസില്ലെങ്കിൽ ഇഞ്ഞ് കുഞ്ഞി പൊക്കനോട് ചോയിക്ക്...."

"മല്ലിക അങ്ങനെ പറഞ്ഞ്... അല്ലേ കുഞ്ഞാല്യാപ്പിളെ... ."

"അങ്ങനെ പറഞ്ഞ് രാകവാ."

പിറ്റേന്ന് കാലത്ത് രാഘവേട്ടൻ വയനാട്ടിൽ പോയതാ...

"അവന് പൊറുക്കോ... ആ നെഞ്ചിലിട്ട് കൊണ്ട് നടന്ന പെണ്ണല്ലേ ഓള്." അറിഞ്ഞവർ പരസ്പരം പറഞ്ഞു.

രാഘവേട്ടന്റെയും മല്ലികേടത്തിയുടേയും കഥ ആനന്ദനറിയാം... . തെളിവുള്ളൊരൊഴിവ് ദിവസം രാമച്ചൻ മാഷുടെ ആളൊഴിഞ്ഞ പറമ്പിൽ പേരക്കാമരത്തിന്റെ തണലിലിരുന്നാണ് ആനന്ദൻ ആ കഥ കേട്ടത്. ഏഴാം ക്ലാസിൽ പഠിക്കുന്ന മമ്മാലിയാണ് അക്കഥ ആനന്ദനോട് പറഞ്ഞത്. അവന്റെ ഉമ്മ അടുക്കളക്കോലായിലിരുന്ന് അടുത്ത വീട്ടിലെ പെണ്ണങ്ങളോട് പറഞ്ഞ കഥ മമ്മാലിയും കേട്ടിരുന്നു. മമ്മാലിയുടെ വീട് മല്ലികച്ചേച്ചിയുടെ വീടിന്റെ തൊട്ടടുത്താണ്. മമ്മാലി പറഞ്ഞ കഥ കേൾക്കാൻ മറ്റൊരാളും കൂടിയുണ്ടായിരുന്നു. പതിനേഴ് വയസ്സായിട്ടും എഴാം ക്ലാസ് കടക്കാൻ കഴിയാത്ത ചന്തംകണ്ടി നാണു..

കത്തിയെരിഞ്ഞു കൊണ്ടിരുന്ന വെയിലിൽ മഴത്തരികൾ അടർന്നു വീഴുന്ന ഒരുച്ചനേരം രാഘവേട്ടൻ മല്ലിക ചേച്ചിയുടെ വീട്ടിൽ ചെന്നു.

"മല്ലികേ.... ഒതേനമ്മാമനുണ്ടോ ഇവിടെ?"

ആ ചോദ്യം കേട്ട് മല്ലികേടത്തി അടുക്കളയിൽ നിന്നും ഇറങ്ങി വന്നു. രാഘവേട്ടനെ കണ്ടപ്പോൾ ഒന്ന് പതറി. പേടിയോടെ ചുറ്റും നോക്കി.

"ഇവിടേല്ലേ രാഘവേട്ടാ."

"അമ്മായിയോ?"

"അമ്മേം ഇവിടെ ഇല്ല. രണ്ടാളും ഒരു കല്യാണത്തിന് പോയി... ..."

"മല്ലികേ... ഇഞ്ഞോടെനക്കൊരു കാര്യം പറയാന്ണ്ട്. അമ്മായും അമ്മാമനും ഇള്ളപ്പോ പറയാൻ പറ്റില്ല. അത് കൊണ്ടാ ഇപ്പം പറേന്ന്..."

മുരിക്കിൻ പൂവിന്റെ നിറമുള്ള ബ്ലൗസിലേക്കും അവരുടെ തുടുത്ത മുഖത്തേക്കും നോക്കി രാഘവേട്ടൻ പറഞ്ഞു.

"രാഘവേട്ടൻ ഇപ്പം പോയിക്കോ. ആരെങ്കിലും കണ്ടാൽ അത് മതി. ഇപ്പത്തന്നെ ആള്ള്ള് അതും ഇതും പറേന്ന്ണ്ട്."

"മല്ലികേ മ്മള് തമ്മിലിഷ്ടത്തിലാണെന്ന് നാട്ടുകാർക്ക് അറിയാം... അമ്മാമനും അമ്മായിക്കുമറിയാം. ഇനി ഇവരാരും സമ്മതിച്ചില്ലേലും ഇഞ്ഞെ ഞാൻ കല്യാണം കയിക്കും."

"രാഘവേട്ടാ അത് നടക്കുന്ന് തോന്നുന്നില്ല... ... ആര് സമ്മതിച്ചാലും അമ്മ സമ്മതിക്കില്ല..."അത്രയും പറഞ്ഞ് മല്ലിക അകത്തു കയറി.

"മല്ലികേ ഇഞ്ഞിങ്ങ് എറങ്ങി വാ. ഇഞ്ഞ് പറ എന്നെ ഇനിക്ക് ഇഷ്ട ല്ലാന്ന്. പിന്നെ എന്റെ പൊടിപോലും ഇങ്ങോട്ട് കാണില്ല."

മല്ലികേട്ടത്തി ഒന്നും പറയാതെ അടുക്കള ചുമരിൽ ചാരി നിന്നു.

"മല്ലികേ ഇഞ്ഞോടാ ഒന്നിങ്ങോട്ട് എറങ്ങാൻ പറഞ്ഞേ."

അകത്ത് നിന്നും ഒര് ശബ്ദവും പുറത്ത് വന്നില്ല. സ്വയം മറന്ന നിമിഷ ത്തിൽ ഏതോ ഉൾപ്രേരണയിൽ രാഘവേട്ടൻ അടുക്കളയിൽ കയറി.

"രാഘവേട്ടാ അച്ഛനും അമ്മയും ഇപ്പേങ്ങ് വരും. എനക്ക് പേടിയാന്ന്."

രാഘവേട്ടൻ ഒന്ന് കൂടി അടുത്ത് ചെന്നു. തുളുമ്പാൻ നോക്കുന്ന കണ്ണിലേക്കും നിറഞ്ഞ മാറിലേക്കും നോക്കി. "ഇങ്ങ് അട്ത്ത് വാ എന്റെ മല്ലികേ..."രാഘവേട്ടന്റെ ബലിഷ്ടമായ കൈകൾ മല്ലികേടത്തിയെ ചേർത്തുപിടിച്ചു.

"വിട് രാഘവേട്ടാ."

"ഇഞ്ഞെ ഇജ്ജന്മത്തിൽ ആർക്കും വിട്ട് കൊട്ടുക്കില്ല." നിലവിളി ക്കാൻ നോക്കുന്ന മല്ലികേടത്തിയുടെ വായ ഒര് കൈകൊണ്ട് അമർ ത്തിപ്പിടിച്ചു... അടുക്കള വാതിലടഞ്ഞു...

മൂന്ന് മണിയായപ്പോഴേക്കും അമ്മാമനും അമ്മായിയും എത്തി. വാതിൽ അടഞ്ഞു കിടന്നു.

"മല്ലികേ.... ഇവളേടെപ്പോയി... മല്ലികേ... ഇനി ഇവള് എടബലത്തെ ങ്ങാനും പോയയോ?.." അമ്മായി ആരോടെന്നില്ലാതെ പറഞ്ഞു. അവർ അടഞ്ഞു കിടന്ന അടുക്കള വാതിൽ തള്ളി. അകത്തെ പായയിൽ ചുരുണ്ട കൂടി കിടക്കുന്ന മല്ലികേടത്തിയെ കണ്ടപ്പോൾ പന്തികേട് തോന്നി.

"മല്ലികേ. ഇതെന്ത് കെടത്താ?.."

മല്ലികേടത്തി ഒന്ന് കൂടി ചുരുണ്ടു. അമ്മായി മകളുടെ കരഞ്ഞു കലങ്ങിയ കണ്ണിലേക്ക് നോക്കി.

"മല്ലികേ ഇബ്ട ആരേലും ബന്നോ? നേര് പറേന്നോ ഇനിക്ക് നല്ലേ..." അമ്മായിയുടെ ആറാം ഇന്ദ്രിയം പ്രവർത്തിക്കാൻ തുടങ്ങി. അകത്തെ ഒച്ചപ്പാട് കേട്ട് അമ്മാമൻ അങ്ങോട്ട് ചെന്നു.

"എന്താ ഇബ്ടൊര് ഒച്ച?"

"ഇങ്ങള് അങ്ങോട്ട് പോട്... ഓക്ക് നല്ല സുകേല്ല..."

ഒന്നും മനസ്സിലാകാതെ അമ്മാമൻ കോലായിലെ ബെഞ്ചിലിരുന്ന് തോളിലിട്ട ഷാളെടുത്ത് വീശാൻ തുടങ്ങി.

"മല്ലികേ... ഇനിപ്പറ. ആ രാഘവനെങ്ങാൻ ഇങ്ങോട്ട് ബന്നോ?.."

അത്രയും കേട്ടപ്പോൾ മല്ലികേടത്തി നിയന്ത്രണം വിട്ട് കരയാൻ തുടങ്ങി.

"ന്റെ പടച്ചോനെ ചതിച്ചോ. ആ കുരുത്തം കെട്ടോൻ എന്റെ മോളെ."

അവരുടെ ഉടലാകെ വിറയ്ക്കുന്നുണ്ടായിരുന്നു. എന്ത് ചെയ്യണമെന്ന റിയാതെ അവർ പുറത്ത് കടന്നു.

"ഇങ്ങള് ഒന്നിങ്ങോട്ട്. ബാ" അവർ ഒതേനമ്മാമനെ വിളിച്ചു.

"പിന്നെ ഒരു കാര്യം. ഒച്ചഒന്നും ഇണ്ടാക്കര്ത്. ആരേലും അറിഞ്ഞാൽ പിന്നെ ചത്ത് കളേന്നാ നല്ലേ..."

"അതിന് മാത്രം ഇബ്ടെന്ത്ണ്ടായ്... ..."

"ആ രാഘവൻ ഇബ്ട ബന്നിനേനും... ഓനിമ്മളെ മോളെ"

"ഇഞ്ഞെന്താ പറഞ്ഞേ?.. ഓനിമ്മള മോള. ഓനെ ഞാനിന്ന് കൊല്ലും... ..." അമ്മാമൻ സർവ്വ നിയന്ത്രണവും വിട്ട് അലറി. അടുക്കള കോലായിലിരുന്ന കൊടുവാൾ കൈയിലെടുത്തു.

"അതാ ഞാൻ പറഞ്ഞേ... ഇങ്ങളോട് ഒന്നുംപറഞ്ഞൂടാന്ന്... ഇങ്ങ ളൊന്നടങ്ങ്... അങ്ങട്ടേലെ ഐച്ചും കല്യാണിയൊക്കെ ഇങ്ങോട്ട്

നോക്ക്ന്ന്ണ്ട്. നാട്ട് പാട്ടാകാൻ പിന്നെ ബേറൊന്തും മാണ്ട."

അമ്മാമൻ ഒന്നടങ്ങി. കോപം അടക്കി നിർത്താൻ കഴിയാതെ അയാൾ നേരെ പോയത് കുഞ്ഞിപ്പൊക്കച്ചന്റെ വീട്ടിലേക്കാണ്. ഉച്ച മയക്കത്തിലായിരുന്ന കുഞ്ഞിപ്പൊക്കച്ചനെ വിളിച്ച് ഒതേനമ്മാമൻ കാര്യം പറഞ്ഞു.

"ഒതേനാ നടന്നത് നടന്ന്. ഇനി ഇഞ്ഞാരോട്ടും പറേണ്ട... ഈന് ഒറ്റ പരിഹരേ ഇള്ള.. മല്ലികേന രാഘവന് കെട്ടിച്ച് കൊട്ടക്ക... മാത്രെല്ല ഓല് പണ്ടേ ഇഷ്ടത്തിലാന്ന് നാട്ടാർക്ക് അറിയാം. ഇനിക്കും അക്കാര്യം അറിയാലോ?.. രാഘവൻ ഉശ്ർള്ള ഒര് ചെറുപ്പക്കാരനാ..."

"ഓന്റെ ഉശ്ർ. എന്റെ മോളെ ആരക്ക് കൊട്ടത്താല്യം ആ നായിഞ്ച മോന് കൊട്ക്വേല."

"അങ്ങനാണ് ഇഞ്ചെ തിരുമാനെങ്കിൽ ഇമ്മക്ക് ഒര് ചെക്കനെ കണ്ട് പിടിക്കാം... ഇഞ്ഞ് ബെശമിക്കാണ്ടിരി."ഒതേനമ്മാമൻ ആശ്വാസപൂർ വ്വം കുഞ്ഞിപ്പൊക്കച്ചനെ നോക്കി.

ഇന്നലെയായിരുന്ന മല്ലികേടത്തിയുടെ കല്യാണം. ആനന്ദൻ തലയുയർത്തി ചുറ്റും നോക്കി. അച്ഛൻ ഇരുട്ടിലേക്ക് നോക്കി ഇരിക്ക കയാണ്... .

4

ആനന്ദൻ ശങ്കറിന്റെ ഡയറിക്കുറിപ്പിൽ നിന്ന്.

"തുടികൾ ഉണർന്നു... ... നിലാവിന് തീ പിടിച്ച പോലെ അയാൾ മുറ്റത്ത് ആനന്ദ നൃത്തമാടി. ചുറ്റും ജമന്തിപ്പൂ ക്കളടെ ഗന്ധമുയർന്നു. ഉന്മാദത്തിന് ജമന്തിപ്പൂക്ക ളൂടെ ഗന്ധമാണെന്ന് അവൻ തിരിച്ചറിഞ്ഞു"

വെടിക്കെട്ടിന്റെ ശബ്ദം കേട്ട് അയാൾ ഞെട്ടിയുണർന്നു.

"എവിടെയാണിപ്പോൾ?" ഒരു രൂപവുംകിട്ടുന്നില്ല. നേരെ മുകളിൽ ഇലക്കൂട്ടങ്ങളാണ്. അതില്ലൂടെ നോക്കിയാൽ മേഘ പാളികൾക്കിടയിൽ നിന്ന് എത്തി നോക്കുന്ന അർധചന്ദ്രനെ കാണാം.

ഒന്നും ഓർക്കാൻ കഴിയുന്നില്ല. തലയ്ക്കകത്ത് വണ്ടുകളുടെ മുരളൽ. ദൂരെ നിന്ന് ആളകളുടെ ആരവം ഉയരുന്നുണ്ട്. കുറച്ചപേർ വർത്തമാനം പറഞ്ഞ് നടന്ന വരുന്ന ശബ്ദം കേൾക്കാം. ഓർമ പതിയെ തെളിഞ്ഞു വരുന്നുണ്ട്. ഉത്സവം നടക്കുന്ന മൈതാനിയുടെ ഭിത്തിക്കരികിലെ ആൽത്തറയിലാണ് കിടക്കുന്നത്. ഇന്നലെ ആരൊക്കെയുണ്ടായിരുന്ന

കൂടെ? പുത്തലത്തിൽ നാണവും കുറ്റിയിൽ അബ്ദുള്ളയും. ഏതോ വീട്ടിൽ കയറി വാറ്റ ചാരായം കുടിച്ചതോർമയുണ്ട്. അരക്കപ്പി ടൗസറിന്റെ കീശയില്ലും സൂക്ഷിച്ചു. ഉത്സവസ്ഥലത്തു നിന്ന് കുറച്ചകലെ ചട്ടികളി.ചുറ്റം കളിയിൽ മുഴകിയിരിക്കുന്നവർ. ധാരാളം പേർ കാഴ്ചക്കാരും. അവിടെ നിന്നും പെട്ടന്ന് ആരവം ഉയർന്നു.

"അബ്ട അടി തൊടങ്ങീന്നാ തോന്ന്ന്നത്". ആരോ പറഞ്ഞു. കുറേപ്പേർ അങ്ങോട്ട് ഓടി. നാണവിന്റെ കൂടെ അയാളും അടി നടക്കുന്ന സ്ഥലത്തേക്ക് ഓടി. നീലൻ ഒതേനന്റെ സംഘവും കോടാലി മുസ്തഫ യുടെ സംഘവും തമ്മിൽ ഭയങ്കര തല്ലാണ്. കോടാലിയുടെ തൊഴിയേറ്റ് നീലൻ വീണതും, നീലൻ ചാടിയെഴുന്നേറ്റ് എളിയിൽ കരുതിയ കഠാ രയെടുത്ത് മുസ്തഫയെ കുത്തിയതും ഓർമയുണ്ട്. നിലവിളിച്ചോട്ടന്ന ആൾക്കാരോടൊപ്പം അയാളും ഓടി. ആൽത്തറയിൽ അഭയം തേടി. കീശയിൽ കരുതിയ വാറ്റ ചാരായം ഒറ്റവലിക്ക് കുടിച്ചു. കിടന്നതും ഉറങ്ങിയതും ഒന്നും ഓർമ്മയില്ല. പൈസ സൂക്ഷിച്ച വെച്ച ഇടത്തേ കീശ തപ്പി നോക്കി. കീശ ശൂന്യം.

തല പെരുകുന്നുണ്ട്. എങ്ങനെയങ്കിലും നടന്ന് വീട്ടിലെത്തണം. അയാൾ എഴുന്നേറ്റു. ഉടലാകെ വേദന. നേരിയ നിലാവുള്ളത് നന്നായി. മുന്നിൽക്കണ്ട വഴിയിലൂടെ നടന്നു... ചായക്കടകളിൽ പെട്രോൾ മാക്സ് എരിഞ്ഞു കൊണ്ടിരിക്കുന്നു. നല്ല തണുപ്പുണ്ട്. ചൂടുള്ള ഒരു ചായ കുടിച്ചാൽ ആശ്വാസമായേനെ... കൈയിൽ ഒറ്റ പൈസയില്ല. നിലാവെളിച്ചത്തിൽ വഴി നീണ്ട കിടക്കുന്നു. കുറച്ച മുൻപിലായി ഒരാൾ നടക്കുന്നുണ്ട്. ബീഡി വലിച്ചതി അല്ലം വേഗത്തിലാണ് നടക്കുന്നത്. ഒപ്പമെത്താൻ നന്നേ പ്രയാസപ്പെട്ടു.

"വാണിയം പുഴ ഏത് ഭാഗത്താണ്?" ഓർക്കാപ്പുറത്തുള്ള ചോദ്യം കേട്ട് അയാൾ ഞെട്ടിയെന്ന് തോന്നുന്നു.

"കാവിലെ ഉത്സവത്തിന് കൂടീട്ട് വരുന്ന വരവാ... അല്ലേ?"

"അതെ... കൂടെ വന്നവരൊക്കെ നേരത്തെ പോയി."

"ഞാനും വാണിയം പുയേന്റേട്ത്തേക്കാ."

"ഒര് ബീഡിയുണ്ടോ എട്ക്കാൻ. നല്ല തണുപ്പുണ്ട്"

"മകര മാസേല്ലെ...?"

അയാൾ ഒരു ബീഡിയെട്ത്ത് നീട്ടി. ആശ്വാസം.

"ഏടിയാ സ്ഥലം"

"മുടിക്കൽ പീടികേന്റേട്ത്ത്"

"എന്റെ പേര് ദാമോദരൻ. വാണിയം പ്ലയന്റേട്ത്താ ബീഡ്..."

"എന്റെ പേര് കുമാരൻ."

അയാൾ കൂടെയുള്ളത് വല്ലാത്ത ആശ്വാസം നൽകി. മേഘമാലകൾ ക്കൊപ്പം ഉഴയുന്ന അർദ്ധ ചന്ദ്രൻ. അവർ വീതികുറഞ്ഞ ഒരിടവഴിയി ലെത്തി.

"വയി അത്ര സുഖേള്ളല്ല... നോക്കി നടന്നോ." അയാൾ മുന്നറിയി പ്പെന്നോണം പറഞ്ഞു. ശരിയാ ചില കല്ലുകൾ ഇളകിക്കിടക്കുന്നുണ്ട്. ചിലയിടങ്ങളിൽ കുഴിയും... കുമാരൻ ശ്രദ്ധിച്ച് അയാളോടൊപ്പം നടന്നു. പത്തുമിനിട്ട് നടന്നു കാണും. അയാൾ നിന്നു.

"കുമാരാ... നേരെ നടന്നോ. ഒര് പത്ത്മിന്റ്ട് നടന്നാൽ ഒരു ഭൂക്കുപാലം കാണാം... അത് കയിഞ്ഞാൽ നമ്പ്യാത്താൻ കുണ്ട്. എന്റെ പൊര ഇബ്ടെ അട്ത്താ. ച്ചട്ട മാണോ?...."

"മാണ്ട നല്ല നെലാവ്ണ്ട്..."

"എന്നാ ശരി..."

അയാൾ മറ്റൊരു ചെറിയ വഴിയില്ലൂടെ നടന്നു. ഇങ്ങോട്ട് വരുമ്പോൾ മറ്റൊരു വഴിയില്ലൂടെയാണ് വന്നത്... കുമാരൻ നേരെ നടന്നു. തണുത്ത കാറ്റ് വീശുന്നുണ്ട്. ഒറ്റക്ക് നടക്കുമ്പോൾ ചെറിയ പേടി തോന്നി. മുമ്പൊ രിക്കലും അനുഭവപ്പെടാത്ത ഒരാശങ്ക. അയാൾ ഏറെ നേരം നടന്നു. മുൻപിൽ കനത്ത പൊന്തക്കാട്... അതിനുമപ്പുറത്ത് നിന്നും വെള്ളം ഒഴുകുന്ന ശബ്ദം ഒരപരിചിതരാഗമായി അയാളിലെത്തി. പൊന്തക്കാ ട്ടിനിടയിൽ പുഴയ്ക്ക് കുറുകെ അയാൾ പറഞ്ഞ ഭൂക്കുപാലം.... നിലാവിൽ പുഴയ്ക്ക് കുറുകെ ഒരപൂർവ ജീവിയെപ്പോലെ കിടക്കുന്ന ഭൂക്കുപാലം. പലകകളിൽ ചിലതിന് ഇളക്കംതട്ടിയിട്ടുണ്ട്. നടക്കുമ്പോൾ ചെറിയ രീതിയിൽ ഇളകുന്നുണ്ട്. പുഴക്കക്കരെ കൂറ്റൻ മരങ്ങളും പൊന്തക്കാടും.

നിലാവിൽ സ്പന്ദിക്കുന്ന പുഴ. മരക്കൂട്ടങ്ങളിൽ നിന്നും പക്ഷികളുടെ കൂറുകുറുപ്പ്. നിശ്ശബ്ദ സാന്ദ്രമായി ഒഴുകുന്ന പുഴയിലേക്ക് അയാൾ നോക്കി. പാലത്തിന് കീഴെ നിലാവ് തട്ടിത്തിളങ്ങുന്ന ജലാശയം... നല്ല ആഴമുള്ള ഭാഗം. പുഴ പതിഞ്ഞ ഈണത്തോടെ ഒഴുകുകയാണ്. പെട്ടെന്ന് ഏതോ വലിയൊരു ജീവി നീന്തുന്ന ശബ്ദം. മീനായിരിക്കുമോ? ഒരു പക്ഷേ ഏതോ കാട്ടുജീവി നീന്തി അക്കരയ്ക്ക് കടക്കുകയായിരിക്കും. താഴേക്ക് നോക്കാതെ നടന്നു. "കുമാരാ... ഇഞ്ചെ ഈ നേരം കെട്ട നേരത്ത്ള്ള പോക്കും വരവും അത്തര നല്ലേനല്ല."അമ്മയുടെ ഓർമ്മപ്പെടുത്തൽ

കാതിൽ മുഴങ്ങുന്നുണ്ട്.

മറുകരയിലെത്തിയപ്പോൾ ആശ്വാസം തോന്നി. ഇടവഴിയാണ്. നിലാവ് മറഞ്ഞതോടെ ഇരുട്ടിന് കനം വെച്ചു. അയാൾ കാൽ നീട്ടിവലിച്ച് നടന്നു. കാലിൽ വല്ലാത്ത ഭാരം. തണുപ്പ് കുടിക്കുടി വന്നു. അയാളുടെ ചുണ്ട് വിറയ്ക്കാൻ തുടങ്ങി. ഏറെ നേരം നടന്നു കാണും. റോഡരികിൽ കശുവണ്ടി മാവ് കണ്ടപ്പോൾ ആശ്വാസമായി. പരിചിത വഴി. അയാൾ ഉത്സാഹത്തോടെ നടന്നു. കുറച്ചുകൂടി മുൻപോട്ട് നടന്നപ്പോൾ അയാളുടെ കാലിൽ എന്തോ തടഞ്ഞു. അയാൾ വേഗത്തിൽ നടന്നു. വീണ്ടും കാലിൽ എന്തോ ചുറയുന്നു. സൂക്ഷിച്ചു നോക്കി. സാമാന്യം വലിപ്പമുള്ള കറുത്ത പൂച്ച. പൂച്ച തന്റെ പിന്നാലെ നടക്കുന്നതായിത്തോന്നി. തോന്നലല്ല. കാലിൽ വീണ്ടും പുളയുന്നു. അയാൾ ശക്തിയായി പൂച്ചയെ തൊഴിച്ചു. പൂച്ച ഒഴിഞ്ഞു മാറി. അയാൾ വേഗം മുൻപോട്ട് നടന്നു. ഒപ്പം പൂച്ചയും. "പോ... പൂച്ചേ."അയാൾ നീരസത്തോടെ പറഞ്ഞു. പൂച്ച വിടാനുള്ള ലക്ഷണമില്ല. അയാൾ പൂച്ചയെ സൂക്ഷിച്ചു നോക്കി. തീക്കട്ട പോലെ ജ്വലിക്കുന്ന കണ്ണുകൾ. നോക്കിയിരിക്കെ പൂച്ച വല്യതായി ക്കൊണ്ടിരിക്ക ന്നതായി തോന്നി. ഇത് പൂച്ചയല്ലേ.? അയാളുടെ ഭയം നരഞ്ഞുപൊങ്ങി. പൂച്ച ഇപ്പോൾ തന്നെ ആക്രമിക്കുമെന്ന് തോന്നി. അയാൾ നിലവിളിച്ച് കൊണ്ടോടി.

വീട്ടിലെത്തിയതും അമ്മേ എന്ന് വിളിച്ചതുംഓർമ്മയുണ്ട്.

"എന്ത് പറ്റി കുമാരാ... ബെറും നിലത്ത് കെടക്കല്ലെ..."

"കൊറച്ച് ബെള്ളം ബേണം."

ഒരു പാത്രം നിറയെ വെള്ളം കുടിച്ച് അമ്മ വിരിച്ച പായയിൽ ഒറ്റ വീഴ്.

"നേരവും കാലവും നോക്കാതെ മൂക്കറ്റം കുടിച്ചാൽ ഇങ്ങനെയിരി ക്കും..."അകത്ത് നിന്നും അച്ഛന്റെ ശബ്ദം.

"കുമാരാ... എണീക്ക്. നേരം കുറേയായി." ഏതോ അപരിചിത സ്ഥലത്ത് എത്തിയ പോലെ അയാൾ ചുറ്റും നോക്കി.

"ഇഞ്ഞെന്താ ഇങ്ങനെ നോക്കുന്നേ. എണീറ്റ് കുളിച്ചാള... ചൂടുള്ള കഞ്ഞീണ്ട്.

അയാൾ എഴുന്നേറ്റ് കണ്ണുകൾ വിദ്ദൂരതയിൽ ഉറപ്പിച്ച് യാന്ത്രികമായി പല്ല് തേച്ചു.

"കഞ്ഞി കുടിച്ചോ... ക്ഷീണാങ്ങ് മാറും..."

അയാൾ ആവി പറക്കുന്ന കഞ്ഞിക്ക മുമ്പിലിരുന്നു. അയാൾ ചുറ്റും

നോക്കി. കഞ്ഞിയിലേക്കും ചമ്മന്തിയിലേക്കും നോക്കി... എന്തോ ഒരസ്വസ്ഥത. അൽപം മാറി നിന്ന് ആനന്ദൻ അയാളെ നോക്കി നിന്നു.

"ഇഞ്ഞെന്താടാ ഇങ്ങനെ ഇറിച്ച് നോക്കുന്നേ...?" ആനന്ദൻ കോലായിലെ ബെഞ്ചിൽ പോയിരുന്നു. ഒഴിവുദിവസമാണ്.

അടുക്കളയിലേക്ക് വന്ന കുമാരനെ അമ്മ നോക്കി.

"ഇതെന്താ കുമാരാ ഇങ്ങനെ നോക്കായിരിക്ക്ന്നെ... കഞ്ഞി കുടി..."

കുമാരൻ അമ്മയെ നോക്കി.

"എനക്കൊന്ന് കളിക്കണം."

"അതാ നല്ലെ..."

കുമാരൻ മുറ്റത്തിറങ്ങി അടുക്കള ഭാഗത്തിരുന്ന വലിയ ചെമ്പെടുത്ത് മുട്ടിക്കൊണ്ട് അങ്ങോട്ടുമിങ്ങോട്ട ഓടാൻ തുടങ്ങി... .കാഴ്ചകണ്ട് അമ്മയും ആനന്ദനും നിലവിളിച്ചു. മുടിക്കൽ പീടികയിൽ നിന്നും ആൾക്കാർ ഓടിക്കൂടി.

"കുമാരാ. ഇഞ്ഞെന്താ ഇക്കളിക്കുന്നേ?.." ചോയിയേച്ചൻ നിയന്ത്രി ക്കാൻ ശ്രമിച്ചു. വിവരമറിഞ്ഞ് അച്ഛനും കുമാരേട്ടന്റെ അടുത്ത സുഹൃ ത്തുക്കളായ കുഞ്ഞികൃഷ്ണനും നാണുവും അബ്ദുള്ളയും എത്തി. അതു വഴി വന്ന നാരായണൻവൈദ്യർ കുമാരനെ നോക്കി.

"കുമാരാ എന്താ പ്രശ്നം."

"പ്രശ്നോ. എന്റെ പ്രശ്നം ഇനിക്ക് മാറ്റിത്തരാൻ പറ്റോ..."

കുമാരന്റെ ഭവ്യതയില്ലാത്ത പെരുമാറ്റം കണ്ട് എല്ലാവരും അമ്പ രന്നു.

"ശങ്കരാ ഇവനെ വേഗം കുതിരവട്ടത്ത് എത്തിച്ചോ? ഇതല്ലം പ്രശ്ലാ..." അത്രയും പറഞ്ഞ് നാരായണൻ വൈദ്യർ ഇറങ്ങി നടന്നു. അച്ഛൻ അടിയോടിയുടെ ജീപ്പ് വിളിക്കാൻ കുഞ്ഞികൃഷ്ണനെ അയച്ചു. അബ്ദുള്ള നയത്തിൽ പെരുമാറി കുമാരേട്ടന്റെ കൈയിൽ നിന്നും ചെമ്പ് പാത്രം വാങ്ങി.

"കുമാരാ... ഇമ്മക്ക് ഈ ഉട്ടപ്പൊന്ന് മാറാം." അച്ഛൻ പതിയെ പറഞ്ഞു.അമ്മ എടുത്ത് കൊടുത്ത മുണ്ടും കുപ്പായവും കുമാരേട്ടൻ അനു സരണയോടെ ധരിച്ചു. മുടിക്കൽ പീടികയുടെ മുൻപിൽ ജീപ്പെത്തി

"കുമാരാ ബാ. ഇമ്മക്ക് ഒരടം ബരെ പോകാന്ണ്ട്."കുമാരേട്ടന്റെ കൈപിടിച്ച് ചോയിയച്ചൻ നടന്നു. പിന്നാലെ അച്ഛനും മറ്റുള്ളവരും. വിവരമറിഞ്ഞ് ഒടിയെത്തിയ മാതുവമ്മയും ചീരുവമ്മയും അമ്മയെ

സമാധാനപ്പിച്ചു. വയൽ വരമ്പില്ലൂടെ നടന്നുനീങ്ങുന്ന കുമാരേട്ടനെയും അച്ഛനേയും ആനന്ദൻ നോക്കി നിന്നു...

5

ഒരു ചീത്തക്കാലത്തിന്റെ ഓർമ്മയും പേറി അവൻ വേഗം നടന്നു. ഇന്നാണ് ആറ് മാസത്തെ ചികിത്സയും കഴിഞ്ഞ് കുമാരേട്ടൻ വീട്ടിലെ ത്തുന്നത്. വീടിനടുത്തെത്തുംന്തോറും അവന്റെ ഹൃദയം വേഗത്തിൽ മിടിക്കാൻ തുടങ്ങി.

"ആനന്ദാ ഇഞ്ചെ കുമാരേട്ടൻ ബന്ന്... ... ബേഗം ചെല്ല്."വഴിയിൽ വെച്ച് ഹസ്സൻ മാപ്പിള പറഞ്ഞു. വയൽ വരമ്പത്ത് എത്തിയപ്പോൾ അവൻ വീട്ടിലേക്ക് നോക്കി. കുറേയേറെ അയൽക്കാർ ഉമ്മറത്ത് ഇരി ക്കുന്നുണ്ട്. ഒര് പലകയിൽ അച്ഛനും. കോണി കയറുമ്പോൾ അവൻ സൂക്ഷിച്ച് നോക്കി. കുമാരേട്ടൻ ബെഞ്ചിൽ ഇരിക്കുന്നുണ്ട്. തലമൊട്ടയ ടിച്ച് ഇരിക്കുന്നത് കണ്ടപ്പോൾ ഒരപരിചിതത്വം തോന്നി.

"ആനന്ദാ. മോനിങ്ങോട്ട് ബാ... ഏട്ടന്റെ സോക്കേടെക്കെ മാറി..." കുമാരേട്ടൻ അവനെ ചേർത്തുപിടിച്ചു. സന്തോഷം കൊണ്ടുള്ള വിങ്ങൽ അനുഭവപ്പെട്ടു.

"കുമാരാ. ഞങ്ങളിറങ്ങുന്നു."തൊട്ടടുത്ത വീട്ടിലെ മൊയ്തുക്കയും അമ്മ ത്ക്കയും മറ്റും വീട്ടിൽ നിന്ന് ഇറങ്ങി.

"മോൻ പോയി എന്തെങ്കിലും കയിച്ചോ..." ആനന്ദൻ പുസ്തകവുമെട ത്ത് അകത്തുപോയി വേഗം തിരിച്ച വന്നു. കുറേ കഴിഞ്ഞപ്പോൾ നാണു വൈദ്യരെത്തി. വൈദ്യരെ കണ്ടപ്പോൾ എല്ലാവരും ഭവ്യതയോടെ എഴുന്നേറ്റു.

"കുമാരാ... ശരീരൊക്കെ നന്നായല്ലാ? ശങ്കരാ മരുന്നൊക്കെ പഥ്യം തെറ്റാതെ കൊടുക്കണം. ഞാനും ഒര് മരുന്ന് കുറിച്ച തരാം."

"അങ്ങനെയാട്ടെ... ബൈദ്യർക്ക് കടിക്കാനെന്തെങ്കിലും എട്ക്കട്ടെ?"

"ഒന്നും വേണ്ട. പിന്നെ കുമാരാ. നിന്റെ ആ പഴയ ശീലങ്ങളൊക്കെ മാറ്റണം."

"ഇല്ല വൈദ്യരെ ഇനി ഞാൻ ആ വയിക്കില്ല..."

"അത്രയും കേട്ടാൽ മതി..."

ഡോക്ടർ ശാന്തകുമാറിന്റെ നിർദ്ദേശമനുസരിച്ചുള്ള മരുന്നും നാണുവൈദ്യരുടെ നെയ്യികിൽസയും ഇടർന്നു.കുമാരേട്ടൻ ആളാകെ മാറി. വല്ലപ്പോഴും മുടിക്കൽ പീടികയിൽ പോയിരിക്കും. ചില ദിവസം

ഭാര്യവീട്ടിലും. ജാനകിയേടത്തിയും കുട്ടികളും അവരുടെ വീട്ടിലാണ്.

"ശങ്കരാ കുമാരന് ഒടനെ ഒര് പൊര ഉണ്ടാക്കണം.... എത്ര കാലാ ജാനകീനേം കുട്ട്യേളേം അവള്ടെ പൊരേല് നിര്‍ത്ത്വ. അത് മ്മക്ക് കൊറച്ചിലാ..." ഒരു ദിവസം ചോയിയച്ചന്‍ പറഞ്ഞു. അച്ഛന്‍ അത് ശരിവെച്ചു. കുമാരേട്ടന്‍ വന്നതറിഞ്ഞ് വയനാട്ടില്‍ നിന്ന് രാഘവേട്ടനും പേരാമ്പ്രയില്‍ നിന്ന് സരോജിനിയേടത്തിയും കുടുംബവും എത്തി.

ഒരു ചെറിയ വീട് ഉണ്ടായതിന്റെ സന്തോഷത്തിലായിരുന്ന എല്ലാവരും. രണ്ടു മുറികളും ഒരു അടുക്കളയും ചെറിയൊരു വരാന്തയുമുള്ള കൊച്ച് വീട്ടിലേക്ക് കുമാരേട്ടനും കുടുംബവും മാറി. രാഘവേട്ടന്‍ വയനാട്ടിലേക്ക് തിരിച്ചു പോയി. സരോജിനിയേടത്തിയും കുടുംബവും അവരുടെ വീട്ടിലേക്കും. കര്‍ക്കടകമാസത്തിലെ സന്ധ്യാകാശത്തെ ഓര്‍മിപ്പിക്ക ന്ന ഒരു മൂകത വീടിനെ മൂടി. അടഞ്ഞുകിടക്കുന്ന മുടിക്കല്‍ പീടികയുടെ ശൂന്യതയിലേക്ക് നോക്കി അച്ഛന്‍ ഇരിക്കും... വെളിച്ചം നിറഞ്ഞ ഒരു പകലിന വേണ്ടി. നേരം ഇരുട്ടുമ്പോള്‍ മുടിക്കല്‍ പീടികയുടെ ഒഴിഞ്ഞ വരാന്തയില്‍ നിന്ന് എവിടെ നിന്നോ വന്നു കയറിയ ഒരു പട്ടിയുടെ നിര്‍ത്താത്ത മോങ്ങല്യവും. കാര്‍മേഘങ്ങള്‍ ഒഴുകിനടക്കുന്ന ആകാ ശത്തിലേക്ക് ഭീതിയോടെ ആനന്ദന്‍ നോക്കിയിരിക്കും...

"ഇങ്ങളിങ്ങനെ ഇരുന്നാമതിയോ? ഇങ്ങക്കാ പീടിയാങ്ങ് തൊറന്നൂടെ? എത്ര കാലാ ഇങ്ങനെ അടച്ചിട്വാ." ഇരുട്ടിലേക്ക് നോക്കി യിരിക്കുന്ന അച്ഛനോട് അമ്മ പറഞ്ഞു.

"സാതനങ്ങളൊന്നില്ലാണ്ട് ബെറുതെ തൊറന്ന് ബെച്ചിറ്റെന്താ..."

"കുട്ടിയാല്യാപ്പള കൊറച്ച് സാധനങ്ങള് കടം തര്വോലേ..."

"ഓറക്കിപ്പം തന്നെ കൊറേ കൊടുക്കാന്‍ണ്ട്. എന്നാല്യും നാളൊന്ന് ചെന്നോക്കണം."

അത് കേട്ട ആശ്വാസത്തോടെ അമ്മ അകത്തേക്ക് പോയി.

6

ആനന്ദന്‍ ശങ്കറിന്റെ ഡയറിക്കുറിപ്പില്‍ നിന്ന്.

"പാലപ്പൂക്കളുടെ ഗന്ധം വഹിച്ചെത്തിയ കാറ്റില്‍ തെങ്ങും കവുങ്ങും വാഴക്കൂട്ടങ്ങളും ഇളകിയാടി. കവുങ്ങിന്‍ പൂക്കുലകളില്‍ നിന്നും നക്ഷത്ര മണികള്‍ വര്‍ഷിച്ചു. അതുവഴി വന്ന നക്ഷത്ര ദൂതന്‍മാര്‍ അയാളുടെ കാതുകളില്‍ എന്തോ മന്ത്രിച്ചു..."

അച്ഛൻ രാവിലെ പോയതാണ്.

"ഇബറെങ്ങോട്ട് പോയതാ. കുട്യാലിയാപ്പേന്റേട്ത്ത് പോന്നാന്നം പറഞ്ഞ് ഉച്ചക്ക് പോയതാ...".സന്ധ്യ കഴിഞ്ഞിട്ടും എത്താത്ത അച്ഛനെ ക്കുറിച്ച് അമ്മ ആധിപ്പണ്ടു.

"നാളേല്ലേ..."വയൽ വരമ്പില്ൂടെ ആരെങ്കിലും വരുന്നുണ്ടോ എന്ന് അമ്മ നോക്കിയിരുന്നു. ആരോ വരുന്നുണ്ട്. അച്ഛനായിരിക്കും. ക്ഷീണി ച്ചവശനായി കോണി കയറി വരുന്ന അച്ഛനെ കണ്ട് അമ്മ എഴുന്നേറ്റ

"ഇങ്ങെളെന്ത് പോക്കാ പോയത്?"

"ഇഞ്ഞ് കൊറച്ച് ബെള്ളം ച്ചുടാക്ക്. ഒന്ന് കുളിക്കണം." അമ്മയുടെ ചോദ്യത്തിന് ഉത്തരം പറയാതെ അച്ഛൻ ഒഴിഞ്ഞു മാറി.

"ഇങ്ങള് ചോയിച്ചേന് ഒന്നം പറഞ്ഞില്ല."

"കുളിക്കട്ടെ എന്നിറ്റെല്ലം പറയാം."

കുളി കഴിഞ്ഞു വന്ന അച്ഛനെ അമ്മയും ആനന്ദനും പ്രതീക്ഷയോടെ നോക്കി.

"അത് നടക്കില്ലക്കളെ..."

"കുട്ടില്യാപ്പള എന്ത് പറഞ്ഞ്?"

"ഓറ് പറഞ്ഞ് ശങ്കരാ ഇനിക്ക് കടം കൊട്ക്കാനറിയാം... അത് തിരിച്ച് മാങ്ങാനറിയില്ല. അങ്ങനെത്തോലിക്ക് പറ്റിയ പണിയല്ല കച്ചോടം. ഇനിക്ക് സാധനം മാണേലങ്ങെട്ത്തോ. പൈശ കൊറേശ ബീട്ടിയാ മതീന്നം പറഞ്ഞ്."

"എന്നിട്ട് ഇങ്ങളെന്ത് പറഞ്ഞ്?"

"ഞാൻ പറഞ്ഞ് എനക്കൊന്നാലോചിക്കണന്ന്. ഓറ് പറഞ്ഞോം ശരിയാ..."

"ഇനിയിപ്പെന്താ ചെയ്യാ" അമ്മ നെടുവീർപ്പിട്ടു.

"ഞാൻ ബിചാരിക്ക്ന്ന് പീടിയ ആരിക്കെങ്കിലും നടത്താൻ കൊട ക്കാന്ന്."

"ഒര് കണക്കിന് അതാ നല്ലേ. അല്ല നളേല്ലേ കുഞ്ഞിക്കണാരന്റെ അത്തായോട്ട്. ഇങ്ങളൊന്ന് ആട കാരീറ്റിങ്ങ് പോന്നോരേനോ."

"ബെരുന്ന ബെരുത്തില് ആടോന്ന് കാരി. നാളെ പൊലച്ചെ തലശ്ശേ രില് മീൻ മാങ്ങാൻ പോണം. കുഞ്ഞിക്കണാരൻ പറഞ്ഞ് ഞാൻ തന്നെ പോണന്ന് ."

"ഇങ്ങളൊറ്റക്കാ..."

"ഇമ്മളെ കണ്ണനും ബരും"

"എന്നാ ഇങ്ങള് ചോറ് തിന്നോ."

"ഒന്നും മാണ്ട. ഇഞ്ഞൊര് പായെട്ത്ത്ട്. നേരത്തെ കെടക്കണം..."

"ഇങ്ങക്ക് ആത്ത് കെടന്നോറോ. ഒറ്റക്ക് കോനാല്."

"പൊലച്ചെ കണ്ണൻ ബരും. കോനാ കെടക്ക്ന്നാ നല്ലേ..."

അമ്മ പായും തലയിണയുമെടുക്കാൻ അകത്ത് പോയി. അച്ഛൻ ആനന്ദനെ നോക്കി.

"ആനന്ദാ , മോനിങ്ങോട്ട് ബാ."

വായിച്ചു കൊണ്ടിരുന്ന പുസ്തകം മടക്കി വെച്ച് ആനന്ദൻ അച്ഛന്റെ അടുത്തിരുന്നു.

"മോൻ നല്ലോണം പടിക്കണം. മോഹനേട്ടനെപ്പോലെ... എന്നിട്ട് നല്ലോണം അമ്മേന നോക്കണം."അത് പറയുമ്പോൾ അച്ഛന്റെ ശബ്ദം ഇടറിയിരുന്നു. ആനന്ദൻ ഒന്നും പറഞ്ഞില്ല.

"എന്നാ മോൻ പോയ് പടിച്ചോ..."

അമ്മ പായയും തലയിണയും ചുമരോട് ചേർത്ത് വെച്ചു. അച്ഛൻ ഏറെ നേരം കോലായയിലിരുന്ന് ഏതോ അലോചനയിൽ മുഴുകി...

"ഇനി മോൻ പോയ് ചോറ് തിന്ന് കെടന്നോ? നേരം കുറേയായി..." അച്ഛനു ഉറങ്ങാൻ ധൃതിയുള്ളതുപോലെ തോന്നി.ആനന്ദൻ പുസ്തകമട ച്ച് അകത്ത് പോയി. അമ്മ ഏറെ നേരം കോലായയിലിരുന്നു. ചോറ് കഴിച്ച് ആനന്ദനും അമ്മയുടെ അടുത്തിരുന്നു. അച്ഛൻ പായ നിവർത്തി ഉറങ്ങാൻ കിടന്നു.

"അക്കലെ ബെളക്കുതി ഇങ്ങള് കെടന്നോ... എന്ക്കൊറക്കം ബര്ന്ന്ണ്ട്."

അമ്മ വിളക്കണച്ചു വാതിലടച്ചു. വയൽ വരമ്പില്ലുടെ ആരൊക്കെയോ വർത്തമാനം പറഞ്ഞു നടന്നനീങ്ങുന്ന ശബ്ദം കേൾക്കാം. എവിടെ നിന്നോ നായ്ക്കളുടെ നിർത്താതെയുള്ള കുര... ഒരു പക്ഷേ കല്യാണ വീട്ടിൽ നിന്നായിരിക്കും. ആനന്ദന് ഉറക്കം വന്നില്ല. ജാലകത്തില്ലുടെ പുറത്തേക്ക് നോക്കി. ആകാശത്ത് നിന്ന് നിലാവിന്റെ ഇവല്കൾ അടർന്ന വീണ കൊണ്ടിരുന്നു. അവ ക്രമേണ താരാട്ടായി മാറി... .

"ദേവകിയേടത്തീ. ദേവകിയേടത്തീ ബാതില് തൊറക്ക്... ഞാനാ കണ്ണനാ."

     ആനന്ദയാനം

വാതിലിൽ ആരോ ശക്തമായായി മുട്ടുന്ന

"ആനന്ദാ എണീക്ക്... ആരോ ബിളിക്ക്ന്ന്ണ്ട്... കണ്ണനാന്നാ തോന്ന്ന്നേ."

അമ്മ തലയിണയ്ക്കടിയിൽ നിന്ന് തീപ്പെട്ടിയെടുത്ത് മുട്ടവിളക്ക് കത്തിച്ചു. ആനന്ദൻ കണ്ണ് തിരുമ്മി എഴുന്നേറ്റു. അമ്മ വാതിൽ തുറന്നു. പഴകിയ ചാരായത്തിന്റെ ഗന്ധം മൂക്കിലടിച്ചു.

"ദേവകിയേടത്തി. ഞാൻ ശങ്കരേട്ടനെ ബിളിക്കാൻ ബന്നതാ... കല്യാണോള്ളേടത്തില് മീൻ മാങ്ങാൻ പോണം... ഓരോന്നും പറഞ്ഞി ല്ലേ?"

"പറഞ്ഞിനേനം... ഓറല്ലേ ആ പായി കെടക്ക്ന്നേ."

"അത് പായ ബെറ്തെ മടക്കി ബെച്ചതാ..."

കണ്ണേട്ടൻ പായയുടെ മേലെ നാടകീയമായി നടന്നു...

"ഇനി ഇഞ്ഞത്തെരക്കി കല്യാണപ്പൊരേ പോയ്യോ?"

"ഞാനിപ്പം ആടെന്നല്ലേ ബര്ന്നേ."

"ഇനി ഇബറ് ബേരേതേങ്കില്ലം പോയ്യോ?"

"എന്നാ ഇങ്ങള് കെടന്നോ. ഞാനൊന്ന് കല്യാണം ഇള്ളേടത്ത് ഒന്നും കൂടി നോക്കട്ടെ..."

പ്രഭാതത്തിൽ ആ വാർത്ത പരന്നു. ശങ്കരേട്ടനെ കാണാനില്ല... അറി ഞ്ഞവർ അറിഞ്ഞവർ പലയിടത്തും തിരക്കി. കല്യാണം കൂടാനെത്തിയ കുമാരേട്ടനും രാഘവേട്ടനും അച്ഛൻ പോകാനിടയുള്ള എല്ലാ ദിക്കിലും അന്വേഷിച്ചു.ചോയിയേച്ചനും മൊയ്ത്തു മാപ്പിളയും നീളമുള്ള മുളയെടുത്ത് കിണറ്റിൽ കുത്തി നോക്കി. വൈകുന്നേരം നാല് മണിയായ്ക്കാണണം...

"ഇമ്മളെ അച്ഛൻ പോയേ..."വയൽ വരമ്പിലൂടെ നെഞ്ചുകീറുന്ന ശബ്ദത്തിൽ നിലവിളിച്ചോടി വരുന്ന രാഘവേട്ടന്റെ ശബ്ദം കേട്ട് വീട്ടിൽ കൂട്ട നിലവിളിയുയർന്നു... .

7

അയാൾ ജാലകത്തിലൂടെ അകത്തേക്ക് നോക്കി. തുറന്നിട്ട ജനലിലൂടെ ഊർന്നിറങ്ങുന്ന നേർത്ത നിലാവിൽ അവളുടെ നിഴൽ രൂപം കാണാം.

നിലാവിൽ മയങ്ങിക്കിടക്കുന്ന മുടിക്കൽ പീടികയും പരിസരവും. മുറ്റത്ത് നിഴലുകൾക്കിടയിൽ മഞ്ഞ വെളിച്ചത്തിന്റെ പൊട്ടുകൾ.

അയാൾ പായ നിവർത്തി തലയിണ ശരിയാംവണ്ണം വെച്ചു. കമ്പിളിപ്പ തപ്പ് രണ്ടായി മടക്കി പായയിൽ വെച്ചു. പായ പാതി മടക്കി പുതപ്പിന് മുകളിലാക്കി. ഇപ്പോൾ ഒരാൾ കിടക്കുന്നുണ്ടെന്ന് തോന്നും.

അയാൾ കുറച്ചുനേരം കോലായയിൽ ഇരുന്നു. പിന്നെ മുറ്റത്തിറങ്ങി. മുറ്റത്തെ പച്ചപ്പുല്ലിൽ ഈർപ്പമുണ്ട്. അയാൾ വെറുതെ ചുറ്റിലും നോക്കി. അകലെയെവിടെയോ നിന്ന് നായ്ക്കളുടെ കുര.അയാൾ മുറ്റക്കൊള്ളിൽ പടർന്ന പന്തലിച്ച ചെമ്പരത്തിച്ചെടികൾക്കടുത്ത് ചെന്നു. ചെടികൾ ക്കിടയിൽ നിന്ന് ഒരു പൊതിയെടുത്തു. ഒരാഴ്ചയായ് തീരുമാനമാകാതെ പൊതി അവിടെ കിടക്കുന്നു. പൊതി നിവർത്തി. ഉറക്ക മണ്ഡലിയെ പ്പോലെ ചുരുണ്ട് കിടക്കുന്ന കയർ. അയാൾ വീണ്ടും കോലായയിൽ കയറി. തണുത്ത കാറ്റ് അയാളെ പൊതിയുന്നുണ്ടായിരുന്നു. അടഞ്ഞു കിടക്കുന്ന വാതിലിൽ നോക്കി. ജാലകത്തിലൂടെ അവരെയും.

"ദേവകീ. മക്കളേ മാപ്പ്." അയാളുടെ കണ്ണു നിറഞ്ഞു. പിന്നെ വെപ്രാ ളത്തോടെ കോണിയിറങ്ങി നിഴലുകൾ ഇണ ചേർന്ന് കിടക്കുന്ന വാഴ ത്തോപ്പിലൂടെ ഓർമകളുടെ നീല ഞരമ്പോടിയ വയൽ വരമ്പിലൂടെ അയാൾ നടന്നു. മുടിക്കൽ പീടികയുടെ മുൻപിലെത്തിയപ്പോൾ ഒന്ന് നിന്നു. ശൂന്യമായ വരാന്തയിൽക്കയറി ഒന്ന് ചുറ്റും നോക്കി. നനഞ്ഞ ഉപ്പപെട്ടിയുടെ പിറകിൽ നിന്ന് ഒരു മോങ്ങൽ... എവിടെ നിന്നോ വന്നുപെട്ട ഒരു നായയാണ്. അതിന്റെ പിൻ കാല്യകളിലൊന്ന് ആരോ തല്ലിയൊടിച്ചിട്ടുണ്ട്. കടയുടെ ഉടമസ്ഥനെ തിരിച്ചറിഞ്ഞ് വയ്യാത്ത കാലിൽ അത് എഴുന്നേറ്റ് വാലാട്ടി.

"വയ്യാത്ത കാലിൽ എഴുന്നേറ്റ് ബുദ്ധിമുട്ടണ്ട. സുഖമായ് ഉറങ്ങ്." മൗനഭാഷ തിരിച്ചറിഞ്ഞ പോലെ അത് പഴയപടി കിടന്നു. അയാൾ പുറത്തിറങ്ങി നടന്നു...

"ശങ്കരേട്ടാ... എങ്ങോട്ടാ ഈ നേരത്ത്?" പിറകിൽ നിന്ന് ആരോ ചോദിക്കുന്നു. ഞെട്ടലോടെ തിരിഞ്ഞു നോക്കി. ആരെയും കാണുന്നില്ല. പരിസരം ശാന്തമായി ഉറങ്ങുകയാണ്.

അപ്പക്കാട്ടുകളും മുൾച്ചെടികളും വളർന്ന ദുർഘട വഴിയിലൂടെ അയാൾ നടന്നു. വിഷപ്പാമ്പുകൾ തപസ്സുചെയ്യുന്ന ഇടവഴികൾ... പകൽ സമയത്തു പോലും ആൾ സഞ്ചാരമില്ലാത്ത വഴി. കൈയിലെ പൊതി മുറുകെപ്പിടിച്ചു.

"ഇതാ ഞാനെത്തി..." തന്റെ മുൻപിൽ പടർന്ന പന്തലിച്ച കശുമാവ്. നേരത്തെ കണ്ടുവെച്ചതാണ്. അൽപ്പനേരം കശുമാവിന്റെ ചോട്ടിലിരുന്നു.

 ആനന്ദയാനം

ദൂരെ നിന്ന് ആദ്യത്തെ കോഴിയുടെ കൂവൽ. കിതപ്പോടെ പൊതി നിവർത്തി കയർ കൈയിലെടുത്തു കശ്രമാവിൽ കയറി. ഉറപ്പുള്ള കൊമ്പ് നേരത്തെ കണ്ടു വെച്ചിട്ടുണ്ട്. കയറിന്റെ ഒരറ്റം അതിൽ മുറുക്കി കെട്ടി. മറ്റേ അറ്റത്ത് കുരുക്കുണ്ടാക്കി കഴുത്തിലണഞ്ഞു. കഴുത്തോട് ചേർന്ന് നിൽക്കുന്ന രീതിയിൽ ഒന്നുകൂടി മുറുക്കി. കാല് നിലത്ത് തൊടാത്തത്രയും ഉയരത്തിലാണെന്ന് ഒന്ന് കൂടി ഉറപ്പിച്ചു.

അയാൾ കണ്ണുകളടച്ച് കുറച്ച നേരം ശ്വാസമടക്കി ധ്യാനത്തിലെന്ന പോലെ ശാന്തനായി നിന്നു. താഴേക്ക് ഒരു ചാട്ടം. ഒന്ന് പിടഞ്ഞു. കയറ് മുൻപോട്ടും പിന്നോട്ടും ആടി. പതിയെ നിശ്ചലമായി. പുലർകാല മഞ്ഞ് അയാളെ ജ്ഞാനസ്നാനം ചെയ്യിക്കുന്നുണ്ടായിരുന്നു...

ഭാഗം 3

1

"മോഹനാ ആനന്ദൻ ഇനിയും എത്തീല്ലല്ലോ? നേരം കൊറെ ആയില്ലേ?" ഇരുട്ടിലേക്ക് നോക്കിയിരുന്ന അമ്മ മോഹനനോട് ചോദിച്ചു.

"മാമൻ... ഇനി കൊറേദെവസം കയിഞ്ഞേ വരൂ." വാതിൽപ്പടിയിൽ പതുങ്ങി നിന്ന അപ്പു പേടിയോടെയാണ് അത്രയും പറഞ്ഞത്

"മോനോടാരാ ഇത് പറഞ്ഞത്?" മോഹനൻ കൗതുകത്തോടെ അപ്പുനെ നോക്കി.

"അമ്മമ്മ രാവിലെ കുരുമൊളെ ചിക്കുമ്പോ മാമൻ തന്നെയാ പറഞ്ഞത്..."

"എന്നിട്ട് മോൻ ഇപ്പാ പറേന്നത്?"

"ദേവത്താൻ ഞണ്ടിനെ തൊട്ട് എന്നോട് സത്യം ചെയ്യാൻ പറഞ്ഞു... ഞാൻ ചെയ്ത്."

"ദേവത്താൻ ഞണ്ടോ? അതെന്ത് ഞെണ്ടാ?"

"ഒര് ചോന്ന ചെറിയ ഞെണ്ടില്ലേ? രാത്രി മാത്രേ പറയാൻ പാട്ടുള്ളന്ന് പറഞ്ഞ്. അതിന് മുൻപ് പറഞ്ഞാൽ ഉറക്കത്തിൽ കണ്ണ് പൊട്ടിപ്പോ ക്കുന്നും പറഞ്ഞു..." മോഹനന് ചിരിയടക്കാൻ കഴിഞ്ഞില്ല.

"എന്റെ അപ്പുസെ നീയൊര മണ്ടനാ... ആട്ടെ എങ്ങോട്ടാ ആനന്ദൻ മാമൻ പോയത്? വേറെ ആരെങ്കില്വണ്ടോ?"

"കൽക്കത്തേക്കാന്ന് പറഞ്ഞ്. ഏതോ ഹരികൃഷ്ണൻ മാഷ്ടെ കൂടെയാ പോയത്..."

അത്രയും കേട്ടപ്പോൾ മോഹനൻ ഒന്ന് ഞെട്ടി. കൽക്കത്ത. ഹരികൃഷ്ണൻ മാഷ്... വീട്ടും കുടുംബവും ഉപേക്ഷിച്ച് നാട് നന്നാക്കാൻ

ഇറങ്ങിത്തിരിച്ച ആൾ. നാട്ടിലെ അത്യാവശ്യം പഠിക്കുന്ന കുട്ടികളെ മുഴുവൻ വഴി തെറ്റിക്കുന്ന ആളാണെന്ന് നേരത്തെ കേട്ടിരുന്നു. അയാളുടെ കൂടെ കൽക്കത്തക്ക് പോയെന്ന് രാഘവേട്ടൻ അറിഞ്ഞാൽ ആനന്ദന്റെ കഥ കഴിക്കും. ചോദിച്ചാൽ കോളജിൽ നിന്ന് മറ്റ കുട്ടികൾ ക്കൊപ്പം എവിടെയോ സ്റ്റഡിട്ടൂറിന് പോയതാന്ന് പറയാം.

"ഏട്യാ പോയെന്നാ ഓൻ പറഞ്ഞെ?" അമ്മ തിരക്കി.

"അമ്മേ ആനന്ദൻ ട്ടൂറിന് പോയതാ. എന്നോട് നേരത്തെ പറഞ്ഞി രുന്നു. അമ്മയോട് പറയാൻ അക്കാര്യങ്ങ് വിട്ട്പോയി..."

"എന്നാല്യം ഓനെന്നോടൊന്നും പറയാതെ പോയല്ലോ?...

"അമ്മയോട് പറഞ്ഞാൽ അമ്മ സമ്മതിക്ക്യോ?"

"ഇതേട്ന്നാ ഓന് പൈസ? ഇഞ്ഞെന്തിങ്കില്യം കൊട്ടത്തോ?"

"ആ കൊട്ത്ത്"അമ്മയിൽ നിന്ന് രക്ഷപ്പെടാൻ നന്നേ പ്രയാസ പ്പെട്ടു. തളിരിലകളുടെ ഗന്ധം വഹിച്ചെത്തിയ വൃശ്ചികക്കാറ്റ് അയാളുടെ ഉടലാകെ നിറഞ്ഞു. ഇത് പോലൊരു തണുത്ത വൃശ്ചിക രാത്രിയായി രുന്നു ആ ദിവസം...

രണ്ടാഴ്ച കഴിഞ്ഞ് തിരിച്ച വന്നപ്പോൾ ഇത്രമാത്രം പറഞ്ഞു. "അമ്മയോട്ടും മറ്റുള്ളവരോട്ടും നീ സ്റ്റഡി ട്ടൂറിന് പോയെന്നാ പറഞ്ഞെ... അതങ്ങനെ തന്നെ കെടക്കട്ടെ... എന്നാല്യം നീ ചെയ്തത് ഒട്ടും ശരിയല്ല. ഒന്നാമത് ചോദിക്കാതെ പോയി. രണ്ടാമത്തെ കാര്യം ആ മാഷ്ടെ കൂടെ കൽക്കത്തക്ക് പോയത്... നീ ഇപ്പോൾ ഫസ്റ്റ് ഇയർ ഡിഗ്രിക്ക് പഠിക്കുന്ന കുട്ടിയാ. ഇനിയും ഒരുപാട് മുന്നോട്ട് സഞ്ചരിക്കാനുണ്ട്. ഇത്തരം പ്രസ്ഥാനത്തിലൊന്നും പ്രവർത്തിച്ച് വെറുതെ ഭാവികളെയ ണ്ട..." പറഞ്ഞത് കുറച്ചധികമായിപ്പോയോ എന്ന് തോന്നി. അഞ്ചതപ്പെ ട്ടുത്തിയത് അവനൊന്നും തിരിച്ച്പറഞ്ഞില്ല എന്നതാണ്... കുറ്റബോധം കൊണ്ടായിരുന്നോ? അല്ലെങ്കിൽ ആത്മവിശ്വാസം കൊണ്ടോ?

"മോഹനേട്ടാ ഇങ്ങളെന്താ ഇത്ര കണ്ടങ്ങ് ആലോചിച്ചിരിക്ക്ന്നേ? ഇവ്ട്ടത്തെ എല്ലാർക്കും ഇള്ളതാ ഈ സൂക്കേട്. എന്നാല്യം ചോദിക്കാ... "അട്ടക്കള ജോലി കഴിഞ്ഞ് രജനി, മോഹനന്റെ അട്ടത്തിരുന്നു...

"ഞാൻ പഴയ കാര്യങ്ങൾ ഓരോന്ന് ആലോചിച്ച് പോയി. ഭക്ഷണോം കഴിച്ച് ഇവിടെ ഈ തണുത്ത കാറ്റേറ്റ് ഇരുന്നാൽ പഴയ കാര്യങ്ങളെല്ലാം ഓർമയിലെത്തും. അതൊരു സുഖാ... ഇനിക്കത് പറഞ്ഞാ മനസ്സിലാവില്ല..."

"ഇപ്പം ആരെക്കുറിച്ചാ ആലോചിച്ചേന്ന്... ഞാൻ പറേട്ടെ..."

"എന്നാ പറ..."

"ആനന്ദനെക്കുറിച്ച്... ശരിയല്ലെ.?"

"ഇഞ്ഞ് ആള് മോശേല്ല... അവന്റെ പഴയ കാലം വെറുതെ ഓർത്തു പോയി."

"അവനെക്കുറിച്ച് ഇനി എന്താലോചിക്കാനാ... പഠിച്ച് നല്ല നില യിലെത്തി..."

"ഇഞ്ഞ് പറഞ്ഞത് ശരിയാ... ആഗ്രഹിച്ചത് പോലെ കോളേജദ്ധ്യാ പകനായി... പക്ഷേ, അവനെക്കുറിച്ച് ഇനിക്കറിയാത്ത ചില കാര്യങ്ങ ളുണ്ട്... ."

"അതൊക്കെ ഞാനും കേട്ടിട്ട്ണ്ട്..."

"അമ്മ കെടന്നോ?"

"അമ്മ നേരത്തെ കെടന്ന്..."

അമ്മ ഇപ്പോ ഗൃഹഭരണം പൂർണമായും രജനിയെ ഏൽപ്പിച്ചിരി ക്കുകയാണ്.

"കഴിഞ്ഞ മൂന്നാഴ്ചയായില്ലേ ആനന്ദൻ വന്നിട്ട്..."മോഹനൻ ആരോ ടെന്നില്ലാതെ പറഞ്ഞു.

"കോളേജിലാകുമ്പം ഒരു പാട് തെരക്ക് കാണും... സെമിനാറ്. സ്പെഷൽ ക്ലാസ് അങ്ങനെ പലതും..."

"മുമ്പ് കോളേജിൽ പഠിപ്പിച്ച ആളെപ്പോലയാ ഇഞ്ചെ സംസാരം."

"കോളേജിലെ കാര്യം കൊറച്ചൊക്കെ എനക്കുമറിയാം.ബി ഏക്ക് രണ്ടാം വർഷം പഠിക്കുമ്പോ ങ്ങളെന്നെ കെട്ടിയില്ലെങ്കിൽ ഞാനെന്തെ ങ്കിലും ആയേനെ." അത് കേട്ട് മോഹനൻ പൊട്ടിച്ചിരിച്ചു.

"ഇങ്ങള് ചിരിക്കണ്ട... ഞാന്ള്ളത് പറഞ്ഞതാ."

"സമ്മതിച്ച്..."

വയൽ വരമ്പിലൂടെ കെട്ട് ഉടങ്ങിയ ചൂട്ട വീശി വേച്ചുവേച്ച് ആരോ നടന്നു വരുന്നുണ്ട്.

"അത് നമ്മളെ മമ്മത്ക്കയല്ലേ"

"ആണെന്നാ തോന്ന്ന്നേ."

"മമ്മത്ക്ക തന്നെയാ"

"മോയനാ. ഈ ചൂട്ട ഒന്ന് കത്തിക്കണേല്ലോ."

"അതിനെന്താ മമ്മത്ക്കാ... കൈപിടിക്കണോ"കോണി കയറി

വരികയാണ് മമ്മത്ക്ക

"ഇപ്പം മാണ്ട മോയനാ."

"മ്മമത്ക്ക ഇരിക്ക്... ഏട്ന്നാ ഈ നേരത്ത്..."

"ഞാനന്മ്മ്ടെ കുഞ്ഞാലിന്റെ ബീട്ട്ന്ന് ബർന്നതാ... ഓന്റെ കെട്ടി യോൾക്ക് ജിന്ന് കൂടീട്ണ്ട്. ജിന്നിനെ ഒയിപ്പിക്കാൻ പേരോട്ന്നൊര് മൊയില്ല്യാര് എത്തീട്ണ്ട്... മൊയില്ല്യാറ കണ്ടാ മതി ജിന്ന് പോയ പെരിയ കാണ്ണോല... അയിറ്റാ പേരുള്ള മൊയ്ല്യാറ."ച്ചട്ട കൈമാറി ക്കൊണ്ട് മമ്മത്ക്ക വിസ്തരിച്ചു...

"വെറുതയല്ല മമ്മത്ക്കാ ഇത് കെട്ടത്. ഇതിന് മടമ്പേ ബാക്കീള്ള... രജനീ മമ്മത്ക്കക്ക് ഒര് നല്ല ച്ചട്ട കൊട്ക്ക്."

"മോയനാ ഇഞ്ചെ അപ്പച്ചൻ കിഷ്ൻമാള് ഇപ്പോ ഇങ്ങോട്ടൊന്നും ബരാറില്ലേ?."

"കുറച്ചായി മമ്മത്ക്ക..."

"ഇനിക്കപ്പം ഏടിയാ പണി"

"കാവില്യം പാറ വില്ലേജോഫീസിലാ."

"മോയനാ. ഇന്നലെ ഞമ്മള് പിന്നേം കണ്ട്."ച്ചുറ്റം പേടിയോടെ നോക്കി ഒര് രഹസ്യം പറയുന്ന മട്ടിൽ മമ്മത്ക്ക പറഞ്ഞു.

"എന്താ കണ്ടത് മമ്മത്ക്കാ.?"

"ജിന്നേല. നേരം നട്ടപ്പാതിര. പാത്താൻ ബേണ്ടി മിറ്റത്ത് എറങ്ങി യേതാ. നോക്കുമ്പം എന്താ... ഒന്നല്ല... മൂന്ന് ജിന്ന്കളാ."

"ശരിക്കും കണ്ടോ?"

"കണ്ടാന്നോ? പിറകിലെ തോട്ട്ൻകരയില്ലൂടെ അങ്ങനെ നടക്ക്വാ. ഞാൻ ചാസം അടക്കിപിടിച്ചിര്ന്ന്. ഇഞ്ഞ്താരോട്ടും പറേണ്ട."

"ഇല്ല മമ്മത്ക്ക."

രജനി നൽകിയ ച്ചട്ടയും വാങ്ങി പ്രായം കൊണ്ട് വളഞ്ഞ ഉടല്മായി മമ്മത്ക്ക പതിയെ ഇറങ്ങി നടന്നു... കാലത്തിന്റെ സ്മൃതികൾ പേറുന്ന ആ തല നിറയെ ജിന്നുകളാണ്.

മാന്തളിരിന്റെ കൊതിപ്പിക്കുന്ന ഗന്ധം. മുടിക്കൽ പീടികകയ്ക്ക് മുകളിൽ ചന്ദ്രക്കല സ്മൃതിയേന്തി നിന്നു

2

പ്രഫസർ ഇഗ്നേഷ്യസിനോട്ടും പ്രഫസർ രാമചന്ദ്രനോട്ടും യാത്ര

ചോദിച്ച് കോളേജിൽ നിന്ന് നേരത്തെ ഇറങ്ങി. സ്വപ്നത്തിൽ വെളിവാ യതുപോലെ ട്രെയിൻ നഷ്ടപ്പെടരുത്. ക്വാർട്ടേഴ്സിൽ നിന്ന് സ്റ്റേഷനിലേ ക്ക് പുറപ്പെടാൻ സമയം കോളജ് കേന്റീൻ നടത്തുന്ന മത്തായിച്ചേട്ടൻ എത്തി...

"ഇത്ര നേരത്തെ പോകണോ സാർ...?"

"അൽപം നേരത്തെ പുറപ്പെടാമെന്ന് കരുതി... കോഫീ ഹൗസിൽ കയറി ഒരു കാപ്പി കുടിക്കാം... ഒരു പാർസലും വാങ്ങാം..."

"ആ ബാഗിങ്ങ് താ സാർ... ഞാൻ പിടിക്കാം..."

"ഹേയ് അതു വേണ്ട... ഇതിനത്ര ഭാരമൊന്നുമില്ല... അമ്മയോട് എന്റെ അന്വേഷണം പറയണം..."കോഫി കഴിഞ്ഞ് യാത്ര പറയു മ്പോൾ മത്തായിച്ചേട്ടൻ പറഞ്ഞു.

"പറയാം മത്തായിച്ചേട്ടാ..."

സ്റ്റേഷനിൽ എത്തിയപ്പോൾ വാച്ചിലേക്ക് നോക്കി. ഇനിയും ഇരുപത് മിനിട്ട് കാത്തിരിക്കണം. യാത്രയാക്കാനും യാത്ര പോകാനും എത്തിയിരിക്കുന്ന മനുഷ്യരെ നോക്കി അയാളിരുന്നു. പലതരം ചിന്ത കളിൽ മുഴുകി പലഭാവത്തിലും വേഗത്തിലും നടക്കുന്നവർ. അയാൾ പലയും ഓർത്തുപോയി. ട്രെയിൻ വരുന്ന ശബ്ദം കേട്ട് കാലഗതിയെ ക്കുറിച്ചുള്ള ഓർമകളിൽ നിന്ന് അയാൾ ഉണർന്നു. ട്രെയിൻ ഒരു കുല ക്കത്തോടെ വന്നു നിന്നപ്പോൾ യാത്രുക്കാർ അവരവരുടെ കോച്ചിൽ കയറാനുള്ള വെപ്രാളത്തിലാണ്. അയാൾ തന്റെ കോച്ചിന്റെ വാതി ലിനരികെ അൽപനേരം കൂടി കാത്തിരുന്നു... എന്തോ ഓർത്തിട്ടെന്ന പോലെ അയാൾ പെട്ടെന്ന് ട്രെയിനിൽ കയറി. സീറ്റിലിരുന്ന് ഒന്ന് ചുറ്റും നോക്കി. തന്റെ എതിർവശത്ത് ഇരിക്കുന്നത് ഒരു യുവതിയാണ്. ഇളം നീലനിറമുള്ള ജീൻസും കറുപ്പ് നിറമുള്ള കുർത്തയുമാണ് വേഷം. ഒറ്റനോട്ടത്തിൽ ഒരു ജേർണലിസ്റ്റിനെ ഓർമിപ്പിക്കുന്ന രൂപവും ഭാവവും. യുവതി സൗഹൃദ ഭാവത്തിൽ ചിരിച്ചു. ആനന്ദനും. യുവതിയുടെ തൊട്ടട ത്ത് മധ്യവയസ്സിലെത്തി നിൽക്കുന്ന ദമ്പതികളാണ്.

ട്രെയിൻ നേരിയ കുലുക്കത്തോടെ യാത്ര തുടങ്ങി. ട്രെയിനിന്റെ താളം ശ്രദ്ധിച്ച് അയാൾ പുറത്തേക്ക് നോക്കിയിരുന്നു. കെട്ടിടങ്ങൾക്ക മുകളിൽ ഇരുൾ നേർത്ത ആവരണമൊരുക്കി. ആകാശം നീല ജലാശ യത്തെ ഓർമ്മിപ്പിച്ചു. ഏറെ നാളായി വീട്ടിൽ പോയിട്ട്.

"സാർ ആഴ്ചയ്ക്ക് ഒരിക്കലെങ്കിലും വീട്ടിൽ പോയി അമ്മയെ കാണണം... അതൊരു സുകൃതമാ... പിന്നെ അതിന് കഴിഞ്ഞില്ലെന്ന് വരും. എന്റെ കാര്യം സാറിന് അറിയാമല്ലോ?"

അയാൾ മത്തായിച്ചേട്ടന്റെ വാക്കുകൾ ഓർത്തു. മദ്രാസിൽ ഹോട്ടൽ കച്ചവടം നടത്തിയിരുന്ന മത്തായിച്ചേട്ടൻ അമ്മയുടെ മരണ വാർത്തയറിയാൻ വൈകിപ്പോയിരുന്നു. വീട്ടിലെത്തുമ്പോഴേക്കും എല്ലാം കഴിഞ്ഞിരുന്നു.

"ആ വിഷമം ഇതാ ഇവിടെക്കിടന്ന് വിങ്ങുകയാണ് സാർ. മരിച്ചാലും അതു പോകില്ല..."വാരാന്ത്യത്തിലെ കുടിച്ചേരലിൽ നെഞ്ചത്ത് കൈ വെച്ച് മത്തായിച്ചേട്ടൻ പറയും. ട്രെയിൽ അടുത്ത സ്റ്റേഷനിൽ എത്തി യപ്പോൾ സൈഡ് ബാഗ് തുറന്ന് മാർക്കേസിന്റെ 'Love in the time of cholera' കൈയിലെടുത്ത് കവർചിത്രത്തിലേക്ക് നോക്കി. ഏറ്റവും മുകളിൽ മാർക്കേസിനെക്കുറിച്ച് ആനി ടൈലർ എഴുതിയ കുറിപ്പാണ്. "one of this country's most evocative Writers."അയാൾ വായനയിലേക്ക് കടന്നു. "it was inevitable: the scent of bitter almonds always reminded him of the fate of unrequited love." തിരികെ കിട്ടാത്ത പ്രണയത്തിന്റെ വിധിയും കയ്യുള്ള ബദാം കായകളുടെ ഗന്ധവും ഒക്കെ ചേർന്ന തീക്ഷ്ണ രസാനുഭവത്തിലേക്ക് മനസ്സ് പെട്ടെന്ന് കൂപ്പുകുത്തി.

ട്രെയിൻ ഒരു കുലുക്കത്തോടെ അടുത്ത സ്റ്റേഷനിൽ നിന്നു.

"വൺ കോഫി." അയാൾ പുസ്തകം മടിയിൽ കമഴ്ത്തി വെച്ച കോഫി സാവകാശം കഴിച്ചു തുടങ്ങി. ട്രെയിൻ ദ്രുതതാളത്തിൽ വീണ്ടും പ്രയാണ മാരംഭിച്ചു. അയാൾ അലസമായി ചുറ്റും നോക്കി. ദമ്പതികൾ ഭക്ഷണം കഴിക്കാനുള്ള ഒരുക്കത്തിലാണ്. തന്റെ തൊട്ടടുത്തിരിക്കുന്ന രണ്ടു പേർ ഏതോ സംഭാഷണത്തിൽ ഏർപ്പെട്ടിരിക്കയാണ്. ആനന്ദിന്റെ ശ്രദ്ധ യുവതിയിലേക്ക് തിരിഞ്ഞു. അവരിപ്പോൾ ഏതോ പുസ്തകം വായിക്കുക യാണ്. അയാൾ പുറത്തുപോയി മുഖം കഴുകി തിരിച്ചു വന്നപ്പോഴും കണ്ണെ ടുക്കാതെ പുസ്തകം വായിച്ചു കൊണ്ടിരുന്ന യുവതി അയാളിൽ കൗതു കമുണ്ടാക്കി. ആ യുവതി ഏത് പുസ്തകമായിരിക്കാം വായിക്കുന്നത്? അയാളുടെ ജിജ്ഞാസ വർദ്ധിച്ചു. പുസ്തകം വായിച്ചു തുടങ്ങിയ കാലം മുതല്ലുള്ള ശീലം. "ഇത് ഒരു തരം മനോരോഗമാണ്. ആൻ ഒബ്സസീവ് കംപൽസീവ് ഡിസോർഡർ." തന്റെ നഴ്ഞ്ഞുകയറ്റത്തെ ഒരു സുഹൃത്ത് കളിയാക്കിയത് ഓർക്കുന്നു. തന്റെ കണ്ണ് ഇടക്കിടെ യുവതിയിലേക്കും പുസ്തകത്തിലേക്കും തിരിയുന്നത് നിയന്ത്രിക്കാൻ പണിപ്പെട്ടു. അയാൾ വീണ്ടും "ലവ് ഇൻ ദ ടൈം ഓഫ് കോളറ" കൈയിലെടുത്തു. പഴയത് പോലെ ശ്രദ്ധ കിട്ടുന്നില്ല. പുസ്തകം വീണ്ടും അടച്ച വെച്ച് കണ്ണടച്ചിരുന്നു. ട്രെയിനിന്റെ നീണ്ട ചൂളം വിളി. അടുത്ത സ്റ്റേഷനിലേക്ക് വണ്ടി അടുക്ക കയാണെന്ന് തോന്നുന്നു. അയാൾ പുറത്ത് നോക്കി. വായന നിർത്തി

ആനന്ദയാനം

യുവതിയും പുറത്തേക്ക് നോക്കുകയാണ്. ആനന്ദിന് ഇപ്പോൾ ആ പുസ്തകത്തിന്റെ മുൻ കവർ കാണാം... "ലവ് ഇൻ ദ ടൈം ഓഫ് കോളറ"

"ഓ ഗോഡ്' വീ ആർ റീഡിംഗ് ദ സെയിം വർക്ക്!" അയാൾ അൽപം ഉച്ചത്തിൽ പറഞ്ഞതു കൊണ്ടാകണം ഭക്ഷണം കഴിച്ച കൊണ്ടിരുന്ന ദമ്പതികൾ അയാളെ നോക്കി. ചിന്തയിൽ നിന്നുണർന്ന് യുവതിയും.

"അല്ല... നമ്മൾ ഒരേ പുസ്തകമാണ് വായിക്കുന്നതെന്ന് പറയുകയായിരുന്നു."

"ശരിയാണ്... ഞാനത് നേരത്തെ ശ്രദ്ധിച്ചിരുന്നു..."

"പേര്?"

"ജെന്നി"

"മാർക്കിന്റെ പ്രേയസിയുടെ പേരും ജെന്നി എന്നായിരുന്നു. എന്തു ചെയ്യുന്നു.?"

"ഗവേഷണ വിദ്യാർത്ഥിയാണ്. സാറിന്റെ പേര്?"

"ആനന്ദൻ. അടുപ്പമുള്ളവർ ആനന്ദ് എന്ന് വിളിക്കും. നോവലിസ്റ്റ് ആനന്ദ് അല്ല കേട്ടോ?" ഒരു തമാശ രൂപത്തിൽ അയാൾ പറഞ്ഞു.

"ആനന്ദൻ ശങ്കർ എന്ന പേരിൽ ഒരാൾ എഴുതുന്നുണ്ട്. അദ്ദേഹത്തിന്റെ ചില ലേഖനങ്ങൾ ഞാൻ വായിച്ചിട്ടുണ്ട്..."

"ഞാനും വായിച്ചിട്ടുണ്ട്. റിസർച്ച് സ്കോളറാണെന്ന് പറഞ്ഞു. ജെന്നി ഏത് വിഷയത്തിലാണ് ഗവേഷണം നടത്തുന്നത്?"

"ഡി എച്ച് ലോറൻസിന്റെ നോവലുകൾ..."

"നല്ല വിഷയം... കൺഗ്രേറ്റ്സ്." "സാറെന്ത് ചെയ്യുന്നു?"

"അധ്യാപകനാണ്?"

"എവിടെയാ സാർ പഠിപ്പിക്കുന്നത്?"

"സെയിന്റ് അലോഷ്യസ് കോളജിൽ. ജെന്നിയെപ്പോലെ എന്റെ വിഷയവും ലിറ്ററേച്ചറാണ്"

ലക്ഷ്യത്തിലെത്താൻ അക്ഷമ കാട്ടുന്ന മനസ്സുപോലെ ട്രെയിൻ കുതിക്കുകയാണ്.

"ജെന്നി ഭക്ഷണം കഴിക്കണ്ടേ?" വേണ്ടപ്പെട്ട ആരോടോ പറയുന്നത് പോലെയാണ് താനതുരൃയും പറഞ്ഞതെന്ന് ആനന്ദിന് തോന്നി.

"കഴിക്കാം സാർ..."

കൈ കഴുകി ഭക്ഷണം എടുത്ത് വെച്ചു.ഭക്ഷണം കഴിച്ച് സീറ്റിൽ വന്നിരുന്നു. ട്രെയിൻ ആരോടോ പകവീട്ടും പോലെ ഇരുട്ടിനെ പിളർന്ന് മുന്നോട്ട് കുതിക്കുകയാണ്.

"ജെന്നിയുടെ വീട്?"

"തേഞ്ഞിപ്പാലത്ത്"

"എന്റെ വീട് വടകര... പൊയ്യക്കാവ് ഗ്രാമത്തിൽ."

ജെന്നിയുമായി പല വിഷയങ്ങളും സംസാരിച്ചു... സാഹിത്യം... സിനിമ അങ്ങനെ പലതും. ഡി എച്ച് ലോറൻസിന്റെ നോവലുക ളെക്കുറിച്ച് സംസാരിച്ചപ്പോൾ അവളുടെ വലിയ കണ്ണുകൾ കൂടുതൽ വിടരുന്നതായി തോന്നി.

"യുവർ ഫോൺ നമ്പർ പ്ലീസ്. എന്നെങ്കിലും എനിക്ക് ഉപകരിക്കും" ഡയറി നീട്ടിക്കൊണ്ട് ജെന്നി പറഞ്ഞു.

"ഹിയർ ഈസ് മൈ നമ്പർ."

"താങ്ക്യൂ സർ."

ആനന്ദൻ പുസ്തകമെടുത്ത് ബേഗിൽ വെച്ചു. ഇനി ഇന്ന് വായിച്ചാൽ ശരിയാവില്ല. സൈഡ് ബേഗിൽ കരുതിയ ബോട്ടിലെടുത്ത് കുറച്ച വെള്ളം കുടിച്ചു. ജെന്നി പുസ്തകം തുറന്ന് വായനയിലേക്ക് കടന്നിരി ക്കയാണ്.സമയം ഒൻപത് കഴിഞ്ഞു. അമ്മ ഇപ്പോ ഉറങ്ങിക്കാണും. മോഹനേട്ടൻ വരാന്തയിലിരുന്ന് പുറത്തേക്ക് നോക്കിയിരിക്കുന്നുണ്ടാ കും... നാട്ടുമായുള്ള തന്റെ ബന്ധം കുറഞ്ഞുവരുന്നു എന്ന് വേദനയോടെ ഓർത്തു. നാട്ടിലെത്തിയാൽ വല്ലാത്തൊരു ഏകാന്തത തന്നെ വരിയും. വൈകുന്നേരങ്ങളിൽ ജവഹർ വായനശാലയിൽ പോയിരിക്കും. ഹരി കൃഷ്ണൻ മാഷ് ഇപ്പോൾ പയ്യന്നൂർ എസ്ബിടിയിലാണ്. ഞായറാഴ്ച ചിലപ്പോൾ വീട്ടിൽക്കാണും. ജയകൃഷ്ണനും ദിവാകരനും മലപ്പുറത്തെ ഏതോ സ്കൂളിലാണ്.അജ്മൽ ഗൾഫിലും. ചുവന്ന സന്ധ്യകളിൽ ഒന്നിച്ച സഞ്ചരിച്ചവരെ വെറുതെ ഓർത്തു പോയി.

"സാർ കിടക്കാറായോ?" ഭവ്യതയോടെ അടുത്തിരിക്കുന്ന ആൾ ചോദിച്ചു.

"ഓ... കിടക്കാം..."

ജെന്നി വായിച്ചു കൊണ്ടിരിക്കുകയാണ്.

"ജെന്നി കോഴിക്കോട്ടിറങ്ങും...?"

"അതേ സാർ."

"ജെന്നി ഇറങ്ങുമ്പോൾ ഒന്ന് വിളിക്കണം. അതിനടുത്ത സ്റ്റേഷനി
ലാണ് എനിക്ക് ഇറങ്ങേണ്ടത്..."

"വിളിക്കാം സാർ..."

"ഗുഡ് നൈറ്റ്..."

"ഗുഡ് നൈറ്റ്"

ക്രമേണ ലൈറ്റുകൾ അണഞ്ഞു. ഫാനിന്റെ നേർത്ത ശബ്ദവും ട്രെ
യിനിന്റെ ശബ്ദവും ചേർന്ന് പതിയൊരു സിംഫണി. ഒരു പക്ഷിത്തൂവൽ
പോലെ അയാൾ ഉറക്കത്തിന്റെ കയത്തിലേക്ക് പതിയെ വീണു... ...

3

നിലാ സ്പർശമേറ്റ് കിടക്കുന്ന കാട്ടുപാത. കാട്ടരുവിയുടെ പതിഞ്ഞ
സംഗീതം. ഇലക്കൂട്ടങ്ങൾക്കിടയിൽ നിന്ന് ഒരു പക്ഷി നിർത്താതെ ചൂളം
വിളിക്കുന്നു. കാട്ടുചെമ്പകത്തിന്റെ ഗന്ധം വഹിച്ച കാറ്റിന്റെ സംഗീതം
കേട്ട് മഞ്ഞു വീണ പാതയിലൂടെ അവർ നടന്നു. മുൻപിൽ നിറഞ്ഞൊഴു
കുന്ന അരുവി. ജലത്തിനു മീതെ ഉയർന്നു കിടക്കുന്ന സ്ഥപാകൃതിയില്ലുള്ള
പാറ...

"ഇതിന്റെ അരികിലൂടെ നടന്നോളൂ."

"എനിക്ക് പേടിയാകുന്നു..."

"പേടിക്കേണ്ട എന്റെ കൈ പിടിച്ചോളൂ."

"നല്ല തണുപ്പ്" നിലാവ് വീണ് തിളങ്ങുന്ന ഒഴുക്കിൽ കാല്വെച്ച
പ്പോൾ അവൾ പറഞ്ഞു.

"ഉൾ വനത്തിൽ നിന്നും വരുന്ന അരുവിയാണ്."

"ഇനിയും കുറേ ദൂരം പോകാനുണ്ടോ?"

"ഇല്ല..."

"സർ... സർ" ആരോ ശരീരത്തിൽ തൊട്ട് വിളിക്കുന്നു. നേർത്ത
വെളിച്ചത്തിൽ ഭംഗിയുള്ള രൂപം. താൻ ട്രെയിനിലാണെന്ന കാര്യം
ബോധ്യപ്പെടാൻ ഏതാനും നിമിഷം വേണ്ടി വന്നു. പാദങ്ങൾ തൊട്ട്
നോക്കി. നനവുണ്ടോ?"

"നല്ല ഉറക്കത്തിലായിരുന്നു, ജെന്നി."

"കോഴിക്കോട് എത്താറായി."

ആനന്ദൻ എഴുന്നേറ്റ് മുഖം കഴുകി തിരിച്ചു വന്നു. ട്രെയിൻ ഒരു
കിതപ്പോടെ കോഴിക്കോട് സ്റ്റേഷനിൽ നിന്നു.

"ഞാൻ ഇറങ്ങുന്നു സാർ"

ജെന്നിയോടൊപ്പം ആനന്ദും ചെന്നു. രണ്ടു പേരും പ്ലാറ്റ്ഫോമിലിറങ്ങി.

"ഇനി എപ്പോഴാണ് കോളജിലേക്ക് തിരിച്ച പോകുന്നത്?"

"രണ്ടു മൂന്ന് ദിവസം കഴിഞ്ഞ്."

"ഞാൻ വിളിക്കാം സാർ..."

ജെന്നി നടന്നുനീങ്ങി. ആനന്ദൻ ഡോറിനടുത്ത് നിന്നു. മുൻപിൽ ധാരാളം യാത്രക്കാർ. ജെന്നി അതിൽ മറയും.പെട്ടെന്ന് എന്തോ ഓർത്തിട്ടെന്ന പോലെ ജെന്നി തിരിഞ്ഞു നോക്കി കൈവീശി. ആനന്ദനും. ട്രെയിൻ ഒന്നിളകി. ആനന്ദൻ തിരിച്ച ചെന്ന് സീറ്റിലിരുന്നു. ട്രെയിൻ നേരിയ കുലുക്കത്തോടെ പ്രയാണമാരംഭിച്ചു. നിലാവിൽ നിറഞ്ഞു നിന്ന സ്വപ്നത്തിലെ ആ അരുവി ഏതായിരുന്നു...?

4

അരയന്നങ്ങൾ നീന്തി രമിക്കുന്ന തടാകക്കരയിൽ ട്ടൂറിസ്റ്റുകൾക്ക് ഇരുന്ന് വിശ്രമിക്കാനും കാഴ്ചകൾ കണ്ട് രസിക്കാനുമുള്ള ഇരിപ്പടങ്ങ ളാണ്. പലവർണ്ണങ്ങളിലുള്ള ഉടുപ്പണിഞ്ഞ കുറേ സഞ്ചാരികൾ. റോസ് നിറത്തിലുള്ള ഫ്രോക്ക് ധരിച്ച പെൺകുട്ടിയുടെ കൈയിൽ ഒരു കല വയലറ്റ് നിറത്തിലുള്ള ഓർക്കിഡ് പൂക്കൾ. തീരത്ത് നിന്ന് കുറച്ചകലെ നീന്തിത്തുടിക്കുന്ന അരയന്നങ്ങളെ ആകർഷിക്കാനായി പൂവിത ളകൾ നുള്ളിയിടുകയാണ്. പെട്ടെന്നാണ് അവൾ തടാകത്തിലേക്ക് വഴുതിവീണത്... . അലമുറയിട്ട് തടാകത്തിലേക്ക് ചാടാൻ നോക്കുന്ന കുട്ടിയുടെ അമ്മയെ ആരോ ശക്തിയായി വലിക്കുന്നുണ്ട്. കുട്ടി ആണ്ടു പോവുകയാണ്... മറ്റൊന്നും നോക്കിയില്ല. തടാകത്തിലേക്ക് എടുത്ത് ചാടി. കുട്ടിയുടെ മുഖം കാണാം. കുട്ടിയെ പിടിക്കാനായി തന്റെ കൈ നീണ്ടു... മുടിയിൽ പിടിച്ച് ഉയർത്താൻ ശ്രമിച്ചു. എത്ര ശ്രമിച്ചിട്ടും കുട്ടിയെ ഉയർത്താൻ കഴിയുന്നില്ല. ശ്വാസം മുട്ടിത്തുടങ്ങി... ഒന്ന് കുതറി മുകളിലേ ക്ക് പൊങ്ങാൻ ശ്രമിച്ചു. ഉയരാൻ കഴിയുന്നില്ല...

അയാൾ ഞെട്ടിയുണർന്നു. വല്ലാത്തൊരു വിമ്മിട്ടം. അൽപനേരം അനങ്ങാതെ കിടന്നു... മുറിയിലാകെ ഇരുട്ടാണ്. എഴുന്നേറ്റ് ലൈറ്റിട്ട് കണ്ണാടിയിൽ നോക്കി. മുഖത്ത് വിയർപ്പിന്റെ തരികൾ. ക്ലോക്കിലേക്ക് നോക്കി. മൂന്നുമണി കഴിഞ്ഞിരുന്നു. ജനലിലൂടെ പുറത്തേക്ക് നോക്കി. ശാന്തമായി മയങ്ങുന്ന തെങ്ങോലകൾ... റോഡരികിൽ സ്ഥാപിച്ച ഇലക്ട്രിക്ക് പോസ്റ്റിൽ നിന്ന് വാർന്നു വീഴുന്ന മഞ്ഞ വെളിച്ചത്തിൽ

വിളറി നിൽക്കുന്ന മുടിക്കൽ പീടിക. അയാൾ മുറിയിലെ കസേരയിൽ ചെന്നിരുന്നു. മേശപ്പുറത്ത് വെച്ച മൺകൂജയിൽ നിന്ന് രണ്ട് ഗ്ലാസ് വെള്ളം കുടിച്ചു. സ്വപ്നത്തിൽ കണ്ട റോസ് നിറത്തിലുള്ള ഫ്രോക്ക് ധരിച്ച പെൺകുട്ടിയുടെ രൂപം അവ്യക്ത ഭംഗിയായി പരിസരത്തെവിടെയോ നിൽക്കുന്നതുപോലെ. നിലാപ്പൂക്കൾ അടർന്ന വീഴുന്ന ആ പുലർകാ ലത്ത് അമ്മ പറഞ്ഞ ഒരു പുനർജന്മ കഥ അയാൾ വെറുതെ ഓർത്തു പോയി.

"ദേവകിയമ്മേ... ഇങ്ങളെ മോനിതാ ബെള്ളത്തിൽ മുങ്ങേം പൊങ്ങേം ചെയ്യുന്ന്..."അതുവഴി വന്ന അയലത്തെ കുഞ്ഞുമൊയ്തീൻ വിളിച്ചു പറഞ്ഞു. വീടിന മുൻപിലെ ആകൃതിയോ വീതിയോ ഇല്ലാത്ത മൂന്നാൾ ആഴമുള്ള കുളം എടവപ്പാതി മഴയിൽ നിറഞ്ഞു നിന്നു. ആ ജല സമൃദ്ധിയിൽ ഒരു നാലുവയസുകാരൻ താഴുകയും പൊങ്ങുകയും ചെയ്തു കൊണ്ടിരുന്നു.

ഒരാഴ്ചക്കാലം ഇടമുറിയാതെ പെയ്ത ഇടവപ്പാതിയിൽ പൊഴ്ളകാവ് ഗ്രാമത്തിലെ വയലുകളും, കുളങ്ങളും തോട്ടുകളും മുങ്ങി. വീടിന് പിന്നിലെ തോട് കരകവിഞ്ഞൊഴുകി. സ്ഥലകളും കടകളും അടഞ്ഞുകിടന്നു. കോലായയിൽ നെരിപ്പോട് കൂട്ടി പ്രായമായവർ അതിന്റെ മുമ്പിലിരു ന്നു പഴങ്കഥകൾ അയവിറക്കി. നിലയ്ക്കാത്ത മഴയ്ക്ക് ശേഷം ആകാശം തെളിഞ്ഞു. പുതുമഴയിൽ കയറിക്കൂടിയ മീനുകളെ ആളുകൾ കൂടിട്ട് പിടിച്ചു. ഒഴിവുദിവസം ആഘോഷിക്കാനായി കുട്ടികൾ ചൂണ്ടയുമായി പുറത്തിറങ്ങി.

"അമ്മേ ഞാൻ മോനേട്ടന്റെ കൂടെ മീൻ പിടിക്കാൻ പോട്ടെ.?"

"മോനേട്ടന്റെട്ത്ത് തന്നെ നിക്കണം. ബേറെങ്ങും പോഅരുത്."

സന്തോഷം നിയന്ത്രിക്കാനാകാതെ വയൽ വരമ്പില്ലൂടെ അവൻ നടന്നു. തെളിഞ്ഞ ജലാശയത്തിൽ ജലകീടങ്ങൾ ഉന്മാദികളെപ്പോലെ നൃത്തം ചെയ്യുന്നത് അവൻ നോക്കി നിന്നു.. ചുവന്ന ഉടലും കറുത്ത ചിറകു മുള്ള തുമ്പികൾ അവന മുകളിൽ നൃത്തം ചെയ്തു. പുറത്തേക്ക് തള്ളിനിൽ ക്കുന്ന അവയുടെ ഉണ്ടക്കണ്ണുകൾ സ്ഫടിക മണികൾ പോലെ തിളങ്ങി... മോഹനേട്ടൻ കുറച്ചകലെ തോട്ടിലേക്ക് ചൂണ്ടയെറിഞ്ഞ് ക്ഷമയോടെ കാത്തുനിൽക്കുന്നു..

അവൻ കുളക്കരയിൽ എത്തി. ഇളം പച്ച നിറത്തിലുള്ള ജലപ്പരപ്പ്. കുളത്തിലേക്ക് എത്തി നോക്കുന്ന തൊട്ടാവാടിയിൽ ഒരു തുമ്പി.അവൻ ശ്വാസമടക്കി നിന്നു. ഒന്ന് കുനിഞ്ഞ് കൈ നീട്ടിയാൽ വാലിൽ പിടിക്കാം.

ഇത്ര വലിയ തുമ്പിയെ ഒരിക്കല്യം പിടിച്ചിട്ടില്ല. അവൻ കൈ നീട്ടി. പെട്ടെന്ന് തുമ്പി ഉയർന്നുപൊങ്ങി കുളത്തിന് ചുറ്റും വലം വെച്ചു. അവൻ ക്ഷമയോടെ കാത്തിരുന്നു. തുമ്പി തന്നെ കളിപ്പിക്കുന്നത്പോലെ പഴയ സ്ഥാനത്ത് വന്നിരുന്നു. അവൻ കൈവീശി... "ഡും!" ജലദേവത അവനെ കൈക്കുടന്നയിലാക്കി ആഴത്തിലേക്ക് കൊണ്ടുപോയി.

"ഞാനന്ന് പോസ്റ്റ് മാസ്റ്ററാണ്. നിലവിളിയും ബഹളവും കേട്ടാണ് ഓടിച്ചെന്നത്... നീന്തലറിയാവുന്നവെരെല്ലാം ചാടി നോക്കിയെങ്കില്യം നിന്നെ കിട്ടിയില്ല. അവസാന ശ്രമമെന്ന നിലയിൽ ഞാനും ചാടി. കുളത്തിനടിയിലൊന്നും നിന്നെ കണ്ടില്ല. കാല് ച്ചുഴറ്റി ഒന്ന് കറങ്ങി. കുള ഭിത്തിയിലെ വലിയ പൊത്തിൽ കാല് തട്ടി. കൈ അവിടേക്ക് നീട്ടി... മാംസളമായ എന്തോ ഒന്ന് കൈയിൽ തടഞ്ഞു... ഒരു വള്ളി ട്രൗസറിൽ പിടി കിട്ടി. അത് നീയായിരുന്നു" കുഞ്ഞിക്കണ്ണൻ മാസ്റ്റർ പറഞ്ഞ കഥ ഓർമയിലെത്തി. അവിടെയുണ്ടായിരുന്ന നാണു വൈദ്യരും ബാലൻ വൈദ്യരും ആനന്ദിനെ ഉരലിൽ കമഴ്ത്തി കിടത്തി... അവന്റെ വായിൽ നിന്നും നുരയും പതയും പുറത്തുചാടി.

"എന്തിനാ അതിനെ ഇങ്ങനെ ബെഷമിപ്പിക്കന്നേ... പോയ ജീവൻ തിരിച്ച് കിട്ടോ?" ആരോ പിറുപിറുത്തു.

"കഴുത്തോട് ചേർന്ന ഒര് ഞരമ്പ് ഇടിക്കുന്നുണ്ടെന്ന് തോന്നുന്നു... നാണു വൈദ്യർ ഒന്ന് നോക്ക്" ബാലൻ വൈദ്യർ പറഞ്ഞു. നാണു വൈദ്യർ ശരിവെച്ചു. അവർ ക്രിയ തുടർന്നു. അവനൊന്ന് കരഞ്ഞു.

"ഹാവു... രക്ഷപ്പട്ടു..."

എവിടെ നിന്നോ കോഴി കൂവി. വീട്ടിലെത്തിയിട്ട് രണ്ട് നാളായി. നാളെ കോളജിലേക്ക് തിരിച്ച പോയാലോ? ആനന്ദൻ എഴന്നേറ്റ് ലൈറ്റണച്ച് കിടന്നു. ഉറക്കം അകലെയായിരുന്നു... .

5

ജയകൃഷ്ണനെ കണ്ട് മടങ്ങുമ്പോൾ സമയം വളരെ വൈകിയിരുന്നു. അടഞ്ഞുകിടന്ന മുടിക്കൽ പീടികയുടെ വരാന്തയിൽ മെഴുകുതിരി വെട്ട ത്തിൽ കുറേ ചെറുപ്പക്കാർ ഇരിക്കുന്നുണ്ട്. തന്നെ കണ്ടഇതുകൊണ്ടോ മറ്റോ ഒന്നുരണ്ടുപേർ പെട്ടെന്ന് കടയുടെ പിറകിലേക്ക് മാറി. കുറച്ചപേർ ഓവുപാലത്തിലിരിക്കുന്നുണ്ട്. അവരുടെ അടക്കിപ്പിടിച്ച സംസാരം പെട്ടെന്ന് നിലച്ചു. ഒരു രഹസ്യ സംഗമത്തിന്റെ രസാനന്ദ്രതിയും ഉദ്വേഗവും... മുടിക്കൽ പീടികയുടെ ചിത്രം മാറിക്കൊണ്ടിരിക്കുകയാണ്. പുതിയ കാലം കരുതിവെച്ച രസങ്ങളിലേക്കുള്ള പുതിയ തലമുറയുടെ

പകർന്നാട്ടം.

ഒരു ടോർച്ച് കരുതാത്തത് മോശമായി. ബലക്ഷയം ബാധിച്ച വയൽ വരമ്പിലൂടെ ശ്രദ്ധിച്ച് നടന്നില്ലെങ്കിൽ വീഴ്ച ഉറപ്പ്. അയൽ വക്ക വീടുകളിലൊന്നും വെളിച്ചം കാണുന്നില്ല. ആനന്ദൻ വീട്ടിലേക്ക് നോക്കി. വരാന്തയിലെ ലൈറ്റ്മാത്രം ഏകാകിനിയെപ്പോലെ എരിഞ്ഞു കൊണ്ടി രിക്കുന്നുണ്ട്. മോഹനേട്ടൻ വരാന്തയിൽ ഇരിക്കുന്നുണ്ട്.

"നീ എവിടെപ്പോയിരുന്നു?"

"ഞാൻ നമ്മുടെ ജയകൃഷ്ണന്റെ വീട്ടിൽ പോയിരുന്നു. കുറച്ചായി കണ്ടിട്ട്"

"ഹരികൃഷ്ണൻ മാഷുടെ ഫോണുണ്ടായിരുന്നു."

"പ്രത്യേകിച്ച് എന്തെങ്കിലും പറഞ്ഞോ?"

"ഒന്ന് തിരിച്ച് വിളിക്കാൻ പറഞ്ഞ്..."

സമയം വൈകി. ഇനി നാളെ വിളിക്കാം. മുറിയിലെത്തി കുറച്ചുനേരം വെറുതെ ഇരുന്നു. ഇന്നലെ ഹരികൃഷ്ണൻ മാഷുടെ വീട്ടിൽ പോയിരുന്നു. അതു വഴി വന്നപ്പോൾ കയറിയതാണ്.

"രണ്ടാഴ്ചയായി വന്നിട്ട്. ഓൻ വിളിക്കുമ്പം ഇങ്ങ് വന്ന കാര്യം പറയാ." ഒരുപക്ഷേ ഇന്നലെ ചെന്നതറിഞ്ഞിട്ട് വിളിച്ചതായിരിക്കും ."അയാള് ബുദ്ധിമാനാ... ബേങ്കിൽ നല്ല ജോലി നേടി പെണ്ണും കെട്ടി സുഖമായി ജീവിക്കുന്നു. ങള് കുറേ ചെറുപ്പക്കാര് നോട്ടീസും താങ്ങി പോസ്റ്ററും ഒട്ടിച്ച് നടന്നോ?" ഹരികൃഷ്ണൻ മാഷുടെ മാനസാന്തരം അറിഞ്ഞ് ചിലർ പരിഹസിച്ച കാര്യം ഓർമ്മയിലെത്തി.

ഒന്നര പതിറ്റാണ്ട് മുൻപുള്ള ഒരു കോഴിക്കോടൻ സന്ധ്യ. പഴയൊരു ലോഡ്ജിലെ പത്ത് മുപ്പത് പേർക്കിരിക്കാവുന്ന ചെറിയൊരു ഹോൾ. ഒരു വിശദീകരണ യോഗമാണ്. പാർട്ടി പ്രവർത്തനങ്ങളിൽ നിന്നും തൽക്കാലം വിട്ടുനിൽക്കാനുള്ള ഹരികൃഷ്ണൻ മാഷുടെ തീരുമാനമാണ് വിഷയം. ബംഗാളിൽ നിന്നുള്ള നിഖിൽ ചക്രവർത്തിയോടൊപ്പം പാർട്ടി യുടെ സംസ്ഥാന കമ്മിറ്റി അംഗം സഖാവ് ഗംഗേട്ടനുമുണ്ട്. മുകളിലോട്ട് പിരിച്ച വെച്ച മീശ. മുറിക്കയ്യൻ ഷർട്ട്. ഒറ്റമുണ്ട്. പന്തം കൊളുത്തി വെച്ച പോലെ രണ്ട് കണ്ണുകൾ... ഒരിക്കൽ കണ്ട ആരും ഗംഗേട്ടനെ മറക്കില്ല. യോഗം കഴിഞ്ഞപ്പോൾ എല്ലാവരും നിരാശയിലായിരുന്നു.

"എന്തായിരുന്നു ഹരികൃഷ്ണൻ മാഷുടെ പ്രശ്നം?" പലരും ചോദിച്ചു.

ഹരികൃഷ്ണൻ മാഷ് തത്ക്കാലം അവധിയിലാണെന്ന് പറഞ്ഞു. ഹരി കൃഷ്ണൻ മാഷ് തിരിച്ച വന്നില്ല. ക്രമേണ ക്രമേണ പലരും പാർട്ടിയിൽ നിന്നകന്ന് സ്വന്തം കൂടുകളിൽ അഭയം തേടി. ആനന്ദൻ വാച്ചിലേക്ക് നോക്കി. സമയം പന്ത്രണ്ട് കഴിഞ്ഞു. ഇന്നിനി ഉറക്കം വരുമോ.?

6

ഇന്നലെ വൈകി ഉറങ്ങിയതു കൊണ്ടോ മറ്റോ വല്ലാത്ത ക്ഷീണം തോന്നുന്നു. പത്രം വായിച്ച കൊണ്ടിരുന്നപ്പോ അമ്മ ഒരു ഗ്ലാസ് ചായയുമായി എത്തി. പത്രം വായിക്കുന്നതോടൊപ്പം ചായ കുടിക്കുന്ന ശീലം അമ്മ മറന്നിട്ടില്ല. അമ്മ അടുത്തിരുന്നു. ഇന്ന് കോളേജിലേക്ക് തിരിച്ച പോകുകയാണ്. അമ്മയ്ക്ക് എന്തോ പറയാനുണ്ട്. ആനന്ദൻ പത്രം മാറ്റി വെച്ച് അമ്മയുടെ കൈ പിടിച്ച് പതിയെ തടവി.

"അമ്മ പേടിക്കണ്ട. മാക്സിമം ഒരു കൊല്ലം.പിന്നെ അമ്മ ആഗ്രഹി ക്കുന്നതുപോലെ എന്റെ വിവാഹം. പോരെ.?"

"എനക്കത് കേട്ടാ മതി. ഇനി ഇഞ്ഞെപ്പാ ഇങ്ങോട്ട്? ഇനിക്ക് ആയിച്ചക്ക് ഒന്ന് ബന്നങ്ങ് പോയാലെന്താ...?"

"കോളേജിലെത്തിയാപ്പിന്നെ തെരക്കോട് തെരക്കാ... എന്നാലും ഞാൻനോക്കട്ടെ..."മറുപടി അമ്മ ഒരു നീണ്ട നെടുവീർപ്പിലൊതുക്കി. ആനന്ദൻ അമ്മയുടെ കൈയിലെ നീല ഞരമ്പിൽ തലോടി. അകത്ത് ഫോൺ ബെൽ അടിക്കുന്നു. എന്നെയായിരിക്കുമോ?. ഇനി ഒരു പക്ഷേ.

രജനിയേടത്തി ഫോൺ അറ്റന്റ് ചെയ്യുന്നുണ്ട്.

"ആനന്ദാ... നിനക്കൊാര് ഫോൺ..."

"ഹലോ."

"സാർ... ഞാൻ ജെന്നിയാ."

"ഹായ് ജെന്നി... എന്തൊാക്കെയുണ്ട്?"

"ഓ സമാധാനം. സാറെന്നെ മറന്നില്ലല്ലോ?.. അതാരാ ഫോൺ അറ്റന്റ് ചെയ്യ്യേ...?"

"ഏടത്തിയമ്മയാ..."

"ഏടത്തി അമ്മേടെ പേരെന്താ?"

"രജനി"

"സാറിന്റെ അമ്മക്ക് സുഖം തന്നെയെല്ലേ?"

"സുഖമാണ് ജെന്നി..."

“മാർക്കേസിനെ വായിച്ച കഴിഞ്ഞോ?”

“പകുതിയെത്തി... വീട്ടിലെത്തിയാ പലവിധ തിരക്കും കാണം. ജെന്നി വായിച്ച് കഴിഞ്ഞോ?”

“വായിച്ചു... ഒരസാധാരണ നോവൽ...”

“അതങ്ങനെയെ വരൂ... ഞാൻ വായിച്ച പൂർത്തിയാക്കട്ടെ. എന്നിട്ട് നമുക്ക് വിശദമായി സംസാരിക്കാം...”

“ആനന്ദൻ ശങ്കർ എന്ന പേരിൽ എഴുതുന്ന ആള് സാറല്ലേ?... അതെന്തിനാ അന്നെന്നോട്ട് മറച്ചവെച്ചത്....”

“സ്വയം ഒരെഴുത്തുകാരനാണെന്ന് ഇതു വരെ കരുതിയിട്ടില്ല. പിന്നെ എന്തോ? ആനന്ദൻ ശങ്കർ എന്ന എഴുത്തുകാരനെക്കുറിച്ച് ജെന്നി എന്തെങ്കിലും തുറന്ന് പറയുന്നെങ്കിൽ പറയട്ടെ എന്നും വിചാരിച്ച്... ആകട്ടെ ജെന്നി ഇതൊക്കെ എവ്ട്ന്ന് മനസിലാക്കി?”

“സാർ എവിടെ പഠിച്ചു. സാറിന്റെ റിസർച്ച് വിഷയം... അതൊക്കെ എനിക്കറിയാം.”

“ഇപ്പം ജെന്നിയുടെ ഗവേഷണം എന്നെക്കുറിച്ചായോ?”

“അങ്ങനെയല്ല... തിരുവനന്തപുരത്തുള്ള എന്റെ ഒരു ഫ്രണ്ടിനെ ക്കുറിച്ച് പറഞ്ഞില്ലേ? അവളുടെ ആന്റി സിസിലി ജേക്കബ് സാറിന്റെ കോളജിലാ പഠിപ്പിക്കുന്നേ?”

“സിസിലി ജേക്കബ്! ഫിസിക്സ് ഡിപ്പാർട്മെന്റിലെ സിസിലിയാണോ?”

“അതെ സാർ...”

“ജെന്നിയുടെ സുഹൃത്തിന്റെ പേരെന്താ?”

“സോഫി കുര്യാക്കോസ്... സാറിനെ ട്രെയിനിൽ വെച്ച് കണ്ടതും. ഒരേ പുസ്തകം വായിച്ച കൊണ്ടിരുന്ന സംഭവവും ഫോണില്ലൂടെ ഷെർ ചെയ്തിരുന്നു... അൽപം കഴിഞ്ഞ് അവളെന്നെ തിരിച്ച വിളിച്ച് ഇക്കാര്യ മൊക്കെ പറഞ്ഞു...”

“നിങ്ങളെ ഞാൻ സമ്മതിച്ചിരിക്കുന്നു. സ്ത്രീകൾക്ക് ഒരു സിക്ത് സെൻസുണ്ടെന്ന് പലപ്പോഴും കേട്ടിട്ടുണ്ട്... അതവിടെ നിൽക്കട്ടെ. ഞാനിന്ന് തിരിച്ച പോകും ജെന്നി.”

“ഹാവ് എ നൈസ് ജേണി...”

“താങ്ക്യൂ”

“ഫോൺ വെക്കല്ലേ... എനിക്ക് സാറിന്റെ ഒരു സഹായം വേണം.”

"എന്താണ് വേണ്ടത് ജെന്നി...?"

"ഡി.എച്ച്.ലോറൻസിനെക്കുറിച്ചുള്ള പഠനങ്ങൾ... ബയോഗ്രഫിക്കൽ വർക്സ്. ഇത് സംബന്ധിച്ച് എന്തെങ്കിലും ഉണ്ടെങ്കിൽഎനിക്ക് കിട്ടിയാൽ കൊള്ളാം. എന്റെ കൈയിലുള്ളവർക്കകളുടെ ലിസ്റ്റ് ഞാൻ സാറിന് എഴുതിയയക്കാം..."

"കുറച്ച പുസ്തകങ്ങൾ എന്റെ ശ്രദ്ധയിൽ പെട്ടിട്ടുണ്ട്. കോളേജിലെത്തി ഞാനൊന്ന് നോക്കട്ടെ. ഒരു വിധം പുസ്തങ്ങളൊക്കെ നിങ്ങളുടെ ഡിപാർട്ട്മെന്റ് ലൈബ്രറിയിൽ നിന്നു കിട്ടും."

"ശരിയാ സാർ... എന്റെ ഗൈഡ് ചില പുസ്തങ്ങളുടെ ലിസ്റ്റ് തന്നു. പക്ഷേ, അതിൽ പലയും ഡിപാർട്ട്മെന്റ് ലൈബ്രറിയിൽ കാണാനില്ല... സാറെനിക്ക് കോൺടാക്ക് നമ്പർ തരണം.ഐ മീൻ കോളജ് കോണ്ടേക്റ്റ് നമ്പർ... സാറെന്റെ നമ്പർ ഒന്ന് നോട്ട് ചെയ്യണം. ഇൻ കെയ്സ് സാറിന് എന്തെങ്കിലും ഒരു ഇൻഫർമേഷൻ പാസ്ചെയ്യാനുണ്ടെങ്കിൽ."

"ശരി എന്റെ കോളജ് കോൺടാക്ക് നമ്പർ നോട്ട് ചെയ്യോള.... ... ഇനി ജെന്നിയുടെ നമ്പർ"ആനന്ദൻ നമ്പർ കുറിച്ചെടുത്തു.

"സാറിന് ഇപ്പോ തോന്നുന്നുണ്ടാകും.... ട്രെയിനിൽ നിന്നും പരിചയ പ്പെട്ടത് ഒരു ബാധ്യതയായയോ എന്ന്.?"

"ഹേ അങ്ങനെയൊന്നുമില്ല... സഹായിക്കാൻ കഴിഞ്ഞാൽ സന്തോ ഷമേയുള്ള."

"താങ്ക്യൂ സാർ..."

"താങ്ക്യൂ ജെന്നി."

ഫോൺ വെച്ച് ഒരുഗ്ലാസ് വെള്ളം കുടിക്കാൻ അടുക്കളയിലേക്ക് ചെന്നപ്പോൾ രജനിയേടത്തി ഒന്ന് രണ്ട് തവണ കണ്ണിലേക്ക് നോക്കി. ആ നോട്ടം അവഗണിച്ച് വെള്ളം കുടിച്ചു.

"അതാരാ ആനന്ദാ ഇത്രേരോം ബിളിച്ചത്...?"അമ്മ തിരക്കി

"അത് ഒര് ടീച്ചറാണമ്മേ..."ടീച്ചറാണെന്ന് പറഞ്ഞാൽ അമ്മ പിന്നെ ഒന്നും ചോദിക്കില്ല. ജെന്നിയുടെ വിളി മനസ്സിന് ആശ്വാസം നൽകി... മനസ്സിൽ പ്രസരിപ്പിന്റെ ഇടി. ജെന്നി നീ ആവശ്യപ്പെട്ടതൊന്നും ബാധ്യതയല്ല... ഇനി ബാധ്യതയാണെങ്കിൽ അതൊരു സുഖകരമായ ബാധ്യതയാണ്... അന്തരീക്ഷത്തിന് ച്ചൂട് പിടിച്ച തുടങ്ങിയിരുന്നു. പുറത്ത് കത്തിയെരിയുന്ന വെയിലാണ്.

7

നാട്ടിൽ നിന്ന് രാവിലെയെത്തി. നേരം തെളിഞ്ഞു തുടങ്ങിയി ട്ടേയുള്ളൂ. റെയിൽവേസ്റ്റേഷന് പുറത്ത് കടന്നപ്പോൾ സുഖകരമായ കാറ്റം തണുപ്പം. ഫുട്പാത്തിലൂടെ നടന്നപ്പോൾ കറുപ്പുടുത്ത രണ്ട് മൂന്ന് അയ്യപ്പഭക്തർ. വൃശ്ചികാരംഭമാണെന്ന് അപ്പോഴാണ് ഓർത്തത്. ഉച്ചവരെ അവധിയായിരിക്കുമെന്ന് പ്രഫ. ഇഗ്നേഷ്യസിനെ നേരത്തെ അറിയിച്ചത് നന്നായി. ക്വാട്ടേർസ്ലിലെത്തി ഡ്രസ് മാറി കാല്യം മുഖവ്യം കഴുകി കിടന്നതേ ഓർമയുള്ളൂ. അവ്യക്തമായ പകൽ സ്വപ്നങ്ങൾ. പുറത്ത് എന്തോ വീഴുന്ന ശബ്ദം കേട്ട് ഉണർന്നു. മേശപ്പുറത്തേ ടൈം പീസിലേക്ക് നോക്കി. സമയം പതിനൊന്ന്. കുളി കഴിഞ്ഞപ്പോൾ ക്ഷീണമാക്കെ മാറി. തന്നെ കാത്ത് അന്നത്തെ പത്രം കിടക്കുന്നുണ്ട്.

"സാറെപ്പൊ എത്തി"

തൊട്ടപ്പുറത്തെ വീട്ടിൽ താമസിക്കുന്ന തോമസാണ്. കോളജ് കാന്റീൻ നടത്തുന്ന മത്തായിച്ചേട്ടനെ കൂടാതെ തന്റെ ഒരേയൊരു സന്ദർശകൻ.

"രാവിലെയെത്തി തോമസ് ചേട്ടാ. ഇന്നലത്തെ ഉറക്കം ശരിയായി ല്ല. ഒന്ന് കിടന്നു. ഇപ്പഴാ എഴുന്നേറ്റത്. ചേട്ടൻ ഇരിക്ക്..."

"ഇരിക്കുന്നില്ല. സാറിനെ രണ്ട് മൂന്ന് ദിവസമായില്ലേ കണ്ടിട്ട്. അതുകൊണ്ട് ഒന്ന് വന്നന്നേയുള്ളൂ. വൈകീട്ട് കാണാം..."

"ശരി"

തോമസ് കോൺട്രാക്കറാണ്. വിവാഹം കഴിച്ചിട്ട് അഞ്ച് വർഷം കഴിഞ്ഞെങ്കിലും കുട്ടികളില്ല.

"ഞങ്ങൾ കാണിക്കാത്ത ഡോക്ടർമാരില്ല... മേരി നല്ലവളാണ്. അവളെ വിടാനും തോന്നുന്നില്ല. ചിലപ്പോ അതായിരിക്കും കർത്താവി ന്റെ നിശ്ചയം... അല്ലേ സാർ" മദ്യത്തിന്റെ ബലത്തിൽ അത് പറയു മ്പോൾ തോമസിന്റെ നീറ്റൽ പുറത്ത് വരും. തോമസിന്റെ വീടിന്റെ മുൻപിലെ ഇടവഴിയിലൂടെയാണ് എന്നും കോളേജിലേക്ക് പോകുന്നത്. അതു വഴി പോകുമ്പോൾ ഗ്രിൽസിനപ്പുറത്ത് നിൽക്കുന്ന മേരിയുടെ നോട്ടം തന്നെ പിന്തുടരുന്നതായി തോന്നാറുണ്ട്.

പത്രം മാറ്റിവെച്ച് അകത്തെ ചുമരിൽ പതിച്ച ടൈം ടേബിളിലേക്ക് നോക്കി. ഉച്ചയ്ക്ക് ശേഷം എം എ പ്രീവിയസിനാണ് ക്ലാസ്. ഹോപ്ക്കിൻ സിന്റെ കവിതകളാണ് പഠിപ്പിക്കേണ്ടത്. റേക്കിൽ നിന്ന് ഹോപ്ക്കിൻ സിന്റെ കവിതകളെക്കുറിച്ചുള്ള പഠനങ്ങൾ അടങ്ങിയ റ്റാന്റിയെത്ത് സെൻചറി ക്രിട്ടിസിസം എടുത്ത് നേരെത്തെ അടയാളപ്പെടുത്തിയ

ഭാഗങ്ങൾ വായിച്ചു.

കോളേജിലേക്ക് പുറപ്പെടാൻ നേരത്താണ് പാതി വായിച്ച് നിർത്തിയ ലോർക്കയുടെ 'Dona Rositta The Spinster' ശ്രദ്ധയിൽ പെട്ടത്. ആരോ പെൻസിൽ കൊണ്ട് മാർക്ക് ചെയ്ത ഭാഗം കൗതുക ത്തോടെ വായിച്ചു

"Two eyes

That make the darkness bright

whose lashes are vines

where daylight sleeps"

ജനറൽ ലൈബ്രറിയിൽ നിന്നെടുത്ത കോപ്പിയാണ്. ഏതോ കാമുക ഹൃദയം അടയാളപ്പെടുത്തിയ വരികൾ. അയാൾ ജെന്നിയെ ഓർത്തു.

8

ക്ലാസല്പം നീണ്ടു പോയിരുന്നു. സ്റ്റാഫ് റൂമിൽ പ്രഫ. കെ ജി ആറും, പ്രഫ. ചെറിയാൻ ടി വർഗീസും പുതുതായി ജോയിൻ ചെയ്ത റോസി ഫിലിപ്പും മാത്രമേ ഉണ്ടായിരുന്നുള്ളൂ.

"വീട്ടിൽ അമ്മയ്ക്കൊക്കെ സുഖമല്ലേ ആനന്ദൻ?" കെ ജി ആറാണ്

"സുഖമാണ് സാർ..."

"ഇങ്ങനെ ക്ലാസ്,കുട്ടികൾ എന്ന് വിചാരിച്ച് നടന്നാൽമതിയോ ആനന്ദൻ. നമുക്ക് പറ്റിയ ആളെ കണ്ടെത്തണ്ടേ... ഞങ്ങൾ ശ്രമി ക്കണോ?" ചെറിയാൻ സാറിന്റെ പതിവ് ചോദ്യം.

"സാറന്വേഷിക്ക്."സ്റ്റാഫ് റൂമിൽ നിന്ന് ഇറങ്ങുമ്പോഴേക്കും സാരത് മറക്കമെന്ന് ആനന്ദനറിയാം. ഒരു ഗ്രന്ഥക്കെട്ടുമായിട്ടാണ് ക്ലാസിലേക്ക് പോകുക. ഓരോ പുസ്തകത്തിന്റെയും സവിശേഷത തന്റെ മുൻപിലിരി ക്കുന്ന വിദ്യാർത്ഥികൾക്ക് പറഞ്ഞു കൊടുക്കും.

"ഞങ്ങളിറങ്ങട്ടെ ."കെ ജി ആറും ചെറിയാൻ സാറും പുറത്തിറങ്ങി.

"റോസി എന്താ ഇത്ര മുഴുകി വായിക്കുന്നത്?"

"ടോണി മോറിസന്റെ ഒര് നോവലാ. സാറിന്റെ കൈയിൽ നല്ലാര കലക്ഷനുണ്ടെന്ന് മേരിക്കുട്ടിടീച്ചർ പറഞ്ഞു."

"ഹേയ് അത്ര വലിയ കലക്ഷനൊന്നുമല്ല."

"മേരിക്കുട്ടി ടീച്ചറുടെ വീടിനടുത്തല്ലേ സാർ താമസിക്കുന്നത്."

"അതേ റോസി."

    ആനന്ദയാനം

പുറത്തേക്കിറങ്ങാനായി എഴുന്നേറ്റപ്പോഴാണ് ബി.എ ഫൈനൽ ഇയറിന് പഠിക്കുന്ന ചാന്ദിനി ഭട്ടും ഹിമശ്രിയും കയറി വരുന്നത്. രണ്ട പേരും നന്നായി വായിക്കുന്ന കുട്ടികളാണ്. ഇപ്രാവശ്യത്തെ റേങ്ക് പ്രതീക്ഷയാണ് ചാന്ദിനി. ചാന്ദിനിയുടെ കണ്ണുകളിൽ നേരിയ പരിഭ്രമം.

"എന്താ രണ്ട പേരും?" അവർ റോസി ഫിലിപ്പിനെ നോക്കി.

"സാർ... ഇത് ചാന്ദിനിയെഴുതിയ രണ്ട്കഥകളാണ്. ഇതിൽ നിന്നും ഒന്ന് സാർ സെലക്ട് ചെയ്യണം. ഒരു മൽസരത്തിനയക്കാനാണ്." ഹിമശ്രി മുഖവ്വരയിട്ടു.

"എന്തെങ്കിലും തിരുത്താനുണ്ടെങ്കിൽ സാർ അത് പ്രത്യേകം അടയാളപ്പെടുത്തണം." ചാന്ദിനി കൂട്ടിച്ചേർത്തു. ചാന്ദിനി ഭട്ട് കോളജ് മാഗസിനിൽ എഴുതിയ കഥ വായിച്ചിയിരുന്നു. ആ കഥയെ എടുത്തു പറഞ്ഞ് ക്ലാസിൽ അവളെ അനുമോദിച്ചത് ഓർമ വന്നു.

"എപ്പോഴാണ് ചാന്ദിനി ഇത് വേണ്ടത്?"

"രണ്ട മൂന്ന് ദിവസം കൊണ്ട് കിട്ടിയാൽ മതിസാർ."

"ശരി. ഞാനൊന്ന് വായിച്ച നോക്കട്ടെ.."

"ഇവർ ബി എ ഫൈനൽ ഇയറിന് പഠിക്കുന്ന കുട്ടികളാണ്. ധാരാളം വായിക്കും. റോസിക്ക് അവിടെ ക്ലാസില്ലല്ലോ?"

"ഇല്ല സാർ"

"ഞാനിറങ്ങട്ടെ റോസി."

"ശരി സാർ. ഞാൻ ഫിസിക്സ് ഡിപാർട്മെന്റിലെ ജലജയെ വെയിറ്റ് ചെയ്യുകയാണ്."

വരാന്തയില്ലൂടെ നടക്കുമ്പോൾ കാംപസിലേക്ക് നോക്കി. കേന്റീന ട്ടുള്ള ആൽത്തറയിൽ കുറച്ച് ആൺകുട്ടികളും പെൺകുട്ടികളും ഇരി ക്കുന്നുണ്ട്. പ്രണയം വിരിയുന്നതും കൊഴിയുന്നതും അവിടെ വെച്ചാണ്. കാന്റീനിൽ രണ്ട മൂന്ന് കുട്ടികൾ ചായ കുടിക്കുന്നുണ്ട്. ആനന്ദനെ കണ്ടപ്പോൾ എഴുന്നേറ്റ് ചിരിച്ചു.

"നേതാക്കൾ എല്ലാവരും ഇല്ലല്ലേ?" കോളജ് യൂനിയൻ ഭാരവാ ഹികളാണ്.

"ചിലരൊക്കെ നേരത്തെ പോയി സാർ..."

"ഓ കെ..."

"മത്തായിച്ചേട്ടാ ഒരു ചായ"

ചായ കുടിച്ചിറങ്ങുമ്പോൾ മത്തായിച്ചേട്ടൻ പിറകെ വന്നു.

"സാറെ ഒന്ന് നിൽക്ക് ഒര് വിശേഷം ഉണ്ട്. ഏഴ് മണിയാകുമ്പോൾ ഞാനെത്താം..."

"ആയിക്കോട്ടെ"

എവിടെന്നോ മിലിട്ടറി കിട്ടിക്കാണം.അതാണ് മത്തായിച്ചേട്ടന്റെ വിശേഷം.

ഏഴ മണിക്ക തന്നെ മത്തായിച്ചേട്ടൻ എത്തി.

"മത്തായിച്ചേട്ടാ നമ്മുടെ വല്ലപ്പോഴുമുള്ള ഈ ഏർപ്പാട് മറ്റാരും അറിയണ്ട..."

"ഹേയ്... സാറിന്റെ നിലയും വിലയും എനിക്ക് നന്നായി അറിയില്ലേ?"

"ഇതെവിട്ന്ന് ഒപ്പിച്ചു?"

"എന്റെ ഒരനന്തരവൻ മിലിട്ടെറിയിലാ... അവൻ എപ്പോ വന്നാലും ഒരു ബോട്ടിൽ എത്തിച്ച് തരും." തടിച്ച് കുറിയ ശരീരവും നെഞ്ചിലാകെ രോമവും കുറകിയ വിരലുകളുമുള്ള മത്തായിച്ചേട്ടനെ ഒരിക്കൽ കണ്ടാൽ പിന്നെ ആരും മറക്കില്ല. കോളജിൽ അധ്യാപകനായി ജോലിയിൽ കയറിയ ദിവസം മുതലേ തന്റെ എല്ലാ കാര്യങ്ങളിലും ഒരു ബന്ധുവി നെപ്പോലെ ഇടപെടാറുണ്ട്. താമസിക്കുന്ന ക്വാർട്ടേഴ് സ് ശരിയാക്കിത്ത ന്നതും മത്തായിച്ചേട്ടൻ തന്നെ. മത്തായിച്ചേട്ടൻ ബാഗ് ഇറന്ന് കുപ്പി മേശപ്പുറത്ത് വെച്ചു.

"ഇത് അകത്ത് വെക്ക് സാറേ... ഇത് കുറച്ച് ചീനിപ്പഴക്കും മീൻ കറിയും... എന്റെ അന്നാമ്മയുടെ കൈപ്പുണ്യം സാറിനറിയാമല്ലോ?. ഇന്നത്തേക്ക് സാറിന് ഇത് മതിയാകും. കഞ്ഞിയും പയറും വെച്ചിനി സമയം കളയണ്ട..."

"ആയിക്കോട്ടെ മത്തായിച്ചേട്ടാ..."

മുറിയിൽപ്പോയി തിരിച്ച വരുമ്പോൾ മത്തായിച്ചേട്ടൻ അയയിൽ ആറാനിട്ടിരിക്കുന്ന ഷർട്ടും പേന്റ്സുമൊക്കെ എടുക്കുകയാണ്.

"അതൊക്കെ ഞാനെടുത്ത് വെക്കും ചേട്ടാ..."

"കുറച്ച കഴിഞ്ഞാൽ സാറിതങ്ങ മറക്കും... കാറ്റടിച്ച് താഴെ വീണാൽ പിന്നെയും പണിയാകും..."

മത്തായിച്ചേട്ടൻ പറഞ്ഞത് ശരിയാ... പലപ്പോഴും അങ്ങനെ സംഭ വിച്ചിട്ടുണ്ട്. ഡ്രസ് ഇുക്കിയിട്ട് മത്തായിച്ചേട്ടനെ അകത്തേക്ക് വിളിച്ചു.

"മത്തായിച്ചേട്ടനെന്താ തൊട്ട കൂട്ടാൻ വേണ്ടത്?"

"അച്ചാരോ മറ്റോ മതി."

"കുറച്ച് മീൻ ചാറും കപ്പയുമാകാം..."

"അത് സാറ് കഴിച്ചോ... ഞാൻ വീട്ടിലെത്തി കഴിച്ചോളാം... മത്താ യിച്ചേട്ടൻ ഉറച്ച വിരലുകൾ കൊണ്ട് അടപ്പ തുറന്ന് ഓൾഡ് മങ്ക് ഗ്ലാ സിലേക്ക് ഒഴിച്ചു.

"മത്തായിച്ചേട്ടാ ഒര് ചെറുത്..."

"സാറിന്റെ രീതി എനിക്കറിയാം..." മത്തായിച്ചേട്ടൻ തൊണ്ണൂറ് തന്റെ ഗ്ലാസിലൊഴിച്ച് അല്പം വെള്ളവും ചേർത്ത് ഗ്ലാസ് കൈയിലെടുത്തു.

"ചിയേർസ്."

ചിയേർസ് പറഞ്ഞതും ഗ്ലാസെടുത്ത് ചുണ്ടിൽ വെച്ച് ഒറ്റവലി. കാലി യാക്കിയ ഗ്ലാസ് മേശപ്പുറത്ത് വെച്ച് അൽപം നാരങ്ങ അച്ചാറ് തൊട്ട് നാവിലാക്കി. ആനന്ദൻ അത്രയും നേരം കൗതുകത്തോടെ മത്തായി ച്ചേട്ടനെ നോക്കി നിന്നു.

"നമ്മുടെ അയൽപക്കക്കാരൻ തോമസ് ഇങ്ങോട്ട് വരാറില്ലേ?"

"ഇന്ന് രാവിലെ ഇവിടെ വന്നു. എന്നെക്കണ്ടപ്പോൾ കയറിയതാണ്. ഇരുന്നില്ല.

"നല്ല മനസ്സുള്ളോനാ തോമസ്. പണവും ആവശ്യത്തിലേറെ... പറഞ്ഞിട്ടെന്താ കുട്ടികളില്ല. ദൈവം എല്ലാവർക്കും എല്ലാ സൗഭാഗ്യോം കൊടുക്കില്ല. സാറിന്റെ ഡിപ്പാർട്ട്മെന്റില് പുതുതായി ചേർന്ന ആ കൊച്ചില്ലേ... എന്താണതിന്റെ പേര്?"

"റോസി ഫിലിപ്പ്. നല്ല ക്ലാസാ... കുട്ടികൾക്ക് വളരെ ഇഷ്ടാ..."

"ആ കുട്ടിയുടെ കാര്യം നോക്ക്. അവളുടെ കെട്ടിയോനോ അവന്റെ തള്ളയോ ഒര് സൈ്വര്യം കൊടുക്കില്ല..." അത്രയും പറഞ്ഞു മത്തായിച്ചേ ട്ടൻ ഒന്ന് കൂടി ഒഴിച്ചു. ലഹരി കയറിയാൽ മത്തായിച്ചേട്ടൻ കഥകളുടെ കെട്ടഴിക്കും.

"സാറേ ഞാൻ പറഞ്ഞു വന്നത് ആ റോസിയുടെ കാര്യമല്ലേ...? അവളുടെ കെട്ടിയവൻ എന്റെ അന്നാമ്മയുടെ വീടിനടുത്താ... അവളെ കെട്ടിയത് ആരാണെന്നറിയോ? കൊളമ്പിൽ ജോണി. ടൗണിൽ രണ്ട് മൂന്ന് കെട്ടിടങ്ങളുണ്ട്. സ്വന്തമായി നടത്തുന്ന ഒരു റസ്റ്റോറന്റും. അങ്ങനെ പലയും. പക്ഷേ, ഒര് വകക്ക് കൊള്ളില്ല... നല്ല ഐശ്വര്യമുള്ള ആ കൊച്ചിനെ കണ്ട് ഇഷ്ടപ്പെട്ട് കഴിച്ചതാ..."

"റോസിക്ക് നല്ല വിദ്യാഭ്യാസവും നല്ല ജോലിയും... പിന്നെ"

"വിവാഹം കഴിക്കുമ്പോ ജോലിയൊന്നുമില്ല. ആ കൊച്ചിന്റെ തന്ത

നേരെത്തെ പോയി... ഇങ്ങനെയൊരു ആലോചന വന്നപ്പോൾ ആ തള്ള അങ്ങ് സമ്മതിച്ചു. ആ കൊച്ചിന് എങ്ങും പോയിക്കൂടാ. ആരെയും ഫോണിൽ വിളിച്ചേടാ... ആദ്യം ജോലിക്ക് പോകാൻ വിട്ടില്ല. ഇടവക യില അച്ചനൊക്കെ ഇടപെട്ട്. സമ്മതിപ്പിച്ചതാ..."

"ശരിക്കും എന്താ പ്രശ്നം."

"സംശയം. അവന് പല സ്ത്രീകളുമായും ബന്ധമുള്ള കാര്യം എല്ലാ വർക്കും അറിയാം... ആ കൊച്ചം അവനെപ്പോലെ തന്നയാ എന്നാണ് അയാളുടെ വിചാരം... ഒരിക്കൽ വലിയ പ്രശ്നമായി. ഒരുദിവസം ആ കുട്ടി ആരെയോ വിളിക്കാനായി ഫോണെടുത്തു. ആ തള്ള ചോദിച്ച് നീ ഇതാർക്കാ ഇടക്കിടെ ഫോൺ വിളിക്കുന്നേന്ന്... ഒരു മൂപ്പിന് ആ കൊച്ച് പറഞ്ഞ് എനിക്കിഷ്ടമുള്ള ആൾക്ക്. അതിനല്ല നിന്നെ എന്റെ മോൻ കെട്ടിയെതെന്ന് തള്ളയും... തർക്കായി. ബേബിയെത്തി.വഴക്കായി. അടിയായി... കൊച്ച് അന്ന തന്നെ അവളുടെ വീട്ടിൽ പോയി... പിന്നെ ആരെക്കെയോ ഇടപെട്ട് യോജിപ്പിലായി." അത്രയും പറഞ്ഞ് മത്തായി ചേട്ടൻ ഒന്നുകൂടി ഒഴിച്ചു. "സാറേ, ഇത് ലാസ്റ്റ്..." ആനന്ദൻ കേട്ടതൊക്കെ ശരിയാണോ എന്ന അർത്ഥത്തിൽ മത്തായിച്ചേട്ടനെ നോക്കി...

"പറഞ്ഞതൊക്കെ ശരിയാ... മേരിക്കുട്ടി ടീച്ചർക്കും മറ്റം കാര്യമറി യാം. സാറിത് ആരോട്ടം ചോദിക്കാനൊന്നും പോകണ്ട... ..."ഗ്ലാസ് കാലിയാക്കി മത്തായിച്ചേട്ടൻ പോകാനെഴുന്നേറ്റ.

"സാറെ രാത്രി യാത്രയില്ല..."യാത്ര പറഞ്ഞ് മത്തായിച്ചേട്ടൻ ടോർച്ച് മിന്നിച്ച് നടന്ന പോകുന്നത് നോക്കി ആനന്ദൻ ഇരുന്ന. അയാൾ തന്റെ കുട്ടിക്കാലത്ത് നാടിന്റെ കഥകൾ പറയാനെത്തിയ ഗോവിന്ദൻ ഇരുക്കളെ ഓർത്തു...

9

ഉച്ചയ്ക്ക് ശേഷമുള്ള ആദ്യ ക്ലാസ് കഴിഞ്ഞ് സ്റ്റാഫ് റൂമിലെത്തിയ പ്പോഴാണ് ഫാദർ സണ്ണി ജോസഫ് വന്നമ്പ്വേഷിച്ച എന്നറിഞ്ഞത്. തന്നെ കാത്ത് ഫാദർ ഓഫിസിലിരിക്കുന്നുണ്ട് എന്ന് പ്യൂൺ സേവ്യർ പറഞ്ഞതനുസരിച്ച് അങ്ങോട്ട് ചെന്ന. ഫാദർ സണ്ണി തിരുവനന്തപുര ത്ത് എപ്പോൾ വന്നാലും ആനന്ദനെ കാണാതെ മടങ്ങില്ല. തൃശ്ശൂരിൽ പി ജി ക്ക് പഠിക്കുന്ന കാലം മുതലേയുള്ള ബന്ധം. സെമിനാരിയിൽ പഠനം നടത്തുന്നതിനിടയിലാണ് പിജിക്ക് ചേർന്നത്. പി ജി പഠനം കഴിഞ്ഞ് രണ്ട വർഷം കഴിഞ്ഞൊണ് അച്ചൻ പട്ടം കിട്ടിയത്. ഡോ.എ ഡ്മണ്ട് പീറ്റേഴ്സിന്റെ കീഴിൽ റിസർച്ച് പൂർത്തിയാക്കിയ സമയത്താണ് ഫാദർ സണ്ണിയുടെ കത്ത് കിട്ടുന്നത്. സെയിന്റ് അലോഷ്യസിൽ

ഇംഗ്ലീഷ് ലക്ചറർ പോസ്റ്റിന് അപേക്ഷിക്കാൻ. ജോലി കിട്ടുമെന്നറ പ്പില്ലാതെയാണ് അപേക്ഷിച്ചതും ഇന്റർവ്യൂവിന് ഹാജരായതും. ജോലി കിട്ടിക്കഴിഞ്ഞപ്പോൾ ആദ്യം ചെന്ന് കണ്ടതും ഫാദറെത്തന്നെ.

"ആനന്ദന് തോന്നും എന്റെ റക്കമെന്റേഷനിലാണ് ജോലി കിട്ടിയ തെന്ന്... ആനന്ദന്റെ കഴിവ് ബോർഡിനും മാനേജ്മെന്റിനും ബോധ്യ പ്പെട്ടതിന്റെ അടിസ്ഥാനത്തിലാണ് ജോലി കിട്ടിയത്."എല്ലാറ്റിനും നന്ദി പറഞ്ഞപ്പോൾ ഫാദറിന്റെ പ്രതികരണം. പി ജി പഠന കാലത്ത് തനിക്കുണ്ടായ തകർച്ചയിൽ നിന്ന് കരകയറ്റിയതും സണ്ണി തന്നെ. തനെക്കാൾ രണ്ട് മൂന്ന് വർഷത്തെ സീനിയറായിട്ടും അന്ന് പേരെ വിളിച്ചിരുന്നല്ല. ഫാദറുടെ ജീവിതത്തിലും മാറ്റങ്ങളുണ്ടായി. പഠിച്ച കോളേജിൽ അധ്യാപകനായി... ഹോസ്റ്റൽ വാർഡനായി...

ഓഫീസിൽ ചെല്ലമ്പോൾ ഫാദർ സണ്ണി സൂപ്രണ്ട് ദേവസ്യ സാറോട് സംസാരിക്കുകയായിരുന്നു. ആനന്ദനെക്കണ്ടപ്പോൾ സംസാരം നിർത്തി അടുത്തു വിളിച്ചു. പിന്നെ തിരുവസ്ത്രത്തിൽ ചേർത്തു നിർത്തി.

"സുഖമല്ലേ ആനന്ദൻ..."

"സുഖമാണ് ഫാദർ..."

"ഇന്നിനി ക്ലാസില്ലല്ലോ.?"

"ഇല്ല"

"നമുക്ക് ലൈബ്രറി ഹോളിൽ പോയി അൽപം സംസാരിക്കാം"

"ഫാദറിന്റെ നേത്യത്വത്തിലുള്ള കാരുണ്യ സൊസൈറ്റിയൊക്കെ എങ്ങനെ പോകുന്നു?"

"നന്നായിപ്പോകുന്നു."

"ഫാദർ ഒര് മുന്നറിയിപ്പില്ലാതെ ഇവിടെ..."

"എന്റെ ഒര് ബ്രദർ ഇവിടെയാണ് താമസം. ഞാൻ പറഞ്ഞിട്ടുണ്ടാ കും ഡോ. ജെയിംസ് ജോസഫിനെക്കുറിച്ച്... അദ്ദേഹത്തിന്റെ പേരക്കി ടാവിന്റെ മാമോദിസ ചടങ്ങിന് എത്തിയതാ."

"അപ്പോൾ തൃശ്ശൂരിലുള്ള ഡോ. ഡെന്നി ജോസഫ്..."

"അയാൾ എന്റെ നേരെ മൂത്ത ബ്രദർ... മറന്നില്ല.അല്ലേ?"

"എങ്ങനെ മറക്കാനാ ഫാദർ..."ഫാദർ എന്തുകൊണ്ടോ ആ സംഭാഷണം മുന്നോട്ട് കൊണ്ടുപോയില്ല. അദ്ദേഹം പെട്ടെന്ന് വിഷയം മാറ്റിയെങ്കിലും ആനന്ദൻ പിജി പഠന കാലത്തേക്ക് മനസ്സ് ഇടറി വീണു. കോളേജ് ഹോസ്റ്റലിന്റെ പനിപിടിച്ച ഇടനാഴി. തൊട്ട് മുൻപിലെ ദ്രവിച്ച

ഇടങ്ങിയ മഞ്ഞ കെട്ടിടം. പേബാധിച്ച സന്ധ്യയുടെ വിളറിയ വെളിച്ചം.

"ആനന്ദൻ എന്താണ് ഓർക്കുന്നതെന്ന് മനസ്സിലായി. ആ കാല ത്തേക്ക് ഇനി തിരിച്ച പോകേണ്ട..."

ആനന്ദൻ ഒരു നിമിഷം ചിന്തയിൽനിന്നുണർന്നു.

"ഇല്ല ഫാദർ"

"ആനന്ദൻ , ഞാൻ ഇന്ന് തന്നെ തൃശൂരിലേക്ക് തിരിച്ച പോകും. God bless you."

"താങ്ക്യ ഫാദർ"

"ആനന്ദൻ സാർ. സാറിനൊരു ഫോണുണ്ട്."

ഫാദർ സണ്ണിയെ കണ്ട് തിരിച്ച് സ്റ്റാഫ് റൂമിലേക്ക് നടക്കുമ്പോഴാണ് പ്യൂൺ സേവ്യർ വന്ന് വിളിക്കുന്നത്. ചിലപ്പോൾ മോഹനേട്ടനായിരി ക്കും. മറ്റാരും കോളജിലേക്ക് വിളിക്കാറില്ല.

"ഹലോ?"

"ആനന്ദൻ സാറല്ലേ? ഞാൻ ജെന്നിയാ..."ജെന്നി.

"എന്താ ജെന്നി?"

"സംശയിച്ചാ വിളിച്ചത്... സാർ ക്ലാസിലോ മറ്റോ ആയിരിക്കോ എന്നൊരു സംശയം."

"ഡി.എച്ച് ലോറൻസിനെക്കുറിച്ചുള്ള കുറച്ച പുസ്തകങ്ങൾ ഇവിട്ടത്തെ ലൈബ്രറിയിലുണ്ട്... അതൊക്കെ ജെന്നിയെ എവിടെ വെച്ചാ ഏൽപി ക്കേണ്ടത്?"

"അക്കാര്യം നേരിട്ട് പറയാനാണ് സാറിനെ വിളിച്ചത്.തേർഡ് സാറ്റർഡേ യൂനിവേഴ്സിറ്റി കോളജിൽ ഡി എച്ച് ലോറൻസിന്റെ നോവ ല്യകളെക്കുറിച്ച ഒരു ദേശീയസെമിനാറുണ്ടെന്ന് എന്റെ ഗൈഡ്പറഞ്ഞു. സാറിന് അതിനെക്കുറിച്ച്..."

"അറിയിപ്പ് ഒന്നും കിട്ടിയില്ല.അങ്ങനെയൊന്നുണ്ടെങ്കിൽ അറിയിപ്പ് വരും.അത്തരം സെമിനാറുകൾക്ക് പി ജി വിദ്യാർത്ഥികളെ അയക്കാറു ണ്ട്. ജെന്നി വരുന്നുണ്ടോ?"

"ഉറപ്പായും വരുന്നുണ്ട്."

"എങ്കിൽ നമുക്ക് അപ്പോൾ കാണാം."

"താങ്ക്യ സർ..."

"ജെന്നി ഈ 'സാർ' വിളി ഒന്ന് ഒഴിവാക്കിക്കൂടെ"

"പിന്നെ സാറിനെ എന്ത് വിളിക്കണം"

"ജസ്റ്റ് ആനന്ദൻ..."

"ആനന്ദൻ അതിലൊരു ഭംഗിയുണ്ട്. നാവിനെ നന്നായി ട്രെയിൻ ചെയ്യേണ്ടിവരും."

"താങ്ക്യൂ ഫോർ കോളിംഗ്"

"താങ്ക്യൂ... സർ"

ആനന്ദന്റെ മുഖത്ത് ചിരി പടർന്നു.

"എന്താ ആനന്ദൻ മുഖത്തൊരു പ്രസാദം..."

ഫോൺ കട്ട് ചെയ്ത് പുറത്തിറങ്ങുമ്പോൾ ഫൊനറ്റിക്സ് കൈകാര്യം ചെയ്യുന്ന ഡോക്ടർ ഡേവിഡ് ചോദിച്ചു.

"നാട്ടിൽ നിന്ന് ഒരു സുഹൃത്ത് വിളിച്ചിരുന്നു... ഡേവിഡ്"

ഡേവിഡ് പഠിച്ചത് പൂനയിലാണ്. മലയാള സിനിമയിൽ കുറച്ച കാലം തിളങ്ങി നിന്ന യുവ നടനെ ഓർമവരും ഡേവിഡിനെ കണ്ടാൽ. ലോംഗ് ബെൽ അടിക്കുന്നത് കേട്ടപ്പോഴാണ് എച്ച്.ഒ.ഡി സ്റ്റാഫ് മീറ്റിംഗ് ഉണ്ടെന്ന് പറഞ്ഞ കാര്യം ഓർത്തത്. ആനന്ദനും ഡേവിഡും വേഗം സ്റ്റാഫ് റൂമിലേക്ക് നടന്നു...

10

ക്വാർട്ടേഴ്സിലേക്ക് മടങ്ങുമ്പോൾ ജെന്നിയുടെ കത്ത് കീശയിൽക്കിടന്ന് മിടിക്കുന്നുണ്ടായിരുന്നു. ക്ലാസിലേക്ക് പോകുമ്പോഴാണ് തന്നെ ക്കാത്ത് ജെന്നിയുടെ കത്ത് മേശപ്പുറത്ത് കിടക്കുന്നത് കണ്ടത്. ഇതു വരെ വായിക്കാൻ കഴിഞ്ഞില്ല. തന്റെ സ്വകാര്യ നിമിഷത്തേക്കാണ് ആ കത്തെന്ന ഒരു തോന്നൽ. വീട്ടിൽ നിന്ന് വന്ന കത്താണെങ്കിലും ക്വാർട്ടേസിൽ എത്തിയാലെ വായിക്കൂ.

ക്വാർട്ടേർഴ്സിലെത്തിയ ഉടനെ ഡ്രസ് മാറി കത്ത് വായിക്കാൻ തുടങ്ങി.

പ്രായപ്പെട്ട സർ,

രാത്രി വളരെ വൈകിയാണ് ഈ കത്തെഴുതുന്നത്. സാറിപ്പോൾ ഉറങ്ങിക്കാണും. എനിക്കുറഹിക്കാം. കുറച്ച വായിക്കാനും നോട്ട്സ് കുറിച്ചെടുക്കാനും ഉണ്ടായിരുന്നു. അല്ലെങ്കിലും പന്ത്രണ്ട് മണി കഴിയും ഉറങ്ങാൻ. സാറിനെകണ്ടുമുട്ടിയത് നന്നായി. ഞാനോർക്കാറുണ്ട്.... ആ യാത്രയിലെ യാദ്ഛികതകൾ... അച്ഛനോടും അമ്മയോടും ഞാൻ സാറി നെക്കുറിച്ച് പറഞ്ഞിട്ടുണ്ട്. അവർ രണ്ട പേരും അധ്യാപകരാണ്. അച്ഛൻ നേരത്തെ റിട്ടയർ ചെയ്യു. അമ്മ ഈ വർഷം വിരമിക്കും. ജ്യേഷ്ഠൻ

എൻജിനീയറാണ്. ജോലി ഖത്തറിലാണ്. ഞാൻ എല്ലാ കാര്യങ്ങളും അവരുമായി ഷെയർ ചെയ്യാറുണ്ട്. ചെറുപ്പം തൊട്ടേയുള്ള ശീലം... ... സെമിനാറിന്റെ കാര്യം മറക്കരുത്. പുസ്തകങ്ങളുടെ കാര്യവും. സാറിന് നന്മകൾ നേരുന്നു. Good Night.... ...

With Luv

Jenny

കത്ത് ഒന്നു കൂടി വായിച്ച് ഡയറിയിൽ ഭദ്രമായി വെച്ച് വരാന്തയിൽ വന്നിരുന്നപ്പോഴാണ് മുറ്റത്തേക്ക് രണ്ടു പേർ കയറി വരുന്നത് കണ്ടത്. മേരിക്കുട്ടി ടീച്ചറും റോസി ഫിലിപ്പും.

"സാർ ഞങ്ങളുടെയൊന്നും വീട്ടിലേക്ക് വരില്ലല്ലോ? അതുകൊണ്ട് ഞങ്ങളിങ്ങോട്ട് വന്നു."മേരിക്കുട്ടി ടീച്ചർ മുഖവുരയായി പറഞ്ഞു.

"സന്തോഷം..."

"രണ്ടു പേരും ഇരിക്കണം."

"സാർ ഞങ്ങളെക്കണ്ട് ഒന്നമ്പരന്നപോലെ?"

"സത്യം. ഓർക്കാപ്പുറത്തുള്ള ഈ വരവ് കണ്ടപ്പോ ഒന്നമ്പരന്നു."

"റോസി എന്റെ അകന്ന ബന്ധുവാണ്. ചിലപ്പോൾ എന്റെ കൂടെ വീട്ടിൽ വരും.ഞാനിതിലെ എന്നും പോകുന്നതല്ലേ... റോസിയുടെ നിർബന്ധം കൊണ്ട് കയറിയതാ..."

"സാറിന്റെ ക്വർട്ടേഴ്സാണെന്ന് പറഞ്ഞപ്പോൾ ഒന്ന് കയറാമെ ന്ന് വിചാരിച്ചു... വിരോധമില്ലെങ്കിൽ സാറിന്റെ കലക്ഷൻസ് ഒന്ന് കാണണം."

"മേരിക്കുട്ടി ടീച്ചർ പറഞ്ഞത് റോസിയങ്ങ് വിശ്വസിച്ചു, അല്ലേ?"

"അതൊന്നുമല്ല റോസി..."

"എനിക്കറിയാം ടീച്ചർ."

"ശരി വരണം. ഇനി അത് കണ്ടില്ല എന്ന് വേണ്ട."ടീച്ചറും റോസിയും അകത്തേക്ക് ചെന്നു.

"നിങ്ങൾ നോക്ക്."

മേരിക്കുട്ടി ടീച്ചർ പഠിപ്പിക്കാനുള്ള പുസ്തകങ്ങളൊഴിച്ച് മറ്റൊന്നും വായിക്കാറില്ല. റോസിയോടൊപ്പം അവരുണ്ടായത് നന്നായി.മത്താ യിച്ചേട്ടൻ റോസിയെക്കുറിച്ച പറഞ്ഞ കാര്യം ഓർത്തു. ആനന്ദൻ റോസിയെ നോക്കി. റോസി ഓരോ റേക്കിലെയും പുസ്തകങ്ങൾ പ്രണ യാതുരതയോടെ നോക്കുകയാണ്. അവരുടെ വെളുത്ത് മെലിഞ്ഞ ഉടല്യം

നീണ്ട മുടിയിൽ നിന്ന് വരുന്ന ഷാംപുവിന്റെ പരിമളവും അവിടമാകെ നിറയുന്നതായിത്തോന്നി.

"സാർ ഈ പുസ്തകം ഞാനെടുക്കുന്നു."

ആനന്ദൻ പുസ്തകത്തിലേക്ക് നോക്കി. ബെൻ ഓക്രിയുട 'ദ ഫാമിഷ്ഡ് റോഡ്'

"ബെൻ ഓക്രിയുടെ ഒന്നും ഞാൻ വായിച്ചിട്ടില്ല. വായിച്ചാൽ ഉടനെ തിരിച്ചേൽപിക്കാം." ഒരു ക്ഷമാപണം പോലെ റോസി പറഞ്ഞു.

"അങ്ങനെ ഒരു എഴുത്തുകാരനെപ്പറ്റി ഞാൻ കേട്ടിട്ടേ ഇല്ല."മേരിക്ക ട്ടി ടീച്ചർ ജാള്യത്തോടെ പറഞ്ഞതുകേട്ട് ആനന്ദൻ ചിരിച്ചു. റോസിയും.

"എന്നാൽ ഞങ്ങളിറങ്ങുന്നു സാർ"

അവർ പുറത്തിറങ്ങി. പിന്നാലെ ആനന്ദനും.

അവർ പോയിക്കഴിഞ്ഞപ്പോൾ ആശ്വാസം തോന്നി. മനസ്സ് വീണ്ടും ജെന്നിയുടെ കത്തില്ലൂടെ സഞ്ചരിച്ചു. നിലാവിൽ പാറക്കൂട്ടങ്ങൾക്കിടയി ല്ലൂടെ ഒഴുകിയെത്തുന്ന അരുവിയുടെ പതിഞ്ഞ ഈണം. കാൽവിരല്ല കളിലെ തണുത്ത സ്പർശനം. 'ഇനിയും ഏറെ പോകാനുണ്ടോ?' അത് ജെന്നിയുടെ ശബ്ദമായിരുന്നോ?

11

ഡോ. അൻസാർ അഹമ്മദിന്റെ കീനോട്ട് അഡ്രസോടെ ഡി.എച്ച് ലോറൻസ് സെമിനാറിന് ഇടക്കമായി. നീണ്ട മെലിഞ്ഞ രൂപവും രൂപഭംഗിയുള്ള താടിയും കത്തിയെരിയുന്ന കണ്ണുകളും ഗംഭീര ശബ്ദവും അയാളെ മറ്റുള്ളവരിൽ നിന്ന് മാറ്റിനിർത്തി. "ഏ സൈക്കോ അനലിറ്റി ക്കൽ റീഡിംഗ് ഓഫ് ഡി.എച്ച് ലോറൻസ്"എന്ന വിഷയം ആഴത്തിൽ അപഗ്രഥിച്ചു. ഹൈദരബാദ് സെൻട്രൽ യൂനിവേഴ്സിറ്റിയിൽവച്ചെയുള്ള പരിചയം നേരത്തെയെത്തിയതു കൊണ്ട് പുതുക്കാനും കഴിഞ്ഞു. ഉച്ചയ്ക്ക് ലഞ്ച് വേളയിൽ ജെന്നിയെ പരിചയപ്പെടുത്താനും കഴിഞ്ഞു. കോളജിൽ നിന്ന് ഫൈനൽ പി ജിക്ക പഠിക്കുന്ന ഹബീബും രാജീവ്ക്ക മാറും ജോണിയും നാൻസിയും മീരയും മിനി തോമസും നേരത്തെയെ ത്തി ഇടം പിടിച്ചിരുന്നു. ജെന്നിയോട് സംസാരിക്കുമ്പോഴാണ് ചാന്ദിനി ഭട്ടും ഹിമശ്രീയും എത്തിയത്. ജെന്നിയെ അവർക്ക പരിചയപ്പെടുത്തി.

"മീറ്റ് മിസ് ജെന്നി... റിസർച്ച് സ്കോളറാണ്."

"സാറിന്റെ?"

ഹിമശ്രീക്ക് കൗതുകം അടക്കാൻ കഴിഞ്ഞില്ല.

"മൈ ഫ്രന്റ്..."

"ഹലോ മാം. അയാം ചാന്ദിനി ഭട്ട്."

"ചാന്ദിനി ഭട്ട് ഒര് എഴുത്തുകാരി കൂടിയാണ്." ആനന്ദൻ കൂട്ടിച്ചേർത്തു.

"റിയലി..."

"അയാം ഹിമശ്രീ..." ഹിമശ്രീ ജെന്നിക്ക കൈ നീട്ടി.

"ഗ്ലേഡ് റ്റ മീറ്റ യു ഓൾ..."

സെമിനാർ കഴിഞ്ഞ് തിരിച്ച വരുമ്പോൾ കരുതിയ പുസ്തകങ്ങൾ ജെന്നിയെ ഏൽപിച്ചു. മൂന്ന് പുസ്തകങ്ങൾ ഒഴികെ മറ്റെല്ലാം അവളുടെ കൈയിലുണ്ടായിരുന്നു.

"ഇതെപ്പോ സാറിനെ തിരിച്ചേൽപിക്കണം..."

"അടുത്ത വരവിൽ."

"എന്തായാലും സാറിനെ ഒന്ന് കാണണം. എന്റെ ഫസ്റ്റ് ഡ്രാഫ്റ്റ് ഏറെക്കുറെ പൂർത്തിയായി. എന്റെ ഗൈഡ് പറയാറുണ്ട് ജെന്നി നിന്റെ ഗ്രാമർ അത്ര സ്ട്രോങ്ങല്ലാ.. സാറൊന്ന് വായിച്ച് വേണ്ട നിർദ്ദേശം നൽകിയാൽ എനിക്ക് ആത്മവിശ്വാസത്തോടെ ഗൈഡിനെ എൽപിക്കാം."

"നോക്കാം.ജെന്നിയുടെ ഗൈഡിന്റെ പേര്?"

"ഞാൻ പറയാൻ വിട്ട പോയി. ഡോ.ജോസഫ് മേനാച്ചേരി."

"മേനാച്ചേരി... നല്ല പേര്"

"ജെന്നിയുടെ ട്രയിന്.?

"6.30 ന് "

"നമുക്ക് ഒരു കാപ്പി കുടിക്കാം. ജെന്നിക്ക് രാത്രി കഴിക്കാനുള്ള പാർസലും വാങ്ങാം..."

"സാർ ഇനിയെപ്പാ നാട്ടിൽ വരുന്നത്?"

കാപ്പി കുടിക്കുന്നതിനിടയിൽ ജെന്നി ചോദിച്ചു.

"അടുത്ത ആഴ്ച..."

"സാറിന് എന്റെ വീട് കാണണ്ടെ...? അച്ഛനും അമ്മയ്ക്കും സാറിനെ ഒന്ന് പരിചയപ്പെടണമെന്നുണ്ട്."

"അവരെക്കാണാൻ എനിക്കും ആഗ്രഹമുണ്ട്...."

"എങ്കിൽ സാർ അടുത്ത ആഴ്ച വീട്ടിലേക്ക് വരണം"

"ഉറപ്പ് പറയുന്നില്ല."

　　　　　　　ആനന്ദയാനം

ആനന്ദൻ ജെന്നിയുടെ കണ്ണുകളിലേക്ക് നോക്കി. ഏതോ ആശങ്ക
യുടെ അലകൾ ജെന്നിയെ അലട്ടുന്നതായിത്തോന്നി. കൂടുതലൊന്നും
ചോദിക്കാതിരിക്കുന്നതാണ് നല്ലത്.

"സാർ ഞങ്ങളുടെ വീട് എവിടെയാണെന്ന് ചോദിച്ചില്ലല്ലോ?"

"സിംപ്ൾ... ജെന്നി എഴുതിയ കത്തിൽ അഡ്രസ് ഉണ്ടായിരുന്നല്ലോ.
പോസ്റ്റ് തേഞ്ഞിപ്പാലം. പുത്തൻ പുരക്കൽ വീട്. അത്രയും പോരെ."

"തേഞ്ഞിപ്പാലത്ത് ബസ് ഇറങ്ങിയാൽ കോഴിക്കോട് ദിശയിലേക്ക്
കുറച്ചൊന്ന് നടക്കണം. റോഡിന്റെ വലതു വശത്ത് അബ്ബബക്കറിക്ക
യുടെ ചായക്കട കാണാം. അവിടന്ന് ചോദിച്ചാൽ പുത്തൻ പുരക്കൽ
മാധവൻമാഷടെ വീട് ആരും പറഞ്ഞു തരും. അച്ഛൻ പഴയൊരു പാർട്ടി
പ്രവർത്തകനാണ്. ഇപ്പോഴും അത്യാവശ്യം സാമൂഹ്യ പ്രവർത്തനമുണ്ട്."

"അപ്പോ അതാണ് ജെന്നി എന്ന പേരിന്റെ പിറകിൽ."

"സാറിന്റെ ഊഹം ശരിയാണ്"

"സ്റ്റേഷനിലെത്തി പതിനഞ്ച് മിനിട്ട് കഴിയുമ്പോഴേക്കും ജെന്നിയുടെ
ട്രെയിൻ വന്നു.

ജെന്നിയുടെ ട്രെയിൻ നീങ്ങുന്നതു വരെ ആനന്ദൻ പ്ലാറ്റ്ഫോമിൽ
കാത്തിരുന്നു.ക്വാർട്ടേർഴ്സിലേക്ക് നടന്നു തുടങ്ങുമ്പോൾ നേരം ഇരുട്ടി
യിരുന്നു.

12

ശൂന്യമായ രണ്ടാം നിലയിലെ വരാന്തയിൽ നിന്ന് ആനന്ദൻ
ഒഴിഞ്ഞു കിടന്ന കാംപസിലേക്ക് നോക്കി. മൂകമായ കാന്റീൻ
പരിസരവും ആൽത്തറയും. അരളിമരത്തിൻ കീഴിൽ വീണു കിടന്ന
അധികം വാട്ടമില്ലാത്ത പൂക്കൾക്ക് നടുവിൽ കാന്റീൻ പരിസരത്ത് പതി
വായിക്കാണുന്ന നായ എന്തോ ഓർത്ത് കിടക്കുകയാണ്.വർക്കിംഗ്
ദിവസങ്ങളിൽ ഹോസ്റ്റലിൽ താമസിച്ച് പഠിക്കുന്ന കുറച്ചുപേർ ആറ്റമ
ണിവരെ ആൽത്തറയിൽ ഇരുന്ന സല്ലപിക്കുന്നത് പതിവ് കാഴ്ചയാണ്.
ഇപ്പോൾ അവിടെയും ശൂന്യം.

അഞ്ചുദിവസമായി കോളജ് അടഞ്ഞുകിടക്കുകയാണ്. രണ്ട
യൂനിയനിൽ പെട്ട രണ്ടുകുട്ടികൾ തമ്മിലുണ്ടായ ചെറിയ കശപിശ
വലിയ സംഘർഷത്തിലാണ് അവസാനിച്ചത്. കാന്റീൻ പരിസരത്ത്
വെച്ച് രണ്ടുകുട്ടികൾ തമ്മിൽ ഉന്തുംതള്ളും ഉണ്ടായിയെന്ന് കേട്ടിരുന്നു.
അത് അവിടം കൊണ്ടവസാനിച്ച എന്നാണ് കരുതിയത്. പതിനൊന്ന്
മണിയായപ്പോഴേക്കും കാംപസ് കലാപക്കളമാവുകയായിരുന്നു.പെൺ
കുട്ടികളുടെ നിലവിളി കേട്ട് ഓടിയെത്തിയ അദ്ധ്യാപകർക്ക് നോക്കി

നിൽക്കാനേ കഴിഞ്ഞുള്ളൂ. ഒടുവിൽ പ്രിൻസിപ്പൽ പോലീസിനെ വിളിച്ച് രംഗം നിയന്ത്രണ വിധേയമാക്കി. കുത്തേറ്റ റോയി എന്ന വിദ്യാർത്ഥി യൂൾപ്പെടെ അഞ്ചു വിദ്യാർത്ഥികൾ ഇപ്പോഴും ആശുപത്രികളിലാണ്. കോളജ് ഡിസിപ്ലിൻ കമ്മിറ്റി വിളിച്ച കൂട്ടി കുത്തി പരിക്കേൽപ്പിച്ച കുട്ടിയെ പുറത്താക്കി. അഞ്ച് കുട്ടികളെ ഒരു മാസത്തേക്ക് സസ്പെൻഡ് ചെയ്തു. തുടന്നുള്ള ദിവസങ്ങൾ സമരദിനങ്ങളായി. ഇന്ന് വിദ്യാർത്ഥി യൂനിയനുകളെ പ്രതിനിധീകരിച്ച് വിദ്യാർത്ഥി പ്രതിനിധികളും പുറത്ത് നിന്ന് പാർട്ടി നേതാക്കളും ചേർന്നുള്ള സമാധാന ചർച്ചയായിരുന്നു. പിരിച്ചവിട്ട വിദ്യാർത്ഥിയെ തിരിച്ചെടുക്കാനുള്ള ആവശ്യമൊഴിച്ച് മറ്റെല്ലാ ആവശ്യങ്ങളും അധ്യാപക പ്രതിനിധികളും സ്കൂൾ അധികൃതരും അംഗീകരിക്കുകയായിരുന്നു. തിങ്കളാഴ്ച കോളജ് തുറന്ന് പ്രവർത്തിക്കും.

"ആനന്ദൻ എന്താ ആലോചിക്കുന്നേ?" കെമിസ്ട്രി ഡിപ്പാർട്ട്മെ ന്റിലെ ഡോ.അഫ്സലാണ്.

"ഇനിയൊന്നും ഉണ്ടാകാതിരിക്കട്ടെ. അല്ലേ അഫ്സൽ"

"നമുക്ക് അങ്ങനെ ആഗ്രഹിക്കാം. പിന്നെ ഇന്നത്തെ സമാധാന ചർച്ചയിൽ ആനന്ദൻ പറഞ്ഞ ചിലകാര്യങ്ങൾ പുറത്തുവന്ന ചില വിദ്യാർത്ഥി പ്രതിനിധികൾക്ക് ഒട്ടും രസിച്ചില്ല."

"ഞാൻ ചില വസ്തുതകൾ ഉറച്ച പറഞ്ഞു. അത്രമാത്രം"

"പുറത്ത് നിന്നും വന്ന ചില നേതാക്കൾക്കും അത്ര രുചിച്ചതായി തോന്നിയില്ല."

"എല്ലാവർക്കും രുചിക്കുന്ന രീതിയിൽ ഇത്തരം കാര്യങ്ങളിൽ നമുക്ക് അഭിപ്രായം പറയാൻ കഴിയില്ല."

"ഐ എഗ്രി വിത്ത്യൂ..." അലിഗഡ് യൂനിവേഴ്സിറ്റിയിൽ പഠിച്ച ഡോ. അഫ്സൽ സംസാരിക്കുമ്പോൾ സ്നേഹത്തിന്റെ തലോടലുണ്ടാകും. ഇരുചെവിയും മറഞ്ഞു കിടക്കുന്ന നീണ്ട മുടിയും കുസൃതി നിറഞ്ഞ കണ്ണുകളും ആകർഷകമായ ചിരിയും ക്ലിനിക്കൽ പ്രിസിഷനോട് കൂടി കെമിസ്ട്രിയിലെ പ്രയാസമേറിയ ഭാഗംപോലും പഠിപ്പിക്കാനുള്ള കഴിവും അഫ്സലിന് വിദ്യാർത്ഥകളുടെ ഇടയിലും നല്ല സ്വീകാര്യതയാണ്. അപൂർവ്വം ചില സായാഹ്നങ്ങളിൽ തന്നോടൊപ്പം ക്വാർട്ടേർസിലേക്ക വരും. അലിഗഡിൽ പഠിക്കുന്ന കാലത്ത് ഏതോ നോർത്ത് ഇൻഡ്യൻ വിദ്യാർത്ഥി പഠിപ്പിച്ച നോർത്ത് ഇൻഡ്യൻ വിഭവം അടുക്കളയിൽ പരീ ക്ഷിക്കുകയും ചെയ്യും.

കോളജ് പരിസരത്തുള്ള അന്നാമ്മയുടെ ചായക്കടയിൽ കയറി

ചായ കുടിച്ച് ക്വാർട്ടേർസിലേക്ക് നടക്കുമ്പോൾ തോമസിന്റെ ഭാര്യ മേരി പൂച്ചട്ടികളിലേക്ക് വെള്ളമൊഴിക്കുകയായിരുന്നു. ആനന്ദിനെക്കണ്ട് ചിരിച്ചു.

"സാർ ഒന്ന് നിൽക്കണേ."

"എന്താ മേരി?"

"സാറിനെ അന്വേഷിച്ച് രണ്ടു പേർ ഇവിടെ വന്നിരുന്നു. ഇവിടെയെങ്ങും കാണാത്തവരാണ്."

"അവരെന്തെങ്കിലും പറഞ്ഞോ?"

"ആ ക്വാർട്ടേർഴ്സിൽ താമസിക്കുന്നത് ആരാണെന്ന് മാത്രം ചോദിച്ചു. സാറിന്റെ പേര് പറഞ്ഞപ്പോൾ വെറുതെ ചോദിച്ചതാണെന്ന് മാത്രം പറഞ്ഞു അവർ തിരിച്ച പോയി."

മനസ്സിൽ അസ്വസ്ഥത പുകഞ്ഞ് കൊണ്ടിരുന്നു. ആരായിരിക്കും അന്വേഷിച്ചത്? എന്തിനായിരിക്കാം? മത്തായിച്ചേട്ടൻ വരുന്നത് കണ്ടപ്പോൾ ആശ്വാസം തോന്നി. ഒരു പക്ഷേ മത്തായിച്ചേട്ടന് അറിയാമായിരിക്കും.

"എന്താ സാറെ ഇത്ര കണ്ടങ്ങ് ആലോചിക്കുന്നത്?"

"എന്നെ അന്വേഷിച്ച് രണ്ടു പേർ വന്നെന്ന് പറഞ്ഞു. അയലത്തെ മേരി പറഞ്ഞതാ. എത്ര അലോചിച്ചിട്ടും ഒരു പിടി കിട്ടുന്നില്ല."

"അതാണോ ഇത്ര കണ്ടങ്ങ് ആലോചിക്കുന്നത്? വിട് സാറെ. ചിലപ്പോ ടൗണിലുള്ള സാറിന്റെ പരിചയക്കാർ അല്ലെങ്കിൽ വാടക വീടന്വേഷിക്കാൻ എത്തിയവർ... അങ്ങനെ ആരാണ്ടെങ്കിലും..."

"ശരിയാ. അങ്ങനെ ആരെങ്കിലും ആയിരിക്കും. മത്തായിച്ചേട്ടാ ഞാൻ നാളെ കാലത്ത് നാട്ടിൽ പോകും."

"നന്നായി.എന്നാലും സമാധാനമായി സാറെ... നമ്മുടെ കോളജിലെ പ്രശ്നം തീർന്നല്ലോ?"

"ഒരുവിധം തീർത്തു എന്നു പറയുന്നതാ ശരി. മത്തായിച്ചേട്ടാ നമുക്കൊന്ന് ടൗണിലേക്ക് പോയാലോ?"

"പോയേക്കാം."

ടൗണിലേക്ക് യാത്ര തിരിക്കുമ്പോഴും അകാരണമായി മനസ് പുകയുന്നുണ്ടായിരുന്നു.

13

ജെന്നിയുടെ വീട് കണ്ടുപിടിക്കാൻ പ്രയാസമുണ്ടായിരുന്നില്ല. വലിയ

മുറ്റവും അതിനൊത്ത വരാന്തയുമുള്ള ഓടിട്ട രണ്ടുനില വീട്. വരാന്തയിലെ ചാരു കസേരയിൽ ഇരുന്ന് മാധവൻ മാഷ് പത്രം വായിക്കുകയായിരു ന്നു. മനസ്സിൽ കരുതിയ പോലെ അത്ര വണ്ണമില്ല. മാഷ് ആനന്ദനെ കണ്ടയുടെനെ എഴുന്നേറ്റു.

"ആനന്ദൻ ശങ്കറല്ലേ? സാർ ഇരിക്ക്"

"മാഷെന്നെ ആനന്ദൻ എന്ന് വിളിച്ചാൽ മതി."

"അങ്ങനെയാവട്ടെ. ലക്ഷ്മീ."

ലളിതമായ വേഷം ധരിച്ച് തന്റെ മുൻപിലെത്തിയ ജെന്നിയുടെ അമ്മയെ ആനന്ദൻ എഴുന്നേറ്റ് തൊഴുതു. അവരും.

"ലക്ഷ്മീ, ഇതാണ് ജെന്നി പറഞ്ഞ ആനന്ദൻ.നീ ചെന്ന് ജെന്നിയെ വിളിക്ക്."

"ആനന്ദിനെക്കുറിച്ച് ജെന്നി പറഞ്ഞിരുന്നു." ജെന്നിയുടെ അമ്മ അകത്തേക്ക് പോയപ്പോൾ മാഷ് പറഞ്ഞു തുടങ്ങി.

"ഒന്ന്കാണണമെന്ന് ആഗ്രഹിച്ചിരുന്നു.മുഖവുരയില്ലാതെ പറയാം. ഈയിടെ ജെന്നിക്ക് ഒരു വിവാഹാലോചന വന്നു. ബേങ്കിലാ ജോലി. ഞങ്ങൾക്കറിയാവുന്ന കുടുംബം. ഞങ്ങൾക്കെല്ലാവർക്കും ആ ബന്ധം ഇഷ്ടപ്പെടുകയും ചെയ്തു. ഇക്കാര്യം ജെന്നിയോട് പറഞ്ഞപ്പോൾ അവൾക്ക് ഇപ്പം വിവാഹം വേണ്ടെന്ന് പറഞ്ഞു. കൂടുതൽ ചോദിച്ച പ്പോഴാണ് അവൾക്ക് ഇങ്ങനെയൊരു ആഗ്രഹം ഉണ്ടെന്ന് പറഞ്ഞത്. പിന്നീടാ അവൾ പറഞ്ഞത് ആനന്ദിന് ഇക്കാര്യം അറിയില്ലെന്നും... അതു കേട്ടപ്പോൾ ഞങ്ങൾക്കൊരു ആശയക്കുഴപ്പം... ഞങ്ങൾക്കൊ ക്കെ അൽപം സാമൂഹിക പ്രവർത്തനമൊക്കെയുണ്ട്. അതുകൊണ്ട് നേരിട്ട് ചോദിക്ക്യാ... ആനന്ദിന് എങ്ങനെയാ..."

മാധവൻ മാഷ് അത്രയും പറഞ്ഞ് കഴിയുമ്പോഴേക്കും ലക്ഷ്മി ടീച്ചറും ജെന്നിയും പുറത്ത് വന്നു.

"സാറിന് എന്താ കുടിക്കാൻ വേണ്ടത്?" ചോദ്യം കേട്ട് ആനന്ദൻ ജെന്നിയെ നോക്കി.

"എന്തെങ്കിലും..."

"മാഷെല്ലാകാര്യവും പറഞ്ഞല്ലോ?"

"അമ്മേ മാഷെല്ലാം കാര്യവും പറഞ്ഞു. എനിക്കും ജെന്നിയെ ഇഷ്ടമാണ്."

"ഞങ്ങൾക്കത് കേട്ടാ മതി. മോനെ ഞങ്ങൾക്കും ഇഷ്ടായി..."ലക്ഷ്മി യുടെ അമ്മ പറഞ്ഞു.

"നിങ്ങളൊക്കെ വലിയ പഠിപ്പും അറിവും ഉള്ളവരാ. നിങ്ങൾക്ക് രണ്ട് പേർക്കും പരസ്പരം ഇഷ്ടം. ഞങ്ങൾക്ക് മറ്റൊന്നും ഇനി ചിന്തിക്കാനില്ല"

"ജെന്നി പറഞ്ഞു കാണുമല്ലോ... ഞങ്ങൾക്ക് ഒരു മകൻ കൂടിയുണ്ട് പ്രകാശ്. ഖത്തറിൽ എഞ്ചിനിയർ."

"ജെന്നി വിവരങ്ങളൊക്കെ പറഞ്ഞിരുന്നു മാഷെ..."

"ഞങ്ങൾക്കിനി ബന്ധുക്കളോട് പറയാലോ?"

"തീർച്ചയായും"

"അങ്ങനെയാണെങ്കിൽ മറ്റ കാര്യങ്ങൾ നമുക്ക് പിന്നീടാലോചി ക്കാം..."

"ഏതായാലും ജെന്നി അവളുടെ തിസീസൊക്കെ സബ്മിറ്റ് ചെയ്യട്ടേ..."

"അതു തന്നെയാമോളും പറയുന്നത്." അമ്മ കൂട്ടിച്ചേർത്തു.

"ജെന്നീ സാറിന് കുടിക്കാനിങ്ങെടുത്തോ..."

ചായ കഴിച്ച് കുറച്ച സമയം മാഷോട്ടും ജെന്നിയുടെ അമ്മയോട്ടും സംസാരിച്ച പുറത്തിറങ്ങി. ഒപ്പം ജെന്നിയും.

"ജെന്നി എന്തുകൊണ്ട് ഇക്കാര്യം നേരിൽ പറഞ്ഞില്ല?"

"സത്യത്തിൽ എനിക്ക് ആശങ്കയുണ്ടായിരുന്നു. സാറെങ്ങനയാ പ്രതികരിക്കുക എന്ന്?"

"ജെന്നി എപ്പോഴോ എന്റെ മനസിൽ കയറിക്കൂടിക്കഴിഞ്ഞിരുന്നു. തുറന്നു പറയാൻ എനിക്കും ഭയമായിരുന്നു."

"ശരിക്കും"

"ശരിക്കും. വേഗം തിസീസ് സബ്മിറ്റ് ചെയ്യ്... അതു കഴിഞ്ഞാൽ ഉടനെ നമ്മുടെ വിവാഹം."

"ഞാൻ ഉടനെ പൂർത്തിയാക്കും. സാർ പ്രോമിസ് ചെയ്യതുപോലെ അത് വായിച്ച് വേണ്ട നിർദ്ദേശങ്ങൾ നൽകണം."

"ഇപ്പോൾ അത് എന്റെ ഉത്തരവാദിത്വമല്ലേ...?"

ജെന്നി ചിരിച്ചു.

"സാറെന്താ ആലോചിക്കുന്നത്" ബസ് കാത്തു

നിൽക്കുന്നതിനിടയിൽ ജെന്നി ചോദിച്ചു.

"ജീവിതത്തിലെ യാദൃച്ഛികതകളെക്കുറിച്ച് ആലോചിക്കുകയായിരു ന്നു."

"എന്നെ പഠിപ്പിച്ച ഒരു പ്രഫസർ ആവർത്തിച്ച പറയാറുണ്ട് ലൈഫ് ഈസ് നത്തിംഗ് ബട്ട് എ ബൻച് ഓഫ് ഏക്സിഡന്റ്സ്"

"എത്ര ശരി"

റയിൽവേ സ്റ്റേഷനിലേക്കുള്ള യാത്രയിൽ മനസ്സുനിറയെ ജെന്നി യായിരുന്നു. കോളജിൽ എത്തിയാൽ ഉടനെ അമ്മയെ വിളിക്കണം. ഈ വിവരമറിഞ്ഞാൽ ഏറ്റവും സന്തോഷിക്കുന്നത് അമ്മയായിരിക്കും.

14

ഉറങ്ങിയും സ്വപ്നം കണ്ടും ഒരൊഴിവ് ദിനം ആഘോഷിച്ചു. കഴിഞ്ഞ രണ്ടാഴ്ചക്കാലം വിശ്രമമില്ലാത്ത ക്ലാസ്സുകളായിരുന്നു. ക്രിസ്മസ് പരീക്ഷയ്ക്കു വേണ്ടിയുള്ള ഭാഗങ്ങൾ ഒരു വിധം പൂർത്തിയാക്കി. തിങ്കളാഴ്ച പരീക്ഷ ആരംഭിക്കും. കുളി കഴിഞ്ഞ് പുറത്തിറങ്ങാൻ നോക്കുമ്പോഴാണ് റോസി ഫിലിപ്പിന്റെ വരവ്. തനിയെ ആണ്. "സർ സൂക്ഷിക്കണം"മേരി ടീച്ച റോടൊപ്പം റോസി വന്ന കാര്യം അറിഞ്ഞ് മത്തായിച്ചേട്ടൻ പറഞ്ഞ കാര്യം ഓർമയിലെത്തി.

"റോസി ഈ സമയത്ത്."

"വന്നത് ബുദ്ധിമുട്ടായയോ?"

"ഹേയ്. ഇരിക്ക്. എന്താ റോസി കാര്യം"

"മേരി മാമിന്റെ ഹസ്ബന്റ് കുളിമുറിയിൽ വീണു എന്ന് കേട്ടു. ഒന്ന് അവിടെ കയറി... സാർ അറിഞ്ഞില്ലേ"

"ഞാൻ അറിഞ്ഞില്ല. നല്ല പരിക്കുണ്ടോ?

"ചെറിയൊരു ഉളുക്ക്.വെക്കേഷൻ വരുന്നതല്ലേ? എനിക്ക് കുറച്ച് പുസ്തകം വേണം. വെക്കേഷൻ കഴിഞ്ഞാൽ തിരിച്ച തരാം."

"കോളജ് ലൈബ്രിയിൽ നോക്കിയാൽ പോരെ."

"സാറിന്റെ കൈയില്ലുള്ള പല പുസ്തകങ്ങളും നമ്മുടെ ലൈബ്രറിയിൽ ഇല്ല. ഉദാഹരണത്തിന് നെരൂദയുടെ 'മെമോയിസ്' ചാപ്ലിന്റെ ഓട്ടോ ബയോഗ്രഫി അങ്ങനെ പലതും."

"ഇത് രണ്ടും ഇവിടെയുണ്ട്... ഞാൻ തരാം."

"ഞാൻ വരുന്നത് സാറിന് ഇഷ്ടമല്ല. അല്ലേ?" പുസ്തകം കൈമാറു മ്പോൾ റോസി പരിഭവപ്പെട്ടു.

"ഞാൻ തനിയെ താമസിക്കുന്ന വീടല്ലേ? '

"എന്റെ സഹപ്രവർത്തകന്റെ വീട്ടിൽ വന്ന് ഞാൻ ഒരു പുസ്തകം വാങ്ങുന്നു. അതിന് സാറെന്തിന് ഇങ്ങനെ പേടിക്കണം. എന്റെ ജീവിത ത്തെപ്പറ്റി സാറിന് ഒന്നുമറിയില്ല. എനിക്ക് എല്ലാം പറയണമെന്നുണ്ട്. വീട്ടിലെത്തിയാൽ ഒരു തരം ശ്വാസംമുട്ടലാണ്. ശരി സാർ ഞാൻ പോകട്ടെ?"

"ഐ അൻഡർസ്റ്റാന്റ് റോസി... സോറി. ഈ ഫ് ഐ ഹർട്ട് യു."

"ഇറ്റ്സ് ഒ.കെ സർ"

തന്റെ ഹൃദയത്തിൽ അജ്ഞാതമായൊരു വേദന ബാക്കി വെച്ചാണ് റോസി പോയത്.ശരിയാണ് ഞാനെന്തിന് പേടിക്കണം?

<h2 style="text-align:center">15</h2>

ആനന്ദൻ ജെന്നിയെ നോക്കി. അവൾ തന്റെ തോളിൽ തല ചായ്ച്ച് ഒരു ശിശുവിനെപ്പോലെ ഉറങ്ങുകയാണ്. ശിരസ്സിൽ സൂര്യ ബിംബമണിഞ്ഞ കുറ്റൻ മലകൾ. ആർഭാടമില്ലാതെ അലസമായിക്കി ടക്കുന്ന പാടങ്ങൾ. വർഷങ്ങൾക്ക മുമ്പ് കന്യാകുമാരിയിൽ വന്നിട്ടുണ്ട്. മഴമേഘങ്ങളിൽ നഷ്ടപ്പെട്ടുപോയ ഉദയാസ്തമയങ്ങൾ ഒരു വേദനയായി ഏറെക്കാലം മനസ്സിൽ കിടന്നു.

രാവിലെ ആറ് മണിക്ക് പുറപ്പെട്ട യാത്രയാണ്. നാഗർകോവിൽ നിന്ന് പ്രാതൽ കഴിച്ച് കന്യാകുമാരിയിലേക്കുള്ള ബസ് കയറുമ്പോൾ സമയം ഏഴര കഴിഞ്ഞിരുന്നു.

"നമ്മൾ എവിടെ വെച്ചാ ഫസ്റ്റ് ഡ്രാഫ്റ്റ് നോക്കുന്നത്?" ഇന്നലെ ജെന്നി വിളിച്ചപ്പോൾ ചോദിച്ചിരുന്നു.

"നമുക്ക് ആനന്ദന്റെ ക്വാർട്ടേഴ്സിൽ വെച്ച് നോക്കാം..."

"അത് വേണ്ട ജെന്നി. മറ്റുള്ളവർക്ക് അറിയില്ലല്ലോ നീ എന്റെ ഫിയാൻസ് ആണെന്ന്."

"ആനന്ദൻ ,ഇനിയും നമ്മുടെ കാര്യം ഫ്രണ്ട്സോടൊന്നും പറഞ്ഞി ല്ലേ?"

"മത്തായിച്ചേട്ടനോടും തൃശ്ശൂരിലുള്ള വിൽസണോടും സൂചിപ്പിച്ചിട്ടുണ്ട്. ജെന്നിയോ?"

"ഞാൻ എന്റെ മിക്ക സുഹൃത്തുക്കളോടും പറഞ്ഞിട്ടുണ്ട്. എന്താ കുഴപ്പമായോ?" പാതി കളിയായി ജെന്നി ചോദിച്ചു.

"പറഞ്ഞത് നന്നായി. ഇനി അവർ നമ്മളെ യാദൃച്ഛികമായി ഒന്നിച്ച്

കണ്ടാൽ തെറ്റിദ്ധരിക്കില്ലല്ലോ?"

"അങ്ങനെയെങ്കിൽ ഞാനൊരു നിർദ്ദേശം വെക്കാം..."

"എന്താണ്?"

"നമ്മുക്ക് കന്യാകുമാരിയിൽ പോയി ഉദയവും അസ്തമയവും കാണാം. കന്യാകുമാരി ദേവിയുടെ മുൻപിൽ വെച്ച് മാലചാർത്താം. വൈകുന്നേര ങ്ങളിൽ അസ്തമയം കണ്ട് കുട്ടിക്കാലത്തെ കഥകൾ പറഞ്ഞ് കടൽക്ക രയിലിരിക്കാം. അതികാലത്ത് എഴുന്നേറ്റ് ഉദയവും കാണാം. ഇതിനി ടയിൽ കന്യാകുമാരിയിലെ പ്രശാന്തതയിലിരുന്ന എന്റെ ഗവേഷണ പ്രബന്ധത്തിന്റെ ആദ്യ ഡ്രാഫ്റ്റ് പരിശോധിക്കുകയും ചെയ്യാം." ജെന്നി അത്രയും പറഞ്ഞപ്പോൾ അമ്പരന്നുപോയി. അവൾക്കെന്തോ പറ്റിയെന്ന പോലും തോന്നി.

"എനിക്ക് നൂറ വട്ടം സമ്മതം." അസന്ദിഗ്ധമായ മറുപടി കേട്ട് ജെന്നിയാണ് അമ്പരന്നത്.

"അയ്യോ ഞാൻ തമാശ പറഞ്ഞതാണ്. നമുക്ക് എന്റെ കൂട്ടുകാരി യുടെ വീട്ടിൽ വെച്ച് നോക്കാം..."

"സോളമന്റെ ഗീതത്തിലെപ്പോലെ വാക്കുകൾ ഒഴുക്കി കൊതിപ്പി ച്ചിട്ട് ഇനി ആ യാത്ര വേണ്ടെന്ന് വെക്കാൻ എനിക്ക് കഴിയില്ല. ജെന്നി പറഞ്ഞതു പോലെ നമുക്ക് കന്യാകുമാരിയിലെ പ്രശാന്തതയിലിരുന്ന് നിന്റെ തിസീസ് ഒന്നിച്ച നോക്കാം. നിനക്ക് സമ്മതമാണെങ്കിൽ നമുക്ക് ദേവിയുടെ മുൻപിൽ വെച്ച് മാല ചാർത്താം."

"ആനന്ദൻ പ്ലീസ് ബി സീരിയസ്..."

"അയാം ഡാം സീരിയസ്." ഒരു നിമിഷം ജെന്നി മൗനത്തിലാണ്.

"എങ്കിൽ ഒരു കാര്യം ചെയ്യ് ജെന്നി. ഇങ്ങോട്ടേക്കുള്ള യാത്ര കാൻ സലാക്ക. ഞാൻ കാലത്ത് ജെന്നിയുടെ വീട്ടിലെത്താം... രണ്ട ദിവസം കൊണ്ട് പൂർത്തിയാക്കാം. ആളുകൾ എന്തു പറയുമെന്ന് ഭയപ്പെടേണ്ട. രാത്രി ഞാൻ കോഴിക്കോട് തങ്ങാം ഓ.കെ?"

"വേണ്ട ആനന്ദൻ... നമുക്ക് ആനന്ദൻ പറഞ്ഞത് പോലെ കന്യാക മാരിയിൽപ്പോകാം.എനിക്ക് എന്നെ വിശ്വാസമുണ്ട്... ആനന്ദിനേയും."

ആനന്ദൻ ജെന്നിയെ നോക്കി. നല്ല ഉറക്കത്തിലാണ്. ഇന്നലെത്തെ ഉറക്കം ശരിയായിട്ടുണ്ടാവില്ല.

"അമ്മേ ഞാനൊരു കുട്ടിയെ കണ്ടെത്തിയിട്ടുണ്ട്. പേര് ജെന്നി..."

"ഇനി എനക്കെന്ത് സംഭവിച്ചാലും വേണ്ടില്ല.എനക്ക് ആ കുട്ടിയെ ഒന്ന് കാണണം."

 ആനന്ദയാനം

"ഞാൻ ഉടനെ നാട്ടിൽ വരുന്നുണ്ട്. നമുക്ക് എല്ലാവർക്കും ഒന്നിച്ച് ജെന്നിയുടെ വീട്ടിൽ...

"മോൻ ബേഗം ബാ..." അമ്മയുടെ സ്വരത്തിന് ആഹ്ലാദത്തിന്റെ നനവുണ്ടായിരുന്നു.

ജെന്നിയുടെ വീട്ടിൽ പോയി തിരിച്ചവന്ന ദിവസം ആദ്യം പറഞ്ഞത് മോഹനേട്ടനോടാണ്.

"നീ തന്നെ അമ്മയോടിത് പറ... ഫോൺ ഞാൻ അമ്മക്ക് കൊടുക്കാം."

ആനന്ദൻ പുറത്തേക്ക് നോക്കി. ഇരുവശത്തും വലിയ കെട്ടിടങ്ങൾ...

"ജെന്നി നമ്മൾ എത്താറായി." അവളുണർന്ന് ചുറ്റും നോക്കി.

"ജെന്നി കന്യാകുമാരിയിൽ മുമ്പ് വന്നിട്ടുണ്ടോ?"

"കുട്ടിക്കാലത്ത് അച്ഛനുമമ്മയുമൊന്നിച്ച്... നേരിയ ഓർമ. ആനന്ദോ?"

"വർഷങ്ങൾക്ക് മുമ്പ് കുറച്ച് സുഹൃത്തുക്കളെമൊന്നിച്ച്..."

ബസ്സിറങ്ങി ചുറ്റും നോക്കി. ചുറ്റിക്കറങ്ങുന്ന തണുത്ത കാറ്റ്. പലയിടത്തു നിന്നും എത്തിയ സഞ്ചാരികൾ. എവിടെ തങ്ങണം. ബീച്ച് ഹോട്ടൽ സമുദ്രയിൽ മുറിയെടുത്തു. ബാൽക്കണിയിൽ ഇരുന്നാൽ കടല കാണാം. നീല ഭാവത്തിൽ കടൽ ഇളകിക്കൊണ്ടിരുന്നു. വലിയ ഓളങ്ങളില്ല.

"ജെന്നി നീ റെഡിയാക്...”

"ശരി... പിന്നെയൊരു കാര്യം. കടൽക്കാഴ്ചകൾ കണ്ട്, വന്ന കാര്യം മറക്കരുത്."

"നെവർ."

ആനന്ദൻ ബാൽക്കണിയിൽ കസേരയിട്ട് കടലിന്റെ നീല ശാന്ത തയിലേക്ക് നോക്കിയിരുന്നു.

വൈകുന്നേരം വിവേകാനന്ദാ റോക്ക് മൊമോറിയലിലേക്ക് പോകാം. ശാന്തമായ കടലിലൂടെ ഒരു ബോട്ട് യാത്ര. വിവേകാനന്ദാ മെഡിറ്റേഷൻഹാളിലെ ധ്യാനസാന്ദ്രത... ലോകത്ത് ഒരിടത്തും ഇത്ര സുന്ദരമായ നിശ്ശബ്ദത കാണില്ലെന്ന് തോന്നിയിട്ടുണ്ട്. ഓർമകൾ വീണ്ടും പിറകോട്ട് പോയി.

"ഞാൻ റെഡിയായി... ആനന്ദൻ വേഗം കുളിച്ച് ഫ്രഷാക്. ബ്രേക്ക് ഫാസ്റ്റ് കഴിച്ച് നമുക്ക് വർക്ക് ആരംഭിക്കാം." നീല പുള്ളികളുള്ള ടോപ് അണിഞ്ഞ് തന്റെ മുമ്പിൽ നിൽക്കുന്ന ജെന്നിയെ നോക്കി.

"ഇങ്ങനെ നോക്കുന്നത്. മുൻപ് കാണാത്തത് പോലെ"

"ചില ആളുകൾ കടലു പോലെയാണ്. എത്ര കണ്ടാലും മതിവരില്ല."

"ശരി... സമ്മതിച്ചു.വേഗം ചെന്ന് കുളിക്ക്. അതുവരെ ഞാനും ഇവി ടെയിരുന്ന് കടല് കാണട്ടെ..."

ബ്രേക്ക്ഫാസ്റ്റ് കഴിച്ച് വന്ന കുറേ നേരം ബാൽക്കണിയിലിരുന്നു. കടലിന്റെ നിറം മാറി വരുന്നതായിത്തോന്നി. കുറച്ച് ഭാഗം നീല... ഇളം പച്ച. ഇളം മഞ്ഞ.

"ഇതെന്താ ഇങ്ങനെ മൂന്ന് നിറം." അത്ഭുതത്തോടെ ജെന്നി തിരക്കി.

"മൂന്ന് കടൽ ചേർന്നതാണ്... ഇവിടെ മാത്രം കാണുന്ന കാഴ്ച. ജെന്നി നമുക്ക് വർക്ക് പ്ലാൻ ചെയ്യാം..."

"ജെന്നി ആ കസേരയിലിരുന്ന വായിക്കുന്നു. ഞാനീ കിടക്കയി ലിരുന്ന് ശ്രദ്ധിക്കാം. ഇടപെടൽ നടത്തേണ്ട സ്ഥലങ്ങളിൽ എന്റെ സജഷൻസ് പറയാം... ജെന്നി നോട്ട് ചെയ്യുന്നു."

"എഗ്രീഡ്." ജെന്നി നല്ല പ്രസരിപ്പിലായിരുന്നു. വൈകുന്നേര മായപ്പോഴേക്കും പകുതിയിലേറെയും വായിച്ചു. ഡോ. മേനാച്ചേരി സൂചിപ്പിച്ചത് ശരിയായിരുന്നു. പലയിടങ്ങളിലും സ്ട്രക്ചറലായിട്ടുള്ള പ്രശ്നങ്ങളുണ്ടായിരുന്നു.

"ഇനി നമുക്ക് പുറത്തിറങ്ങാം. വിവേകാനന്ദപ്പാറയിലേക്ക് ഒരു ബോട്ട് യാത്ര. ഒ.കെ."

"ഓ.കെ ആനന്ദൻ... ഇവിടെ വന്നത് നന്നായി. വർക്കിന് ഒഴുക്കുണ്ട്. കാഴ്ചകളും കാണാം."

"യു ആർ ഏബ്സലൂട്ട്ലി റൈറ്റ് ആനന്ദൻ... നോവേർ എൽസ് കേൻ വി സീ സച്ച് എ ബ്യൂട്ടിഫുൾപ്ലെയ്സ്... വിവേകാനന്ദ മെഡിറ്റേഷൻ ഹാൾ... സിംപ്ലി എമൈസിംഗ്..." സന്ദർശനം കഴിഞ്ഞ് തിരിച്ച വരുന്ന തിനിടയിൽ ജെന്നി പറഞ്ഞു.അവളുടെ കണ്ണുകളിൽ വിസ്മയത്തിന്റെ തെളിച്ചം.

"ഇനി നമുക്ക് അസ്തമയം കാണാം. അവിടെ സന്ദർശകരുടെ തിര ക്കായിരിക്കും..."

അഞ്ചരയോടെ ബോട്ട് കരയ്ക്കണഞ്ഞു. സൂര്യൻ ചാഞ്ഞു തുടങ്ങിയി രുന്നു. ദൂരെ കടലിൽ ഉയർന്ന നിൽക്കുന്ന ഒരു പാറയ്ക്ക് പിറകിലാണ് സൂര്യൻ.. ചാഞ്ഞുകൊണ്ടിരിക്കുന്ന സൂര്യനെ നിശ്ശബ്ദമായി നോക്കിയി ക്കുന്ന സഞ്ചാരികൾ.അസ്തമയം കാണാൻ പറ്റിയ ഇടം കണ്ടെത്തി ക്ഷമയോടെ കാത്തിരുന്നു. ആറേ അഞ്ചോടെ സൂര്യൻ താഴാൻ തുടങ്ങി. വലിയ വൃത്താകൃതിയിൽ ചുവന്ന തുടുത്ത സൂര്യൻ അൽപം താണു.

ആനന്ദയാനം

അൽപം കഴിഞ്ഞ് വീണ്ടും താണു. ഒടുവിൽ കടലിലേക്ക് പതിയെ മുങ്ങി.

"നമുക്ക് കന്യാകുമാരി ദേവിയെ ഒന്ന് തൊഴുതാലോ?"

"ജെന്നിയുടെ ഇഷ്ടം."

ദേവി ദർശനത്തിനായി അനവധി സന്ദർശകർ... ദേവിയുടെ മുൻപിൽ അൽപനേരം കണ്ണടച്ച നിന്നു. ദർശനത്തിനു ശേഷം ആൾക്കൂ ട്ടത്തിനിടയില്ലൂടെ അവർ നടന്നു.

ഇരുട്ട് പരക്കുന്നതു വരെ കടലിലേക്ക് നോക്കിയിരുന്നു. ദൂരെ വിവേ ക്കനന്ദപ്പാറ വെളിച്ചത്തിന്റെ ഇരുത്ത് പോലെ കാണപ്പെട്ടു.

"ഇവിടെ വന്നില്ലെങ്കിൽ നഷ്ടമായേനെ ആനന്ദൻ... നാളെ കാലത്ത് എഴന്നേറ്റ് ഉദയവ്യം കാണണം."

"ഒകെ... ഇന്നത്തെ പ്ലാൻ?"

കുറച്ച് നേരം കൂടി വായിക്കാം... പിന്നെ ഭക്ഷണം കഴിച്ച് നമുക്ക് സംസാരിച്ചിരിക്കാം."

"എഗ്രീഡ്..."

ഭക്ഷണം കഴിഞ്ഞ് രണ്ടു പേരും ബാൽക്കണിയിൽ ചെന്നു നിന്നു കടലിലേക്ക് നോക്കി.

"ആനന്ദൻ എന്താണ് ഇപ്പോ ആലോചിക്കുന്നത്?"

"അച്ഛനെക്കുറിച്ച്... അച്ഛനാണ് എനിക്ക് ആദ്യമായി കടൽ കാണിച്ച തന്നത്. ഇപ്പോഴും എന്നെ വിസ്മയിപ്പിക്കുന്നത് കുട്ടിക്കാലത്ത് കണ്ട ആ കടലാണ്.നമുക്കൊന്ന് നടക്കാനിറങ്ങിയാലോ?"

"വേണ്ട... നമുക്ക് അത്ര പരിചയമില്ലാത്ത സ്ഥലമാണ്."

"ശരിയാ.."

പുറത്ത് ആളുകൾ ഉച്ചത്തിൽ സംസാരിച്ച് നടക്കുന്നത് കേൾക്കാം...

"ആനന്ദൻ വീട്ടിൽ എന്നെക്കുറിച്ച് പറഞ്ഞോ?."

"പറഞ്ഞു. ജെന്നി എന്ന പേര് കേട്ടപ്പോൾ ജേഷ്ടന് ചെറിയൊരു കൺഫ്യൂഷൻ..."

"മനസിലായി... ആള് ക്രുസ്ത്യാനിയോ മറ്റോ ആണോ എന്ന്... എന്റെ പേര് കേൾക്കുമ്പോൾ പലരും അങ്ങനെ കരുതാറുണ്ട്... എന്നിട്ട് ജേഷ്ടൻ എന്ത് പറഞ്ഞു."

"ഇനി അങ്ങനെയായാലും കുഴപ്പമില്ലെന്ന്... അമ്മ കാത്തിരിക്ക യാണ് നിന്നെക്കാണാൻ. വെക്കേഷന് ഞങ്ങളെല്ലാരും നിന്റെ വീട്ടിൽ

വരുന്നുണ്ട്..."

"ആ അമ്മയെ കാണാൻ എനിക്കും കൊതിയാകുന്നു."

"നമുക്ക് കാലത്ത് എഴുന്നേൽക്കണ്ടതല്ലേ... കിടക്കാം... ഉറക്കം വരുമോ എന്ന് ഉറപ്പില്ല."

"എനിക്കും."

"ജെന്നി ഞാൻ നിന്റെ കിടക്കയിലേക്ക് വന്നാലോ?"

"ആ ആഗ്രഹം ചുരുട്ടി മടക്കി മനസ്സിൽ വെച്ചാ മതി.ഗുഡ് നൈറ്റ്"

"ഗുഡ് നൈറ്റ്"

"Mother?

Your son is beautifully sick

His heart is on fire

....

Hearts on fire should be handled with caresses!"

എന്നോ വായിച്ച മയക്കോവ്സ്കിയുടെ വരികൾ ആരോ കാതിൽ മൂളുന്നു.

16

കിഴക്കൻ ദിക്കിൽ നേരിയ ചുവപ്പ് രാശി. ഒരു ചുവപ്പ് നാട ക്രമേണ തെളിഞ്ഞു. തിരുപ്പിറവി പോലെ ചുവന്നുതുടുത്ത സൂര്യബിംബം മുന്നറിയി പ്പില്ലാതെ പെട്ടെന്നു തെളിഞ്ഞു. പ്രപഞ്ച വിസ്മയത്തിന് മുമ്പിൽ ശിരസ്സ കുനിച്ച് റൂമിൽ തിരിച്ചെത്തി. വൈകുന്നേരമാകുമ്പോഴേക്കും വർക്ക കഴിഞ്ഞു. ജെന്നിയുടെ മുഖത്ത് സൂര്യ തേജസ്...

"താങ്ക്യൂ ആനന്ദൻ... ഇനി എനിക്ക് തിസീസിന്റെ ഫസ്റ്റ് ഡ്രാഫ്റ്റ് ധൈര്യപൂർവ്വം ഗൈഡിനെ കാണിക്കാം..."

"ഇനി നമുക്ക് പുറത്ത് പോയി ലഞ്ച ഭക്ഷണം കഴിച്ച് കാറ്റ പോലെ ഒഴുകി നടക്കാം. നാളെ കാലത്ത് തിരിച്ച പോകാം..."

"ഏതെങ്കിലും ബ്യൂത്തിൽ കയറി വീട്ടിലേക്ക് വിളിക്കണം."

"ജെന്നി എന്താ പറയ..."

"വർക്ക് കഴിഞ്ഞു... നാളെ വൈകി തിരിച്ചെത്തും എന്ന്."

"ആനന്ദിന്റെ കൂടെ കന്യാകുമാരിയിലാണെന്ന് പറ..."

"അത് വീട്ടിലെത്തി അമ്മയോട് പറയും."

"ഓകെ നമുക്ക് ഇറങ്ങാം."

ഏറെ നേരം കടൽക്കരയിൽ ഇരുന്നു. പതിവ് പോലെ അസ്തമയം കാണാനെത്തിയ ടൂറിസ്റ്റുകൾ. കടൽശാന്തമാണ്.

"ജെന്നി ജീവിതത്തിൽ ഏറ്റവും സന്തോഷിച്ചത് എപ്പഴാ."

"പലതുമുണ്ട്... മറക്കാനാവാത്തത് ആനന്ദിന്റെ കൂടെ ചെലവഴിച്ച ഈ രണ്ട ദിവസങ്ങളായിരിക്കും..."

"ജെന്നി പറഞ്ഞ പോലെ ദേവിയുടെ മുൻപിൽ ചെന്ന് മാല ചാർത്തിയാലോ?"

"തിരക്കായി...?"

"സത്യം..."

"ഫെബ്രുവരി അവസാനം ജ്യേഷ്ഠൻ എത്തും. അതിന് ശേഷം വിവാഹം. അതുവരെ എന്റെ മോൻ ഒന്ന് ക്ഷമിക്ക്."

"അതെനിക്ക് ഇഷ്ടപ്പെട്ടു."

"എന്ത്?"

"ആ മോൻ വിളി"

"ഒന്ന് കൂടി വിളിക്കട്ടെ..."

"വിളിക്ക്."

"മുറിയിലെത്തി വിളിക്കാം."

"ഇന്ന് നമുക്ക് ഡിന്നർ പുറത്ത് നിന്ന് കഴിക്കാം"

"എനിക്ക് ആനന്ദൻ ഒന്നും വാങ്ങിത്തന്നില്ലല്ലോ?"

"ജെന്നിക്ക് എന്താണ് വേണ്ടത്? സാരി... ജീൻസും ടോപ്പും... പറഞ്ഞോളൂ."

ജെന്നി പെട്ടെന്ന് നിന്നു..." എനിക്കൊരു മുല്ലപ്പൂ മാല വാങ്ങിത്ത നാൽ മതി..."

അപ്പോഴാണ് ശ്രദ്ധിച്ചത് ജെന്നി നിന്നത് മുല്ലപ്പൂ വിൽക്കുന്ന കടയുടെ മുമ്പിലാണെന്ന്.

മുല്ലപ്പൂപ്പൊതി ജെന്നി സൈഡ് ബാഗിൽ സൂക്ഷിച്ചു. ഹോട്ടൽ മൗര്യയിൽ നിന്നും ഭക്ഷണം കഴിച്ച് മുറിയിൽ തിരിച്ചെത്തി. ബാൽക്കണി യിലിരുന്ന് പുറംകാഴ്ചകളിലേക്ക് നോക്കിയിരുന്ന ആനന്ദിന്റെ മുമ്പിൽ അടർന്ന വീണ ഒരു നക്ഷത്രം പോലെ ജെന്നി.

"എ തിങ്ങ് ഓഫ് ബ്യൂട്ടി ഈസ് എ ജോയി ഫോർ എവർ. 'ആനന്ദൻ മനസ്സിൽ പറഞ്ഞു.

"ഞാനാകെ വിയർത്തിരിക്കുന്നു ജെന്നി. ഒന്ന് ഫ്രഷാകെട്ടെ. അത്

വരെ ഇവിടെയിരുന്ന കാഴ്ചകൾ കാണ്."

മേശയ്ക്കഭിമുഖമായിരുന്ന് എന്തോ എഴുതിക്കൊണ്ടിരുന്ന ജെന്നിയെ ആനന്ദൻ നോക്കി." മദർ ഐയാം ബ്യൂട്ടിഫുളി സിക്ക്." മനസ്സിൽ മയക്കോവിസ്ലിയുടെ വരികൾ. ആനന്ദൻ എഴുന്നേറ്റ് ജെന്നിയുടെ പിറകിൽ പോയി രണ്ടു കൈയും ചുമലിൽ വെച്ചു. പതിയെ മുല്ലപ്പൂ മാലയിൽ മുഖമമർത്തി. അവൾ തിരിഞ്ഞു നോക്കി

"ഏത് നിയോഗത്താലാണ് ജെന്നി നമ്മൾ കണ്ടു മുട്ടിയത്?"

"ഈ ചോദ്യം ഞാൻ സ്വയം ചോദിച്ചിട്ടുണ്ട്."

അയാൾ അവളെ മെല്ലെ ഉയർത്തി തന്റെ ശരീരത്തോട് ചേർത്ത് നിർത്തി രണ്ടു കണ്ണുകളിലും മുഖമമർത്തി. അവളെ പതിയെ കിടക്കയി ലേക്ക് നയിച്ചു.

"ആനന്ദൻ! പ്ലീസ്. നോ..."

"നീ എന്റേതായിക്കഴിഞ്ഞില്ലേ?"

പുറത്ത് കടലിരമ്പം സംഗീതമായി അവരിലേക്ക് ഒഴുകി. ഓളങ്ങളിൽ അവർ മുങ്ങിപ്പൊങ്ങിക്കൊണ്ടിരുന്നു. ഉണർന്നപ്പോൾ കിടയ്ക്കരികിലെ ടീപ്പോയിൽ വെച്ച വാച്ചിലേക്ക് നോക്കി. നാല് മണി. പുതപ്പിനടിയിൽ തന്റെ ശരീരത്തോട് ഒട്ടിക്കിടക്കുന്ന ജെന്നി. അയാൾ പതിയെ ജെന്നിയെ വിളിച്ചു. ചെറിയൊരു തേങ്ങലുയർന്നു. ആനന്ദിന്റെ കൈകൾ അവളുടെ കവിളിൽ സ്പർശിച്ചു. നനഞ്ഞു കിടക്കുകയാണ്.

"ജെന്നി എന്താണീ കാണിക്കുന്നത്?"

"വേണ്ടിയിരുന്നില്ല ആനന്ദൻ..."

"ജെന്നി... നമ്മൾ മാല ചാർത്തിയില്ലെന്നേയുള്ളൂ. എപ്പോഴേ നമ്മൾ ഒന്നായി ക്കഴിഞ്ഞു. നമുക്കൊരു കാര്യം ചെയ്യാം രാവിലെ കന്യകുമാരി ദേവിയുടെ മുൻപിൽ ചെന്ന് മാല ചാർത്താം."

പെട്ടെന്ന് അവൾ ആനന്ദിനെ ചുറ്റിപ്പിടിച്ചു.

"നമുക്ക് അങ്ങനെ ചെയ്യാം."

നേരം വെളുത്തു വരുന്നതേയുള്ളൂ. ബാൽക്കണിയിലിരുന്ന് കടലി ലേക്ക് നോക്കിയിരിക്കുന്ന ആനന്ദിന്റെ അടുത്ത് അവൾ വന്നു നിന്നു. അയാൾ അവളെ നോക്കി. ജെന്നിയുടെ മുഖത്ത് നിന്ന് പ്രകാശം വറ്റി പ്പോയതു പോലെ.

"ജെന്നി ബി ചിയർഫുൾ. ഇന്ന് നമ്മുടെ വിവാഹ ദിനമാണ് 'ജെന്നി ഒന്ന് മൂളുക മാത്രം ചെയ്യൂ.

“നമുക്ക് രണ്ട മാല വാങ്ങണം.”

“വേണ്ട ആനന്ദൻ. എന്റെ അച്ഛനമമ്മയ്ക്കും അത് താങ്ങാൻ പറ്റില്ല...”

“ഞാനെന്താണ് വേണ്ടത്... ജെന്നി പറ... എന്തായാലും അയാം ഒ കെ”

“നമ്മൾ നാട്ടിലേക്ക് പോകുന്നു. ആനന്ദൻ എന്റെ കൂടെ ഉണ്ടായാൽ മതി. നാട്ടിലെത്തി ഞാൻ വിളിക്കാം...”

“നിന്റെ ദേവിയെ കാണണ്ടെ...”

“നമുക്ക് മറ്റൊരിക്കൽ ഇവിടെ വരാം.”

അയാൾ ഒരിക്കൽക്കൂടി അവളെ ചേർത്തു നിർത്തി.

“നമുക്ക് ചെക്ക് ഔട്ട് ചെയ്യാം.”

ചെക്ക് ഔട്ട് ചെയ്ത് അവർ ബസ്റ്റോപ്പിലേക്ക് നടന്നു. ബസിൽ തിരക്ക് കുറവായിരുന്നു. മായുന്ന കാഴ്ചകളിലേക്ക് നോക്കി ജെന്നി ഇരുന്നു. അവളെന്തായിരിക്കും ആലോചിക്കുന്നത്?

17

കരിയില വീണ് കിടന്ന മുറ്റത്തേക്ക് നോക്കി. ഇന്നലെ നല്ല കാറ്റ് വീശിയെന്ന് തോന്നുന്നു. ഡ്രസ് മാറി വരാന്തയിലേക്ക് വരുമ്പോൾ മുറ്റത്ത് അയലത്തെ തോമസ് നിൽപ്പുണ്ട്.

“സാർ രണ്ട ദിവസം ഇവിടെ ഇല്ലായിരുന്നു.?”

“ഒരു ചെറിയ യാത്രയുണ്ടായിരുന്നു തോമസ്...”

“മത്തായിച്ചേട്ടൻ രണ്ടുമൂന്ന് തവണ സാറിനെ നോക്കി വന്നു. സാറിന്റെ അമ്മയ്ക്ക് സുഖമില്ല... ആശുപത്രിയിലാണെന്ന് കേട്ടു.”

“ആശുപത്രിയിലോ?”

“അതേ”

“ശരി... തോമസേ.ഞാനിപ്പം തന്നെ പുറപ്പെടുന്നാ. ആരെങ്കിലും ചോദിച്ചാൽ നാട്ടിൽ പോയെന്ന് പറഞ്ഞാൽ മതി.”

പുറപ്പെടാൻ ഇറങ്ങുമ്പോഴാണ് മത്തായിച്ചേട്ടൻ ഓടിക്കിതച്ച് വരുന്നത്

“സാറിതെവിടെപ്പോയിരുന്നു. ഒന്ന് പറഞ്ഞ് പോകണ്ട സാറെ... ശനിയാഴ്ച പതിനൊന്ന് മണിക്കാ കോളജിലേക്ക് ജ്യേഷ്ഠന്റെ വിളിവ ന്നത്. പ്യൂൺ വന്ന് പറഞ്ഞപ്പോഴാണ് ഞാനറിയുന്നത്... സാറ് പേടിക്ക ണ്ട... ഇപ്പം തന്നെ പുറപ്പെട്ടോ... കൈയിൽ പൈസയുണ്ടോ?”

"ഉണ്ട് മത്തായിച്ചേട്ടാ..."

"എങ്കിലും ഇത് വെച്ചോ." മത്തായിച്ചേട്ടൻ ഒരു ചെറിയ പൊതി ആനന്ദന്റെ പോക്കറ്റിലിട്ടു.

ടൗണിലെ ബൂത്തിൽ നിന്നും ജ്യേഷ്ഠനെ വിളിച്ചു...

"നീ വേഗം വാ... അമ്മക്ക് നിന്നെ കാണണം"

പുലർച്ചെ അഞ്ചുമണിക്ക് കാർ മുടിക്കൽ പീടികയുടെ മുൻപിലെത്തി. വീട്ടിൽ വെളിച്ചമുണ്ട്. മോഹനേട്ടൻ വരാന്തയിൽത്തന്നെ കാത്തിരിക്ക ന്നുണ്ട്. മോഹനേട്ടനും രാഘവേട്ടനും അടുത്ത് വന്ന് കൈയിലെ ബാഗ് വാങ്ങി താഴെ വെച്ചു.

"അമ്മയെവിടെ...?"

"നീ വാ. ശനിയാഴ് രാവിലെ അമ്മയൊന്ന് തലച്ചുറ്റി വീണു. ആശുപ ത്രിയിലെത്തിച്ചു... ഉച്ചയായപ്പോഴേക്കും പോയി... നിന്നെ പല തവണ വിളിച്ചു... കോളജിൽ നിന്നും കിട്ടിയ വിവരം.നീ എവിടെ പോയെന്ന് ഒരു രൂപവുമില്ലന്നാ... എത്ര നേരാ ഇങ്ങനെ വെച്ചോണ്ടിരിക്ക... അവസാനം..." സരോജിനിയേടത്തിയുടെ തേങ്ങൽ ഉയർന്നു... ... ആനന്ദൻ ഒന്നും മിണ്ടാനാകാതെ ഒരു കസേരയിലിരുന്നു. ഉടലാസ കലം വിറയ്ക്കുന്നുണ്ടായിരുന്നു... അമ്മ കിടക്കുന്ന ശൂന്യമായ കട്ടിലിലേക്ക് നോക്കി. അമ്മയ്ക്ക് നിന്നെ ഒന്ന് കാണണമെന്ന് മോഹനേട്ടൻ പറഞ്ഞത് വിശ്വസിച്ചിരുന്നു. ആശ്വസിച്ചിരുന്നു.

"ഞാനൊന്ന് കിടക്കട്ടെ..." അമ്മ കിടക്കാറുള്ള കട്ടിലിലേക്ക് ഒരു കുഞ്ഞിനെപ്പോലെ അയാൾ വീണു. പുറത്തിരുന്നു കുമാരേട്ടനും രാഘ വേട്ടനും മോഹനേട്ടനും സംസാരിക്കുന്നത് കേൾക്കാം.

"ആഴ്ചക്ക് ഒരിക്കലെങ്കിലും ചെന്ന് അമ്മയെ കാണണം... പിന്നെ അതിന് കഴിഞ്ഞെന്ന് വരില്ല." അയാൾ മത്തായിച്ചേട്ടന്റെ വാക്കുകൾ ഓർത്തു.

18

"നിന്റെ പ്ലാനെന്താ..."

"മോഹനേട്ടാ ഞാൻ നാളെ കോളജിലേക്ക് പോകും."

"അതാ നല്ലത്... കോളജിലെത്തി കുട്ടികളുമായി ഇടപഴകുമ്പോൾ വിഷമം കുറേയങ്ങ് പോകും... ജെന്നിയെ അറിയിക്കാത്തത് മോശമായി."

"ഞാൻ മാഷെ വിളിച്ച് കാര്യം പറയും."

"എന്നാൽ ഇനി വൈകിക്കണ്ട..."

"കുറച്ച കഴിയട്ടെ."

ഇന്നലെ സരോജിനിയേടത്തിയും കുടുംബവും അവരുടെ വീട്ടിലേക്ക് പോയി. വീടിനെയാകെ ശൂന്യത വിഴങ്ങുന്നതായിത്തോന്നി. ചാരനിറം പൂണ്ട ആകാശത്ത് ഇരുട്ട് പരന്നു തുടങ്ങിയിരുന്നു. മുടിക്കൽ പീടികയിൽ വെളിച്ചം തെളിഞ്ഞു. ആനന്ദൻ മുറിയിൽ പോയി ജാലകം തുറന്നു. ജാലകം തുറന്നാൽ അമ്മ വിശ്രമിക്കുന്ന സ്ഥലം കാണാം. ഇരുട്ട് അവിടെ ഇഴഞ്ഞെത്തിക്കൊണ്ടിരുന്നു. കോളജിൽ നിന്ന് വീട്ടിലേക്ക് വരാനുള്ള ഒരേയൊരു പ്രേരണ അമ്മയായിരുന്നു. ഇനിയെന്താണ് ബാക്കിയുള്ളത്?" ജെന്നിയെ വിളിച്ചാൽ മനസ്സൽപം ശാന്തമാകും.

"ജെന്നിയുടെ വീടല്ലേ?" ഫോണെടുത്തത് ജെന്നിയുടെ അച്ഛനാണ്.

"ആനന്ദോ? ഞാൻ ജെന്നിയെ വിളിക്കാം..."

"എനിക്ക് മാഷോട് ഒരു കാര്യം പറയാനുണ്ട്..."

"എന്റെ അമ്മ പോയി.ഒരാഴ്ച കഴിഞ്ഞു... ഞാനറിയുമ്പോഴേക്കും വളരെ വൈകിയിരുന്നു. എനിക്ക് അമ്മയെ അവസാനമായി ഒന്ന് കാണാൻ സാധിച്ചില്ല..."

"അതെന്താ ആനന്ദേ ഞങ്ങളോട് പറയാതിരുന്നത്...?"

"ജെന്നിയെ കാണാൻ അമ്മയ്ക്ക് വലിയ ആഗ്രഹമായിരുന്നു.. വെക്കേഷന് ഞങ്ങളെല്ലാവരും വരാൻ പ്ലാനിട്ടതാ... ഈ അന്തരീക്ഷ ത്തിലേക്ക് നിങ്ങളെ വിളിച്ചു വരുത്തി വിഷമപ്പിക്കേണ്ടെന്ന് വിചാരിച്ചു. മാഷ് ജെന്നിയോട് പറയണ്ട. ഞാൻ നേരിട്ട് പറയാം"

"ഞാൻ വിളിക്കാം..."

"ആനന്ദൻ..."

"ജെന്നി, ഒരു കാര്യം പറയാനുണ്ട്... എന്റെ അമ്മ പോയി... തലച്ചറ്റി വീണു... ഞാനറിയാൻ വൈകിപ്പോയി. ശനിയാഴ്ചയാണ്. നമ്മളന്ന് കന്യാകുമാരിയിലായിരുന്നല്ലോ?"

"ഓ... ഗോഡ്... ഞാൻ കാരണം ആനന്ദിന്..."

"അതിനെ അങ്ങനെ കാണണ്ട... ഇതും ഒരു നിയോഗമായിക്കാ ണാം."

"ആനന്ദൻ എന്തുകൊണ്ട് നേരത്തെ പറഞ്ഞില്ല.?"

"എന്തോ... എനിക്ക് പറയാൻ തോന്നിയില്ല... ഞാൻ മാഷോട് കാര്യം പറഞ്ഞിട്ടുണ്ട്. ജെന്നി അമ്മയോട് പറയണം... ഞാൻ നാളെ കോളജിലേക്ക് പോകും. ജെന്നി, ഇപ്പോ സംസാരിക്കാൻ ഒരു മൂഡില്ല... ഞാൻ പിന്നെ വിളിക്കാം." ജെന്നിയുടെ മറുപടി കാത്തു നിൽക്കാതെ ആനന്ദൻ ഫോൺ താഴെ വെച്ച് മുറിയിൽക്കയറി വാതിലടച്ചു.

ഭാഗം 4

1

ഇന്നും കോളേജിൽ സമരമായിരുന്നു. നാല് ദിവസമായി സമരം ഇതുടർന്ന വരുന്നു... സ്റ്റാഫ് റൂമിലെ നിമിഷങ്ങൾ വീർപ്പുമുട്ടലിന്റെ ഇടവേളകളാണ്. സഹപ്രവർത്തകരിൽ ചിലർ സംസാരിക്കും... ചിലർ മുഖം തിരിക്കും. എച്ച് ഒഡി പ്രഫസർ ഇഗ്നേഷ്യസും പ്രഫ.കെ.ജി. ആറും പ്രശ്നം പരാഹരിക്കാനുള്ള തീവ്രശ്രമത്തിലാണ്. കാന്റീൻ കെട്ടിടത്തിന്റെ ചുമരിലും ടോയിലറ്റ് ഭിത്തികളിലും തന്നെക്കുറിച്ചുള്ള പോസ്റ്ററുകളാണെന്ന് ഡോ. അഫ്സൽ സൂചിപ്പിച്ചിരുന്നു.

"സാർ ആ പോസ്റ്ററുകൾ വായിക്കരുത്. സഭ്യത എന്തെന്നറിയാത്ത കുറച്ച് വിദ്യാർത്ഥികളുടെ പരാക്രമങ്ങളെ നമുക്ക് അവഗണിക്കാം..." ഡോ. അഫ്സൽ ആശ്വസിപ്പിച്ചു.

"സാറിനെ പ്രിൻസിപ്പൽ വിളിക്കുന്നു..."പ്യൂൺ സേവ്യർ അടുത്തു വന്ന പതിയെ പറഞ്ഞു.

"റ്റുഡേ വീ വിൽ റ്റെയിക്കേ ഫൈനൽ ഡിസിഷൻ... ഏന്റ് ഐ ഹോപ്പ് യുവിൽ കോഓഅപ്പറേറ്റ് വിത്ത് അസ്..." രാവിലെ പ്രഫ. ഇഗ്നേഷ്യസ് ഓർമിപ്പിച്ചിരുന്നു.

"തീരുമാനമെന്തെന്നറിയട്ടെ സാർ."

രണ്ടാം നിലയിലെ വരാന്തയിലൂടെ നടക്കുമ്പോൾ സിസിലി ജേക്കബും അന്ന കുര്യനും തന്നെ കണ്ട ഭാവം നടിക്കാതെ നടന്ന പോയി... ജെന്നിയുടെ ഫ്രണ്ട് സോഫിയാ കുര്യക്കോസിന്റെ കസിനാണ് സിസിലി ജേക്കബ് എന്ന കാര്യം ഓർത്തു. പുറത്ത് വെയിൽ തിളച്ച മറിയുകയാണ്. സമരാനുകൂലികളായ വിദ്യാർത്ഥികൾ കാംപസിന് പുറത്ത് ജാഥയായി പോയെന്ന് ഡോ. ഡെന്നീസിൽ നിന്നും അറിയാൻ കഴിഞ്ഞു. ഡോ. ആനന്ദൻ ശങ്കറിനെ പുറത്താക്കുന്നത് വരെ

സമരമെന്ന് പ്രഖ്യാപിച്ചിരിക്കയാണ്. ആൽമരത്തിന്റെ തണലിലിരുന്ന കുറച്ച വിദ്യാർത്ഥികൾ സംസാരിക്കുകയാണ്.

"ഇരിക്കു മിസ്റ്റർ ആനന്ദൻ ശങ്കർ." പ്രിൻസിപ്പൽ ഫാദർ ഡോ. കുരുവിള എന്തോ തീരുമാനത്തിലെത്തിയ പോലെ പറഞ്ഞു. പ്രിൻ സിപ്പലിനെ കൂടാതെ കോളജ് മാനേജർ ഫാദർ ഫിലിപ്പോസും പ്രഫ. ഇഗ്നേഷ്യസും പ്രൊഫ രാമചന്ദ്രനും സ്റ്റാഫ് സെക്രട്ടറി ഡോ. സക്കറി യയും ഇരിക്കുന്നുണ്ട്.

"അങ്ങേയറ്റം നിർഭാഗ്യകരമായ കാര്യങ്ങളാണ് കഴിഞ്ഞ നാല് ദിവസങ്ങളിലായി നമ്മുടെ കോളജിൽ നടക്കുന്നത്... ഇപ്പോൾ വിഷയം പത്രക്കാരും ഏറെറ്റുത്തിരിക്കയാണ്... ഇത്രയും വലിയൊരു പ്രതിസന്ധി കോളേജ് ഇതുവരെ അഭിമുഖീകരിച്ചിട്ടില്ല... ആമുഖമായി പ്രിൻസിപ്പൽ പറഞ്ഞു.

"ഐ നോ ഫാദർ... ഞാനെന്റെ സത്യാവസ്ഥ ജനറൽ സ്റ്റാഫ് മീറ്റിംഗിൽ പറഞ്ഞതാണ്... അതിൽ കവിഞ്ഞൊന്നും എനിക്ക് പറയാ നില്ല."

"മിസ്റ്റർ ആനന്ദൻ താങ്കളുടെ നിരപരാധിത്വം ഞങ്ങൾക്ക് ബോധ്യ പ്പെട്ടിട്ടുണ്ട്... ഞങ്ങൾ റോസി ഫിലിപ്പിനോടും സംസാരിച്ചു... പ്രശ്നം അവിടെയല്ല. റോസിയുടെ ഹസ്ബൻഡ് ഇത് വിടാൻ പോകുന്നില്ല... അയാൾക്ക് പൊളിറ്റിക്കൽ സ്വാധീനമുണ്ട്... കുറേ കുട്ടികളെയെങ്കിലും അയാൾ വില കൊടുത്ത് വാങ്ങിയിരിക്കയാണ്... അയാൾ കാംപസിൽ അതിക്രമിച്ച് താങ്കളെ കൈയേറ്റം ചെയ്യാൻ ശ്രമിച്ചതിന് ഞങ്ങൾ കേസും കൊടുത്തിട്ടുണ്ട്..." പ്രിൻസിപ്പലച്ചന്റെ സ്വരത്തിൽ വേദനയും നിസ്സഹായതയും...

"സമരാനുകൂലികളായ കുറച്ച വിദ്യാർത്ഥികളും കുറച്ച രാഷ്ട്രീയ നേതാക്കളും വളരെ എഡമന്റാണ്... അവർ വഴങ്ങുന്നില്ല... അവരുടെ ഒരേയൊരു ഡിമാന്റ് താങ്കളെ പിരിച്ച വിട്ടുക എന്നതാണ്. അതുവരെ സമരം തുടരുമെന്ന് തീർത്തു പറഞ്ഞു." മാനേജർ ഫാദർ ഫിലിപ്പോസ് കൂട്ടിച്ചേർത്തു.

"ഞാനെന്തു ചെയ്യണം ഫാദർ?"

"താങ്കൾ പല പ്രശ്നങ്ങളില്ലൂടെ കടന്നുപോവുകയാണെന്ന് ഞങ്ങൾ ക്കറിയാം... അമ്മയുടെ വേർപാട്... കോളജിലെ ഇപ്പോഴത്തെ അന്തരീഷം... അങ്ങനെ പലയും... ഞങ്ങൾ ഒരു തീരുമാനത്തിലെത്തി." പ്രാൻസിപ്പൽ ഒന്ന് നിർത്തി.ആനന്ദൻ നിർവികാരനായി വിചാരണ കമ്മിറ്റിയിലെ അംഗങ്ങളെ നോക്കി.

 ആനന്ദയാനം

"ഈ പ്രശ്നം കെട്ടടങ്ങുന്നതു വരെ ആനന്ദൻ ലോംഗ് ലീവെടുക്കുക... ജനവരി കഴിയാറായി. ഒരു മാസം അല്ലെങ്കിൽ രണ്ടു മാസം... അത് താങ്കളുടെ ഇഷ്ടം."

"രണ്ടു മാസം കഴിഞ്ഞ് തിരിച്ചു വരുമ്പോൾ വീണ്ടും പ്രശ്നമുണ്ടായാലോ?"

"അത്ര ഡീപായി ചിന്തിക്കണ്ട ആനന്ദൻ... ഞങ്ങൾക്ക് കുറച്ച് സാവകാശം വേണം. സമരാനുകൂലികളെ ഞങ്ങൾ സത്യാവസ്ഥ ബോധ്യപ്പെടുത്തും" പ്രൊഫ. രാമചന്ദ്രൻ ഇടപെട്ടു.

"എന്റെ തീരുമാനം ഞാൻ നാളെ അറിയിക്കാം ഫാദർ"

"ഒകെ ആനന്ദൻ വീ അണ്ടർസ്റ്റാന്റ്..."

ആൽത്തറയിൽ കുറച്ച് ആൺകുട്ടികളും പെൺകുട്ടികളും ഇരിക്കുന്നുണ്ട്... ആനന്ദിനെ കണ്ടപ്പോൾ അവർ എഴുന്നേറ്റ് അടുത്ത് വന്നു.

"സാർ ഞങ്ങൾക്ക് ചില കാര്യങ്ങൾ സംസാരിക്കാനുണ്ട്."

"എന്താണ് ഹബീബ്...?"

"ഇപ്പോൾ കോളജിൽ നടക്കുന്ന സമരവുമായി ബന്ധപ്പെട്ട കാര്യങ്ങളാണ്. വാസ്തവത്തിൽ കുറേ നാൾ മുൻപ് കോളേജിൽ നടന്ന സംഘട്ട നവും പുറത്താക്കലും മറ്റുമായി ഇപ്പോൾ നടക്കുന്ന സമരത്തിന് ബന്ധ മുണ്ട്."ഹബീബ് ചുറ്റും നോക്കിയാണ് അത്രയും പറഞ്ഞത്. ആനന്ദൻ ഒന്നും മറുപടി പറഞ്ഞില്ല.

"അതിൽപ്പെട്ട ഒരു കുട്ടിയെ കോളജിൽ നിന്നും പുറത്താക്കിയില്ലേ? അതിന് വേണ്ടി ഏറ്റവും അധികം വാദിച്ചത് സാറാണെന്നാണ് ആ സംഘടനയിലെ ചിലർ വിചാരിക്കുന്നത്... അതിന്റെ പ്രതികാരമാണിത്... ഞങ്ങൾക്കതു നന്നായി അറിയാം" ഫസ്റ്റ് പിജിക്ക് പഠിക്കുന്ന മാർട്ടിൻ വിശദീകരിച്ചു.

"അവരുടെ തെറ്റിദ്ധാരണ മാത്രമാണത്. തീരുമാനം എല്ലാവര ടേയും ആയിരുന്നു. സ്വന്തം സഹപാഠിയെ കുത്തിക്കൊല്ലാൻ ശ്രമിച്ച ഒരാളെ കോളജിന് എങ്ങനെ സംരക്ഷിക്കാൻ പറ്റും... ഇത്രയും കാര്യ ങ്ങൾ ഇറന്ന് പറഞ്ഞതിന് നിങ്ങൾ ഓരോരുത്തരോടും നന്ദിയുണ്ട്."

ചില കുട്ടികൾക്കെങ്കിലും കാര്യങ്ങൾ അറിയാം. മനസൽപം ശാന്തമായി.

"സാർ ഒന്ന് നിൽക്കണെ." തോമസും മേരിയുമാണ്. ആനന്ദിനെ കണ്ടപ്പോൾ അവർ കുറച്ചടുത്ത് വന്നു.

"സാറിന്റെ വിഷമം ഞങ്ങൾക്കറിയാം. അന്ന് സാറിന്റെ കോർട്ടേ സിൽ വന്ന പരാക്രമം കാണിച്ച ആൾ തന്നെയാണ് കുറച്ചാഴ്ചകൾക്ക് മുൻപ് സാറിനെ അന്വേഷിച്ച് പോയത്... ഇങ്ങനെയൊരാൾ വന്നെന്നും അവിടെയൊരാ താമസിക്കുന്നതെന്നും ചോദിച്ച കാര്യം ഇന്നാണ് ഇവൾ എന്നോട് പറഞ്ഞത്... ഇവൾ മുൻപ് അയാളെ കണ്ടിട്ടില്ല." ആനന്ദന് അതൊരു പുതിയ അറിവായിരുന്നു.

ആനന്ദൻ ഒരു കപ്പ് കാപ്പിയുമായി കസേരയിലിരുന്നു. ശാന്തമായി നിൽക്കുന്ന തെങ്ങോലകൾക്ക മുകളിൽ മഞ്ഞവെയിൽ പരന്നുകിടന്നു.. മുറ്റത്തെ അലങ്കരിച്ച് നിറയെ മഞ്ഞ നിറമുള്ള മാവിലകൾ. ഇടവിട്ട നാളുകളിൽ മുറ്റം തൂക്കാൻ ഏലിയമ്മച്ചേച്ചി വരാറുണ്ടായിരുന്നു. ഇപ്പോൾ അവരും വരാറില്ല. ക്വാർട്ടേർസിൽ വെച്ച നടന്ന സംഭവങ്ങൾ അവരും അറിഞ്ഞു കാണും.

വിരിഞ്ഞു നിൽക്കുന്ന മുക്കുറ്റി പൂക്കളെ മുൻപൊരിക്കലും കണ്ടിട്ടി ല്ലാത്ത വിധം ആനന്ദൻ കൗതുകത്തോടെ നോക്കി. അവയ്ക്ക് ചുറ്റും ചെറു പ്രാണികൾ വട്ടമിട്ട പറക്കുന്നുണ്ട്. അതുവരെ തോന്നാത്ത ഒരനുകമ്പ അയാളിൽ നിറഞ്ഞു.

"ത്രിസന്ധ്യയ്ക്ക് ലൈറ്റിടാതെ ഇങ്ങനെ ഇരിക്കരുത് സാറെ..."ലൈറ്റ് ഓൺ ചെയ്യുകൊണ്ട് മത്തായിച്ചേട്ടൻ പറഞ്ഞു

"ഒന്ന് മയങ്ങിപ്പോയി മത്തായിച്ചേട്ടാ..."

"രാമചന്ദ്രൻ സാർ വിവരങ്ങൾ പറഞ്ഞു."

"പ്രിൻസിപ്പൽ എന്നോട് പറഞ്ഞു ലോംഗ് അവധിയെടുക്കാൻ... അവരും നിസ്സഹായരാ..."

"അതാ നല്ലത് സാറെ... കുറച്ച കഴിഞ്ഞാൽ എല്ലാവർക്കും സത്യം മനസ്സിലാകും... അന്ന് സാറിനെതിരെ സമരം ചെയ്ത കുട്ടികൾ സാറിനെ തേടി വരും.ഞാൻ ആ റോസിയെക്കുറിച്ചും അവളുടെ ....നെക്കുറിച്ചും നേരത്തെ സൂചിപ്പിച്ചിരുന്നു... സാറത് ഗൗരവത്തിലെടുത്തില്ല. ‘

"ഇനി അതിനെക്കുറിച്ച് ചിന്തിച്ചിട്ട് കാര്യമില്ല. മത്തായിച്ചേട്ടാ നമു ക്കൊന്ന് ടൗൺ വരെ പോകാം."

"വേണ്ട സാറെ. സാറിന് മനസ്സിലാകാത്ത ചില പ്രശ്നങ്ങള ണ്ട്. അയാളുടെ ദേഷ്യം മുഴുവനും ഇപ്പോ സാറിനോടാ. ആ കുട്ടി ഡൈവോർസ് പെറ്റീഷൻ കൊടുക്കാൻ പോകുന്ന എന്നാ കേട്ടത്. അതാ ആ കൊച്ചിന് നല്ലത്..."പിതൃസഹജമായ ഒരു വേദന നിറഞ്ഞു നിന്നിരുന്ന ആ ശബ്ദത്തിൽ.

"ഇന്നല്ലും എന്തെങ്കിലും വേണം... ഇന്നത്തെ രാത്രി കഴിച്ചു കൂട്ടാൻ അതേ മാർഗമുള്ളൂ."

"സാർ ഇവിടെ ഇരുന്നാൽ മതി... ഞാൻ എത്തിക്കാം."

"ഒറ്റനിമിഷം..." ആനന്ദൻ മുറിക്കകത്തേക്ക് പോകാനൊരുങ്ങി.

"സാറവിടെ ഇരി... ഇന്നെന്റെ വക..."

ഇരുട്ടിന്റെ സാന്ദ്രതയില്ലൂടെ ടോർച്ച് മിന്നിച്ച് നിശ്ശബ്ദനായി നടന്നു നീങ്ങുന്ന മത്തായിച്ചേട്ടനെ അയാൾ അത്ഭുതത്തോടെ നോക്കി...

2

ട്രെയിൻ ടിക്കറ്റ് നേരത്തെ ബുക്ക് ചെയ്തില്ലെങ്കിലും ഡോ. അഷ്ട ലിന്റെ സഹായത്തോടെ എമർജൻസി കോട്ടയിൽ റിസർവേഷൻ തരപ്പെട്ടു.തോമസും ഡോ. ഡെന്നീസും ഡോ.അഷ്ടലും മത്തായിച്ചേട്ടനം യാത്രയയക്കാൻ ഒപ്പം വരാമെന്ന് പറഞ്ഞു. പ്ലീസ് കൂടെ ആരും വരരുത് എന്ന് മാത്രം പറഞ്ഞു. മത്തായിച്ചേട്ടൻ മാത്രം വഴങ്ങിയില്ല.ട്രെയിൻ പുറപ്പെടുന്നതിന് അഞ്ച് മിനിട്ട് മുൻപെ അത്ഭുതപ്പെടുത്തിക്കൊണ്ട് മൂന്ന് പേർ മുന്നിൽ വന്നു നിന്നു. ഹബീബും ഹിമശ്രീയും ചാന്ദിനി ഭട്ടും.

"മറ്റുള്ള കുട്ടികളാരും അറിയാതെ ഞങ്ങളിങ്ങ് പോന്നു. ഒന്ന് സാറിനെ കാണാൻ"

"പല കുട്ടികളും സാർ വിട്ടു പോന്നതിലുള്ള ഷോക്കിലാ..." ഹിമ കൂട്ടിച്ചേർത്തു. ഒന്നും പറയാതെ മാറിനിൽക്കുകയാണ് ചാന്ദിനി ഭട്ട്.

"ഞങ്ങളുടെ ഓർമയ്ക്ക്"ചാന്ദിനി ഭട്ട് ഒരു ചെറിയ പൊതി നീട്ടി.

ട്രെയിൻ പുറപ്പെടുമ്പോൾ മത്തായിച്ചേട്ടൻ ജനൽ വഴി നിശ്ശബ്ദ നായി കൈയിലമർത്തി. തൊട്ടപ്പറം കുട്ടികളും. അവരെ നോക്കി കൈവീശി. ട്രെയിൻ നീങ്ങിത്തുടങ്ങിയപ്പോൾ തിരിഞ്ഞു നോക്കിയില്ല. തന്റെ മുൻപിൽ നീണ്ട പതിനൊന്ന് മണിക്കൂർ.

ക്വാർട്ടേഴ്സിൽ നിന്ന് ബേഗുമായി പുറത്തിറങ്ങുമ്പോൾ മൂന്ന് പേർ നിശ്ശബ്ദരായി വരാന്തയിൽ ഇരിക്കുന്നുണ്ട്. മത്തായിച്ചേട്ടൻ, അയൽ ക്കാരൻ തോമസ്, കോർട്ടേസ് ഉടമസ്ഥൻ ഔസേപ്പച്ചൻ... താക്കോൽ കൈമാറുമ്പോൾ കൈ വിറച്ചിരുന്നു. അയാളുടേതോ? തന്റേതോ? ഇന്നലെ കോളജിൽ നിന്ന് തിരിച്ചെത്തിയ ഉടനെ മത്തായിച്ചേട്ടന മൊത്ത് ഔസേപ്പച്ചന്റെ വീട്ടിൽപ്പോയി എല്ലാ കാര്യങ്ങളും സെറ്റിൽ ചെയ്തിരുന്നു.

"വിഷയങ്ങളൊക്കെ ഞാൻ അറിഞ്ഞിരുന്നു. അതിങ്ങനെ കലാശി ക്കുമെന്ന് കരുതിയില്ല... കർത്താവ് അനുഗ്രഹിക്കട്ടെ..." ഔസേപ്പച്ചൻ

ആരോടെന്നില്ലാതെ പറഞ്ഞു.

"ഞങ്ങളും" തോമസും അതിൽ പങ്കു ചേർന്നു.

"ഇനിയെന്നാ സാർ നമ്മൾ തമ്മിൽ കാണുക" ട്രെയിൻ കാത്തിരി ക്കുമ്പോൾ മത്തായിച്ചേട്ടൻ പറഞ്ഞു.

"എന്തായാലും കോളജിൽ ഇനിയും വരേണ്ടിവരും.പിന്നെ മത്താ യിച്ചേട്ടൻ എന്റെ പുസ്തകങ്ങളൊക്കെ ഭദ്രമായി സൂക്ഷിക്കണം..." മത്തായിച്ചേട്ടൻ കൊണ്ടു വന്ന തന്ന കാർഡ് ബോർഡ് പെട്ടികളിൽ പുസ്തകങ്ങൾ അടുക്കി വെച്ചിട്ടുണ്ട്. കോർട്ടേർസിൽ തന്നെയാണുള്ളത്. ഔസേപ്പച്ചന്റെ അനുവാദത്തോടെ.

"ആ പുസ്തകങ്ങൾ സാർ പറഞ്ഞതുപോലെ എന്റെ വീട്ടിലേക്ക് മാറ്റാം..."

"നമുക്കത് പാർസലായി നാട്ടിലേക്ക് അയക്കാം."

"പുസ്തകങ്ങൾ എടുക്കാനെങ്കിലും സാർ വരുമെന്ന് ഉറപ്പ്. അത് സാറിന്റെ ജീവനല്ലെ."

"ശരിയാണ് മത്തായിച്ചേട്ടാ..."

ഇന്നലെ തീരുമാനം എടുത്താണ് കോർട്ടേഴ്സിൽ നിന്ന് കോളജിലേ ക്ക് പുറപ്പട്ടത്.കോളജിൽ പത്ത് മണിക്ക് തന്നെ എത്തി. തീരുമാനം അറിയാനായി അധ്യാപകരും സമരക്കാരും കാത്തു നിൽക്കുന്നുണ്ടാ യിരുന്നു. സമരക്കാർ കോളജിന്റെ ഒരു വശത്ത് കൂട്ടം കൂടി നിൽക്കുക യായിരുന്നു. പ്രിൻസിപ്പലിന്റെ തീരുമാനം അറിയാൻ അവർ കാത്തിരി ക്കുകയാണെന്ന് മനസ്സിലായി. മറ്റ കുട്ടികളെയൊന്നും പുറത്തുകണ്ടില്ല... സ്റ്റാഫ്റ്റൂമിൽ ഏറെക്കുറെ എല്ലാവരുമുണ്ട്.എല്ലാവരെയും നോക്കി ഒന്ന് ചിരിച്ചു.

"കുട്ടികളെയൊക്കെ ക്ലാസിൽ ഇരുത്തിയിരിക്കയാണ്..." ഡോ. ഡെന്നീസ് അടുത്തു വന്നു സൂചിപ്പിച്ചു.

പ്രിൻസിപ്പലിന്റെ മുറിയിലേക്ക് പോകുമ്പോൾ പ്രൊഫ.കെ ജി ആറ്റം ഒപ്പം വന്നു. അദ്ദേഹം ഒന്നും ചോദിച്ചില്ല. പ്രിൻസിപ്പലിന്റെ മുറിയിൽ മാനേജർ ഫാദർ ഫിലിപ്പൊസൊഴികെ വിചാരണക്കമ്മിറ്റി യിലെ എല്ലാ അംഗങ്ങളും ഉണ്ട്. പതിവിൽ കവിഞ്ഞ നിശ്ശബ്ദത.

"ഇരിക്കൂ മിസ്റ്റർ ആനന്ദൻ..."

"ആനന്ദന്റെ തീരുമാനം അറിയാനാണ് ഞങ്ങൾ കാത്തിരിക്ക ന്നത്... പുറത്ത് സമരക്കാർ കൂട്ടം കൂടി നിൽക്കുന്നുണ്ട്. സ്റ്റഫ് സെക്രട്ടറി അവരോട് പതിനൊന്ന് മണിക്ക് തീരുമാനം അറിയിക്കാമെന്ന് ഉറപ്പ്

കൊട്ടത്തിട്ടുണ്ട്. ഞങ്ങൾ ഇന്നലെ സൂചിപ്പിച്ചത് ആനന്ദൻ ഉൾക്കൊ
ണ്ടിരിക്കണം..."

"ഫാദർ ഞാൻ ഉൾക്കൊണ്ടു... അയാം ഫുളി എ വേർ ഓഫ് യുവർ
പ്രഡിക്കമെന്റ്..." അവർ പ്രതീക്ഷയോടെ ആനന്ദിനെ നോക്കി.

"പ്ലീസ് എക്സ്പറ്റ് മൈ റെസിഗ്നേഷൻ."

"സോറി... വീ കാൻട് എക്കെപ്റ്റ് ദിസ്... ഒരു നല്ല ജോലി കളയാ
നെളുപ്പമാണ്. മാത്രമല്ല ഞങ്ങളിൽ ചിലർ ഉടൻ സമരക്കാരുമായി
നെഗോഷ്യറ്റ് ചെയ്യും.... പെട്ടെന്ന് അവർക്ക് ബോധ്യപ്പെടണമെന്നില്ല..."

"അങ്ങയുടെ വലിയ മനസ്സിന് നന്ദി... വളരെ ആലോചിച്ചാണ്
ഞാനീ തീരുമാനത്തിലെത്തിയത്... പ്ലീസ് ട്രൈറ്റ് അൻഡർസ്റ്റാന്റ്..."

ഒരു നിമിഷം എല്ലാവരും നിശ്ശബ്ദരായി.

"മിസ്റ്റർ ആനന്ദൻ... ഞങ്ങൾ വല്ലാത്ത അവസ്ഥയിലാണ്... താങ്ക
ളെപ്പോലെ ഒരധ്യാപകനെ നഷ്ടപ്പെടുന്നതിൽ ഞങ്ങൾക്ക് അത്യന്തം
വിഷമമുണ്ട്... ഇതൊരു ഭംഗിവാക്കല്ല... സോ പ്ലീസ് റിവോക്ക് യുവർ
ഡിസിഷൻ"

"ഈ ജോലിയുടെ പ്രാധാന്യം എനിക്ക് വളരെ നന്നായി അറിയാം...
രണ്ട് മാസം കഴിഞ്ഞ് തിരിച്ച വന്ന് എനിക്കെതിരെ സമരം ചെയ്യ
അത്യന്തം ഭീകരമായ രീതിയിൽ ഇൻസൾട്ട് ചെയ്യ അതേ കുട്ടികളെ
പഠിപ്പിക്കുക... ഞാനെങ്ങനെ പഠിപ്പിക്കും?... ചിന്തിക്കാൻ കഴിയുന്നില്ല."

മനസ്സില്ലാമനസ്സോടെ പ്രിൻസിപ്പൽ കത്ത് വാങ്ങി സാവകാശം
കണ്ണോടിച്ച് മേശപ്പുറത്തെ ഫയലിൽ വെച്ചു.

പതിനൊന്നരയോടെ വാർത്ത പരന്നു. സമരാനുകൂലികൾ ആർപ്പ
വിളിച്ചു... വിവരമറിഞ്ഞ് മറ്റ ഡിപാർട്ടുമെന്റിലെ അധ്യാപകരെത്തി... '

"ഇത് വേണ്ടിയിരുന്നില്ല സാർ..." അവർ പറയുന്ന വാക്കുകൾ യാന്ത്രി
കമായി കേട്ടു നിന്നു. പന്ത്രണ്ട് മണിയോടെ സ്റ്റാഫ് സെക്രട്ടറി സക്കറിയ
സാർ ഓടിയെത്തി.

"കുറച്ചനേരം തികച്ചും അനൗദ്യോഗികമായി നമുക്ക് ഒന്നിച്ചിരി
ക്കാം..."

"ഇനി അത് ശരിയാവില്ല."

സ്റ്റാഫ് റൂമിൽ വന്നവരെയൊക്കെ കൈപിടിച്ച് കുലുക്കി യാത്ര
ചോദിച്ചു. പ്രിൻസിപ്പലിനെയും നോൺടീച്ചിംഗ് സ്റ്റാഫംഗങ്ങളെയുംകണ്ട്
പുറത്തിറങ്ങുമ്പോൾ സമയം ഒരു മണി കഴിഞ്ഞിരുന്നു. ഗെയിറ്റ് വരെ
പ്രൊഫ. ഇഗ്നേഷ്യസും പ്രൊഫ. രാമചന്ദ്രനും അനുഗമിച്ചു. എന്തോ

ഓർത്തിട്ടെന്ന പോലെ ഇഗ്നേഷ്യസ് തിരിഞ്ഞുനോക്കി ഒന്ന് നിന്നു.

"ആനന്ദൻ, പ്ലീസ് ല്യൂക്ക് ബേക്ക്. വാട്ട് യു സീ ദേർ!"

ആനന്ദനൊപ്പം പ്രഫ.കെ.ജി ആറും തിരിഞ്ഞു നോക്കി. ഗ്രൗണ്ട് ഫ്ലോറിലും ഒന്നാം നിലയിലും രണ്ടാം നിലയിലും കുട്ടികൾ നിരന്നു നിൽക്കുകയാണ്.

"കണ്ടില്ലേ ആനന്ദൻ. കുട്ടികൾക്ക് താങ്കളോടുള്ള സ്നേഹം." പ്രൊഫ. കെ ജി.ആർ വികാരഭരിതനായി പറഞ്ഞു.

ഒരു നിമിഷം വികാരാധീനനായി അവർക്കു നേരെ കൈ വീശി. അവർ തിരിച്ചും.

"വിവരങ്ങളൊക്കെ ഞാൻ അറിഞ്ഞു. രാജിവെക്കുന്നതിന് മുൻപെ ങ്കിലും എന്നെ അറിയിക്കാമായിരുന്നു..."

"സോറി ഫാദർ... , ഫാദർ രാജി വെക്കാൻ സമ്മതിക്കില്ലെന്ന് എനിക്കറിയാം. ഞാൻ ഉടനെ ഫാദറെ കാണും. കുറേയേറെ സംസാ രിക്കാനുണ്ട്."

"ആനന്ദിനെ എനിക്കറിയാം. ഗോഡ് ബ്ലെസ് യു..." എന്നമെ ന്ന പോലെ പ്രിയസുഹൃത്ത് സണ്ണി ആർദ്രഹൃദയനായി. കോളജ് ഓഫീസിൽ നിന്നും തന്റെ രാജിക്കാര്യം വിളിച്ചറിയിച്ചപ്പോൾ ഫാദർ സണ്ണി ജോസഫ് പറഞ്ഞത് മനസ്സിലേക്ക് അറിയാതെ കടന്നുവന്നു.

ട്രെയിൻ ഏതൊക്കെ സ്റ്റേഷൻ പിന്നിട്ടു. ആരൊക്കെയാണ് മുന്നിലിരിക്കുന്നത് എന്നൊന്നും ശ്രദ്ധിച്ചില്ല. പെട്ടെന്നാണ് ചാന്ദിനി ഭട്ട് നൽകിയ സ്നേഹ സമ്മാനം ഓർമയിലെത്തിയത്... അതിപ്പോഴും സൈഡ് ബാഗിലിരുന്ന സ്പന്ദിക്കുന്നുണ്ട്. തുറന്ന നോക്കി. പാർക്കർ പേന. അത് ഭദ്രമായി ബേഗിൽ വെച്ചു. "താങ്ക്യൂ ഫ്രണ്ട്സ്..."

ട്രെയിൻ ഒരു തുറസ്സായ സ്ഥലത്തിന് അടുത്ത കൂടിയാണ് കുതി ക്കുന്നത്. ദൂരെ വീടുകളിൽ എരിയുന്ന ദീപങ്ങൾ... അന്തിച്ചോപ്പ് മാഞ്ഞ് ഇരുട്ട് പരക്കുകയാണ്. ഇതുപോലൊരു യാത്രയിലായിരുന്നല്ലോ ജെന്നിയെ കണ്ടുമുട്ടിയത്. ട്രെയിനിൽ കയറുന്നതിന് മുൻപ് കോളജിൽ നടന്ന സംഭവങ്ങൾ അവളെ വിളിച്ചറിയിക്കണമെന്ന് തോന്നി. വേണ്ടത്ര സമയമില്ലാത്തയകൊണ്ട് വിളിച്ചില്ല.സൗകര്യപൂർവം നാളെ വിളിക്കാം.

"ഇത്തരം നിസ്സാര കാര്യത്തിനാണോ ജോലി രാജി വെച്ചത്... വേണ്ടിയിരുന്നില്ല ആനന്ദൻ.സാരമില്ല." അങ്ങനെയായിരിക്കും ജെന്നിയുടെ മറുപടി. ഉറപ്പാണ്. അല്ലെങ്കിൽ പറയും...

"ഇതിലെന്തെങ്കിലും സത്യമുണ്ടോ.? എന്നോട് തുറന്ന പറയണം"

"ജെന്നിയെന്താ ഇങ്ങനെ ചോദിക്കുന്നത്?"

"അയ്യോ ഞാൻ വെറുതെ ചോദിച്ചതാ..."

വരാനിരിക്കുന്ന ഫോൺ സംഭാഷണം ഓർത്തപ്പോൾ അറിയാതെ ചുണ്ടിൽ ചിരി ഉറഞ്ഞു. കുതിച്ച പായുന്ന ട്രെയിനിനേക്കാൾ വേഗത്തിൽ പറന്നെത്തുന്ന ഓർമകളെ സാന്ത്വനിപ്പിച്ച് ആനന്ദൻ ഇരുന്നു.

3

വീട്ടിലെത്തുമ്പോൾ മോഹനേട്ടനും രജനിയേടത്തിയും എവിടെയോ പോകാനുള്ള തിരക്കിലാണ്.

"നീയിപ്പം വന്നത് നന്നായി. രജനിയുടെ വീട്ടിലൊന്ന് പോകണം. അവളുടെ അമ്മക്ക് സുഖമില്ല." മുന്നറിയിപ്പില്ലാതെ വന്നതുകൊണ്ടായി രിക്കണം അങ്ങനെ പറഞ്ഞത്.

"ദോശയോ മറ്റോ ഉണ്ടാക്കി വെക്കണോ?" പുറപ്പെടുന്നതിന് മുമ്പ് രജനിയേടത്തി ചോദിച്ചു.

"ഞാൻ കഴിച്ചിട്ടുണ്ട്."

"എന്നാൽ ഞങ്ങളിറങ്ങുന്നു." അവർ പോയിക്കഴിഞ്ഞപ്പോൾ വാതിൽ ചാരി മുറിയിലെത്തി ഡ്രസ് മാറി കിടന്നു. ഇന്നലെ ഉറക്കം ഒട്ടും ശരിയായില്ല. ജെന്നിയെ വിളിക്കേണ്ട കാര്യം ഓർത്തെങ്കിലും ഇത്ര നേരത്തെ വിളിക്കേണ്ട എന്ന് തോന്നി. കിടന്നെങ്കിലും ഉറക്കം അകന്ന് നിന്നു. കോളജ്ജം കോളജിന്റെ പരിസരവും സഹപ്രവർത്തകരും വിദ്യാർത്ഥികളും കാന്റീനും. കൂടുതൽ വ്യക്ത ചിത്രങ്ങളായി മനസ്സിലേക്ക് കടന്നുവന്നു.

"സാർ. ഒന്ന് നിന്നേ...". എം എ പ്രീവിയസിന് പഠിക്കുന്ന ഗായത്രി വർമ്മയാണ്. കോളജിലെ ബെസ്റ്റ് സിംഗറാണ് ഗായത്രി. അവളോടൊ പ്പം കുറച്ച കുട്ടികൾ ആൽമരത്തിന് അടുത്തു നിൽക്കുന്നുണ്ട്.

"യേസ് ഗായത്രി."

"സാറൊന്ന് മുകളിലേക്ക് നോക്കിയേ. ആ ചില്ലയിലിരിക്കുന്ന നീണ്ട വാലും തലയിൽ പൂവുമുള്ള പക്ഷിയെ കണ്ടോ? "ആ ദിശയിലേക്ക് വിരൽ ചൂണ്ടി ഗായത്രി പറഞ്ഞു.

"കണ്ടു."

"മുമ്പെങ്ങും കാണാത്ത പക്ഷിയാണ്. സാറിനറിയോ ആ പക്ഷി ഏതാണെന്ന്?"

"അറിയില്ല."

"എത്ര മധുരമായിട്ടാ അത് ച്ചുളം വിളിച്ചത്?"

"ഗായത്രിയേക്കാൾ നന്നായി പാട്ടുന്നുണ്ടോ?"

"കളിയാക്കണ്ട."

എന്തോ ഓർത്തു കൊണ്ട് ആനന്ദൻ ഇലക്കൂട്ടങ്ങളിലേക്ക് നോക്കി.

"സാറെന്താ ആലോചിക്കുന്നത്?..."

"ടോൾസ്റ്റോയിയെക്കുറിച്ച് മാർക്സിം ഗോർക്കിയുടെ ഒരോർമക്കുറിപ്പ ണ്ട്. അതിൽ അതിമധുരമായി പാട്ടുന്ന ഒരു പക്ഷി കടന്നുവരുന്ന ഒരു സന്ദർഭമുണ്ട്. നിന്റെ ചോദ്യം കേട്ട് ഞാനത് ഓർത്തു പോയി ഗായത്രി.."

"എന്തായിരുന്നു സാർ ആ സന്ദർഭം?"

"അതിപ്പം പറയാൻ സമയമില്ല. അഫ്റ്ർനൂൺ ഫസ്റ്റ് പിരിയിഡിൽ നിങ്ങൾക്കെല്ലെ എന്റെ ക്ലാസ്? ആ സമയം പറയാം. ഒന്ന് ഓർമിപ്പി ച്ചാൽ മതി."

കുട്ടികൾ മറന്നു പോകുമെന്നാ കരുതിയത്. പക്ഷേ, ചെന്ന ഉടനെ ചോദിച്ചത് അതാണ്.

"ഒരു ദിവസം ടോൾസ്റ്റോയി സൈപ്രസ് മരത്തിന് കീഴെയുള്ള കൽ ബെഞ്ചിൽ മാർക്സിം ഗോർക്കിയോടൊപ്പം ഇരിക്കകയയായിരു ന്നു. ഇരുണ്ട ഇലക്കൂട്ടങ്ങൾക്കിടയിൽ ഇരുന്ന് ഒരു പക്ഷി അത്യന്തം മധുരമായി പാടിക്കൊണ്ടിരുന്നു. ടോൾസ്റ്റോയി ഇലക്കൂട്ടങ്ങൾക്കിടയി ലേക്ക് ശ്രദ്ധിച്ചു നോക്കി. ആ പക്ഷിയെ അനുകരിച്ച കൊണ്ട് അദ്ദേഹം ച്ചുളം വിളിക്കാൻ തുടങ്ങി.

"ആർ യൂ ജെലസ് ഓഫ് ദാറ്റ് ബേഡ്?" ഗോർക്കി കൗതുകത്തിന് ചോദിക്കുന്നു. ചോദ്യം കേട്ട് ടോൾസ്റ്റോയിയുടെ പ്രതികരണം ഇങ്ങനെ യായിരുന്നു.

"ആ പക്ഷിക്ക് ഒരു രീതിയിലെ പാടാൻ കഴിയൂ... മനുഷ്യന് പലരീ തിയിൽ പാടാൻ കഴിയും.പിന്നെ മനുഷ്യൻ ആ പക്ഷിയെ ഓർത്തു എന്തിന് അസൂയപ്പെടണം?"

"ആ പക്ഷി ഏതായിരുന്നു സാർ...?"

"ഫിൻച്"

"പാവം ഫിൻച്" ഗായത്രിയുടെ പ്രതികരണം കേട്ട് ക്ലാസ് മുഴുവൻ ചിരിച്ചു. ആ സന്ദർഭമോർത്ത് ആനന്ദിന്റെ ചുണ്ടിൽ ചിരി പടർന്നു. ഇനി എന്നെങ്കില്യം അവരെയൊക്കെ കാണുമോ?

ഓർമ്മ മുറിഞ്ഞ ഏതോ നിമിഷത്തിലായിരിക്കണം ഉറങ്ങിയത്. ഉണർന്നപ്പോൾ പതിനൊന്ന് മണി കഴിഞ്ഞിരുന്നു.പുറത്തേനിന്ന്

ആനന്ദയാനം

വെളിച്ചത്തോടൊപ്പം ചൂടും ഉള്ളിലേക്ക് പ്രവഹിക്കുന്നുണ്ട്. പെട്ടെന്നാണ് ജെന്നിയെ വിളിച്ചില്ലല്ലോ എന്ന കാര്യം ഓർത്തത്. വീട്ടിൽ ആരുമില്ലാത്തത് നന്നായി. സ്വസ്ഥമായി സംസാരിക്കാം. അയാൾ മുഖം കഴുകി അകത്ത് വന്ന് ഫോൺ ഡയൽ ചെയ്തു. ഒരു വട്ടം റിംഗ് ചെയ്തെങ്കിലും ആരും അറ്റൻഡ് ചെയ്തില്ല. ചിലപ്പോൾ വീട്ടിൽ ആരുമുണ്ടാവില്ല. ഒരിക്കൽക്കൂടി വിളിച്ചു. ആരോ ഫോൺ അറ്റന്റ് ചെയ്തു.

"ജെന്നിയല്ലേ?" ഒരു നീണ്ട നിശ്ശബ്ദത.

"ഹലോ ജന്നിയുടെ വീടല്ലേ?"

"അതെ..." ജെന്നിയുടെ ശബ്ദം

"ജെന്നി ഇത് ഞാനാണ്. ആനന്ദൻ"

"ആനന്ദിനെ കോളജിൽ നിന്നും പിരിച്ച വിട്ടു അല്ലേ?"

"ആരാ ഇതൊക്കെ പറഞ്ഞത്?"

"ആരെങ്കില്യമായിക്കോട്ടെ. പിരിച്ച വിട്ടില്ലേ?"

"പിരിച്ചവിട്ടതല്ല... ഞാൻ രാജി വെച്ചതാ..."

"പിരിച്ച വിട്ടമെന്ന് ഉറപ്പായപ്പോൾ രാജി. ആ ഷോക്കിൽ നിന്നും ഇഇവരെ മോചനം കിട്ടിയിട്ടില്ല."

"ജെന്നി എന്താണുണ്ടായതെന്ന് ഞാൻ പറയാം."

"ഇനി ആനന്ദൻ ഒന്നും പറയേണ്ട. എന്റെ വിഷമം കണ്ട് അച്ഛൻ അന്വേഷിച്ചു. സിസിലി ജേക്കബ് മാമിനെ വിളിച്ചു... അച്ഛന്റെ കോൺടേക്ട് ഉപയോഗിച്ച് പുറത്തുള്ളവരോട് ചോദിച്ചു. അവർ കൂടുതൽ അന്വേഷിച്ചു. അന്ന് കോർട്ടേഴ്ലിൽ വച്ചുണ്ടായ സംഭവവും തുടർന്നുള്ള കുട്ടികളുടെ സമരവും... പത്രത്തിൽ വന്ന കാര്യം പോല്യം അറിഞ്ഞു"

"ജെന്നി ഞാൻ പറയുന്നത് മുഴുവൻ കേൾക്കണം... ദെൻ യു കേൻ അണ്ടർസ്റ്റാൻഡ് വാട്ട് ഏക്ച്വലി ഹേപ്പൻഡ്."

"ആനന്ദൻ ഇനി എന്ത് പറഞ്ഞിട്ടും കാര്യമില്ല. കാര്യങ്ങളറിഞ്ഞ് എന്നേക്കാൾ ഷോക്കിലാണ് അച്ഛനമമ്മയും. അച്ഛൻ ഒന്നേ എന്നോട് ചോദിച്ചുള്ളൂ... ഇങ്ങനെ ഒരാളെയാണല്ലോ മോളേ നീ കണ്ടെത്തിയത്?"

"ജെന്നി ഞാൻ നാളെ വീട്ടിൽ വരാം... യഥാർത്ഥത്തിൽ സംഭവിച്ചത് എന്താണെന്ന് അച്ഛനോട് ഞാൻ നേരിൽ പറയാം..."

"ആനന്ദൻ പ്ലീസ് വരരുത്. ആനന്ദിനെ അച്ഛൻ ആട്ടിപ്പുറത്താക്കുന്നത് കാണാൻ വയ്യ..."

"ജെന്നി നിനക്ക് ഇനിയും വിശ്വാസം വരുന്നില്ലെങ്കിൽ ആ കുട്ടിയോട് സംസാരിക്കാം..."

"ഏത് കുട്ടി? എനിക്ക് ഒരു കുട്ടിയോട്ടും സംസാരിക്കണ്ട." ജെന്നി പെട്ടെന്ന് ഫോൺ താഴെ വെച്ചു. ഇരു ചെവികളിലും എന്തോ മുരള ന്നതു പോലെ. ഒന്നും ചിന്തിക്കാൻ കഴിയുന്നില്ല. അൽപനേരം കിടന്നു. സമയം നീങ്ങുന്നില്ല. താഴെയിറങ്ങി എന്തോ ഓർത്തിട്ടെന്ന പോലെ ജെന്നിയെ വീണ്ടും വിളിച്ചു. മാഷാണ് എടുത്തത്.

"ആരാ...?"

"മാഷെ ഞാൻ ആനന്ദാ.എനിക്ക്."

"ഹേ മിസ്റ്റർ നിങ്ങൾ മേലിൽ എന്റെ മോളെ വിളിക്കരുത്. ഞങ്ങൾ അവളുടെ വിവാഹത്തിലേക്ക് നീങ്ങുകയാണ്..." അയാൾ ഫോൺ താഴെ വെച്ചു. തലയ്ക്കുള്ളിൽ സൈറൺ മുഴങ്ങുന്നു. മനസ്സ് കൈവിട്ട പോകുമോ?വാതിലടച്ച് താക്കോൽ പതിവ് സ്ഥലത്ത് വെച്ച് അയാൾ ബസ് സ്റ്റോപ് ലക്ഷ്യമാക്കി നടന്നു.

4

ജീപ്പ് മുടിക്കൽ പീടികയുടെ അടുത്ത് നിർത്തി. ഡ്രൈവർ ചെറുപ്പ ക്കാരനാണ്. ബാർ അറ്റൻഡറാണ് ജീപ്പ് വിളിച്ച വരുത്തിച്ചത്.

"മാഷക്ക് ഒറ്റക്ക് പോകാൻ പറ്റ്വോ? നല്ല ഇരുട്ടാ." നിലയ്ക്കാത്ത തന്റെ കാല് കണ്ടിട്ടാവണം ഡ്രൈവർ അങ്ങനെ പറഞ്ഞത്.

"പ്രശ്നമില്ല... ദാ ആ കാണുന്നതാണ് എന്റെ വീട്. ഇപ്പോ സമയം"

"പതിനൊന്ന് കഴിഞ്ഞു."

"താങ്ക്യു..."

ഡ്രൈവർ പോയിക്കഴിഞ്ഞപ്പോൾ അയാൾ വീട്ടിലേക്ക് മെല്ലെ നടന്നു. ഇന്ന് അമാവാസിയാണോ? വെളിച്ചത്തിന്റെ നുറുങ്ങ് പോലും ആകാശത്തിന്റെ ഓരങ്ങളിലില്ല.വീട്ടിൽ വെളിച്ചമില്ല. അവർ ഉറങ്ങിക്കാ ണും. ഇരുട്ടു മൂടിക്കിടന്ന വീടിന് മുമ്പിൽ അല്പം നിന്നു. കാൽ പതറാതി രിക്കാൻ മനസ്സിനെ ശാസിച്ചു. വരാന്തയിൽക്കയറി ലൈറ്റിട്ടു. അകത്ത് അനക്കമില്ല. കാലും മുഖവും നന്നായി കഴുകി കരുതലോടെ ബെല്ലടിച്ച് അൽപം മാറിനിന്നു. രജനിയേടത്തിയാണ് വാതിൽ തുറക്കുക. അവർക്ക് ഒരിക്കലും സംശയം തോന്നരുത്. അൽപം കാത്തു. അകത്ത് ഒരന ക്കവുമില്ല. ഒരിക്കൽ കൂടി ബെല്ലടിച്ചു. അപ്പോഴും ഒരനക്കമില്ല. അവർ എത്തിക്കാണില്ല. ചിലപ്പോൾ രജനിയേടത്തിയുടെ വീട്ടിൽ തങ്ങുക യായിരിക്കും.അയാൾ വാതിൽ ഒന്ന് തള്ളി. പൂട്ടിയിരിക്കയാണ്. അവർ ഇല്ലെന്നറിഞ്ഞപ്പോൾ ആശ്വാസം തോന്നി. താക്കോലെടുത്ത് അയാൾ വാതിൽ തുറന്നു.ഉറയ്ക്കാത്ത കാലുകളുമായി ഒരു സാഹസികനെപ്പോലെ

 ആനന്ദയാനം

കോണിപ്പടി കയറി. ആറേഴ് സ്റ്റെപ്പ് കഴിഞ്ഞു കാണം. എന്തിലോ ചവിട്ടി ഒറ്റവീഴ്ചയാണ്. നെറ്റിയാണ് തറയിൽ ചെന്നിടിച്ചത്. എഴുന്നേൽ ക്കാൻ കഴിയുന്നില്ല. അൽപനേരം അവിടെത്തന്നെ കിടന്നു. പിന്നെ കൈകുത്തി പണിപ്പെട്ട് എഴുന്നേറ്റു. വളരെ കരുതലോടെ കോണിപ്പടി കയറി അകത്തു ചെന്ന് കിടക്കയിൽ ഒറ്റവീഴ്ച. ഓർമ അറ്റുപോയിരുന്നു.

ആരോ വാതിൽ തുറന്ന് തന്റെ അടുത്തു വന്നിരുന്ന് ദേഹത്ത് തൊട്ടതായി തോന്നി. കണ്ണുതുറന്നു. അമ്മയാണ്. തൊട്ടപ്പറത്ത് അച്ഛനും... അവരുടെ വേഷം കണ്ടപ്പോൾ ഏതോ യാത്ര കഴിഞ്ഞ് തിരിച്ച വന്നതാണെന്ന് തോന്നി. അമ്മ കടുംനിറത്തിലുള്ള പച്ച ബ്ലൗസും സ്വർണ്ണക്കരയുള്ള മുണ്ടുമാണ് ധരിച്ചിരിക്കുന്നത്.ചുമലിൽ രണ്ടാം മുണ്ട്. അച്ഛന്റെ വേഷം ഇളം നീലനിറത്തിലുള്ള മുറിക്കയ്യൻ കുപ്പായവും ഒറ്റമു ണ്ടും.ചുമലിൽ യാത്രയിലെടുക്കുന്ന ഷാൽ. അച്ഛൻ തലകുനിച്ച് മുഖത്തെ കുറ്റിരോമങ്ങളിൽ തടവി എന്തോ ആലോചിക്കുകയാണ്.ഒന്നും പറയു ന്നില്ല. അമ്മ ഒന്നുകൂടി അടുത്തിരുന്നു.

"ഇനിക്കെന്തെ പറ്റി ആനന്ദാ...?"

അതു കേട്ടപ്പോൾ എന്തെങ്കിലും തിരിച്ച പറയണമെന്ന് തോന്നി. നാവ് ചലിക്കുന്നില്ല. അയാൾ പണിപ്പെട്ടു. ഉച്ചത്തിലുള്ള നിലവിളിയാണ് പുറത്തുവന്നത്. അയാൾ ഞെട്ടി ചുറ്റും നോക്കി. ആരുമില്ല. പുറത്ത് നായ്ക്ക ളുടെ ബഹളം. നെറ്റിയിൽ വല്ലാത്ത നീറ്റൽ.വീഴ്ചയുടെ കാര്യം ഓർമവന്നു. എഴുന്നേറ്റ് ലൈറ്റിട്ട് കണ്ണാടിയിൽ നോക്കി. നെറ്റിയുടെ വലതുഭാഗത്ത് വലിയൊരു മുറിവ്. രക്തം ചുറ്റും കട്ടപിടിച്ച കിടക്കുന്നു. തലയിണയിൽ ചോരപ്പാട്. അയാൾ വാച്ചിലേക്ക് നോക്കി. അഞ്ച് മണി. മോഹനേട്ടനും രജനിയേടത്തിയും ചിലപ്പോ രാവിലെയെത്തും. ആകെ പ്രശ്നമാകും. അയാൾ വാതിൽ തുറന്ന് താഴെയിറങ്ങി.തറയിൽ ചോരപ്പാട്.അയാൾ പുറത്ത് പോയി തോർത്ത് നനച്ചെടുത്ത് നിലം നന്നായി തുടച്ചു. സൂക്ഷിച്ച നോക്കി. ചോരപ്പാട് കാണുന്നില്ല.കുളിമുറിയിൽച്ചെന്ന് തണുത്ത വെള്ളം കൊണ്ട് മുഖം കഴുകി. നെറ്റിയിലെ ചോരപ്പാട് തുടച്ചു.വലിയ നീറ്റൽ. അയാൾ മുറിയിൽച്ചെന്ന് ഒരിക്കൽക്കൂടി കണ്ണാടി നോക്കി. നെറ്റിയുടെ വലതു ഭാഗത്ത് വിടർന്ന നിൽക്കുന്ന ചുണ്ടു പോലെ മുറിവ്.ഭയം തോന്നി. ബ്രീഫ്കെയ്സിൽ രണ്ട ജോഡി ഡ്രസ്സും തോർത്തും ലുങ്കിയും അടുക്കി വെച്ചു. കർച്ചീഫെടുത്ത് തലക്ക ചുറ്റും കെട്ടി. കണ്ണാടിയിൽ നോക്കിയപ്പോൾ അയാൾക്ക് അയാളോട് തന്നെ സഹതാപം തോന്നി. താനാകെ മാറിയിരിക്കുന്നു.

പെൻ ടോർച്ച് മിന്നിച്ച കൊണ്ട വയൽ വരമ്പിലൂടെ വേഗം നടന്നു. ബസ്സ്റ്റോപിൽ എത്തുന്നതുവരെ പരിചയക്കാരാരും മുൻപിൽ പെട്ടില്ല.

ടിക്കറ്റ് മുറിക്കുമ്പോൾ കണ്ടക്ടർ തലയിലെ കെട്ടിലേക്ക് നോക്കി. തലശ്ശേരിയിലെത്തുമ്പോഴേക്കും നേരം നന്നേ വെളുത്തിരുന്നു. തൊട്ടടുത്ത മെഡിക്കൽ ഷോപ്പിൽക്കയറി മുറിവിൽ ഒരു സ്ലിപ്പ് ഒട്ടിക്കാമെന്ന് വിചാരിച്ചു.

"അയ്യോ എന്ത് പറ്റി. കുറച്ച് വലിയ മുറിവാണ്. വേഗം ഏതെങ്കിലും ഹോസ്പിറ്റലിൽ പോയി സ്റ്റിച്ചിട്ടോ." തലക്കെട്ട് അഴിച്ചുമാറ്റിയ ഉടനെ ഫാർമസിസ്റ്റ് പറഞ്ഞു. ഓട്ടോയിൽക്കയറി നേരെ സഹകരണ ഹോസ്പി റ്റലിൽ എത്തി. മനസ്സാകെ പതറിയിരുന്നു. കാഷ്വാലിറ്റിയിലെ ഡോക്ടർ മുറിവ് പരിശോധിച്ചു.

"ഇതെന്തെ പറ്റി?"

"കോണിപ്പടിയിൽ നിന്നും വീണതാ..."

"ശർദ്ദിച്ചിരുന്നോ?"

"ഇല്ല.

"സ്റ്റിച്ചിടണം. രണ്ടു ദിവസം കിടക്കേണ്ടിവരും. കൂടെ ആരാ ഉള്ളത്?"

"ആരുമില്ല."

"അങ്ങനെയാണെങ്കിൽ അഡ്മിറ്റ് ചെയ്യാൻ കഴിയില്ല."

സ്റ്റിച്ചിട്ട് മുറിവിൽ കോട്ടൻ വെച്ച് തലക്കു ചുറ്റും ഭദ്രമായി മുറുക്കി കെട്ടി.

"തല അധികം ഇളക്കരുത്."

"താങ്ക്യു ഡോക്ടർ. ഞാൻ രണ്ടു ദിവസം കഴിഞ്ഞ് വരാം. ഡോക്ടർ ഒന്നു കൂടി നോക്കി.

"മദ്യപിച്ചിരുന്നു, അല്ലേ?" പ്രിസ്ക്രിപ്ഷൻ തരുന്നതിനിടയിൽ ഡോക്ടർ ചോദിച്ചു.

മറുപടി പറഞ്ഞില്ല. അടുത്തു നിൽക്കുന്ന നേഴ്സിന്റെ ചുണ്ടിൽ നേർത്ത ചിരി. പുറത്ത് നല്ല വെയിലാണ്. ഈ കെട്ടുമായി വീട്ടിൽച്ചെന്നാൽ ആകെ കുഴപ്പമാകും. കൂടെ പഠിച്ച മനോജിനെ ഓർത്തു. ഹോസ്പിറ്റലി നടത്താണ് അവന്റെ വീട്. ഞായറാഴ്ചയായതു കൊണ്ട് വീട്ടിൽക്കാണും. അവനില്ലെങ്കിൽ ഏതെങ്കിലും ഹോട്ടലിൽ തങ്ങാം. ഭാഗ്യം. അവൻ വരാന്തയിൽത്തന്നെയുണ്ട്. പത്രം വായിക്കുകയാണ്.

"അല്ല ചങ്ങാതി എന്തുപറ്റി?. എന്താ ഈ കെട്ട്?. എനി ഏക്സിഡന്റ്?" ഓർക്കാപ്പുറത്ത് തലയ്ക്ക് ചുറ്റും വലിയ കെട്ടുമായി തന്നെ കണ്ട മനോജ് ശരിക്കും അമ്പരന്നു.

"വിസ്തരിച്ച് പറയാം. മനോജിന്റെ ഭാര്യയും മോനും ഇവിടെയുണ്ടോ?"

"ഭാര്യയും മോനും ഇന്നലെ അവളുടെ വീട്ടിൽ പോയതാ... വൈകുന്നേരം തിരിച്ചെത്തും." അവന്റെ ശ്രദ്ധ കെട്ടിലേക്കാണ്.

"ഇന്നലെ എന്റെ വീട്ടിൽ ആരുമുണ്ടായിരുന്നില്ല. അല്പം മദ്യം കഴി ച്ചിരുന്നു. കോണിപ്പടി കയറി മുകളിൽ പോയതാ... തുണിയിൽ ചവിട്ടി നേരെ താഴെ. ഈ കെട്ടുമായി വീട്ടിൽ ചെന്നാൽ ശരിയാവില്ല. രണ്ട ദിവസം എന്നെ സഹിക്കണം. ഭാര്യയോട് വിളിച്ച് രണ്ട ദിവസം കൂടി അവിടെ നിൽക്കാൻ പറ"

"രണ്ടല്ല... എത്ര ദിവസം വേണമെങ്കിലും ഇവിടെ നിന്നോ? പക്ഷേ , ഭാര്യ ഇവിടെ ഉള്ളത് കൊണ്ട് നിനക്കെന്താ?"

"അതല്ല. ഈ കെട്ടൊക്കെ കെട്ടി അവരെന്നെ കണ്ടാൽ... അത് പരമ ബോറാ."

"അല്ല നിനക്ക് ഭക്ഷണമൊക്കെ വേണ്ടേ?"

"അതൊക്കെ നമുക്ക് ഹോട്ടലിൽ നിന്നും വരുത്തിക്കാം."

മനോജ് ഭാര്യയെ വിളിച്ച് കാര്യം പറഞ്ഞു.

"കുറച്ച് വെള്ളം. എനിക്കൊരു ഗുളിക കുടിക്കണം."

"വെള്ളവും ഗ്ലാസുമൊക്കെ അകത്തെ ടേബിളിലുണ്ട്.ഞാനൊന്ന് പുറത്ത് പോയി പെട്ടെന്ന് വരാം... നിനക്കെന്താ ഉടുക്കാൻ വേണ്ടത്?"

"എല്ലാം ഞാൻ കരുതിയിട്ടുണ്ട്. നല്ല നീറ്റലുണ്ട്. എനിക്കൊന്ന് കിടക്കണം."

"നീയാകെ മാറിയതുപോലെ. ശരീരമൊക്കെ വല്ലാതായിട്ടുണ്ട്. നിനക്ക് കോളജിലൊന്നും പോകണ്ടെ?"

"ഒരു യാത്ര പ്ലാൻ ചെയ്തിട്ടുണ്ട്. കുറച്ച നാൾ ലീവിലാ."

"ഇതാ നിന്റെ റൂം... കുറച്ച് വിശ്രമിക്ക്"

"എനിക്ക് അത്യാവശ്യമായി ഒന്ന് രണ്ട് പേരെ വിളിക്കണം..."

"എന്നാൽ നീ ഫോൺ വിളിക്ക്. ഞാൻ ഇറങ്ങുന്നു."

വീട്ടിലേക്ക് വിളിച്ചു.

മോഹനേട്ടൻ ഫോൺ അറ്റന്റ് ചെയ്തു.

"അല്ല, നീ എങ്ങോട്ട് പോയി. ഞാൻ കുറച്ച് മുൻപ് എത്തി.ഇന്നലെ രജനിയുടെ വീട്ടിൽ തങ്ങേണ്ടിവന്നു. ഇന്നലെ വൈകി പല തവണ നിന്നെ വിളിച്ചു."

"മോഹനേട്ടാ. ഞാൻ ലീവിലാ. തത്കാലം കോളജിലേക്ക് വിളിക്ക ണ്ട. സുഹൃത്തുക്കളൊന്നിച്ച് ഒരു ടൂറിലാ" നടന്ന സംഭവം സാവകാശം

പറയാം. അൽപനേരം കിടന്നു. വാല്യം തലയുമില്ലാത്ത ചിതറിയ ചിന്തകൾ... മനസ്സിൽ വീണ്ടും സൈറൺ മുഴങ്ങി.പെട്ടെന്ന് ഫാദർ സണ്ണിയെ ഓർത്തു. ഡയറിയിൽ കുറിച്ച വെച്ച നമ്പറിലേക്ക് വിളിച്ചു.

"ആരാണ്?" തന്റെ പ്രിയ ചങ്ങാതിയുടെ ശബ്ദം.

"ഫാദർ ഞാനാണ്. ആനന്ദൻ"

"പറഞ്ഞോളൂ ആനന്ദൻ."

"കുറച്ചധികം പറയാനുണ്ട്... ഫാദർക്ക് സമയമുണ്ടോ?"

"അരമണിക്കൂർ. പോരെ?"

"ധാരാളം ഫാദർ..."

ഫാദർ ഏറെ നേരം എല്ലാം കേട്ടു നിന്നു.

"ആനന്ദൻ ഐ അണ്ടർസ്റ്റാന്റ്... പഴയ കാര്യം ഓർമയുണ്ടല്ലോ. മനസ് പതറാതെ നോക്കണം."

"ഫാദർ ഐ ഡു റിമമ്പർ... ബട്ട്... ഐ ആം എഫ്രയിഡ്... ദി എൻറ്റയർ വേൾഡ് സീംസ്റ്റ ബി കൺസ്പയറിംഗ് എഗൻസ്റ്റ് മി. മനസ്സിന്റെ നിയന്ത്രണം ഏത് നിമിഷവും പോകുമെന്ന് തോന്നുന്നു."

"അതൊക്കെ തോന്നലാ... ഡോണ്ട് വറി... തൃശ്ശൂരിൽ വരാൻ ബുദ്ധിമുട്ടില്ലല്ലോ? ഞാൻ ഡോ. ഡെന്നി ജോസഫിനെ വിളിച്ച പറയാം. ഞങ്ങളുടെ സംഭാഷണത്തിൽ ആനന്ദൻ കയറി വരാറുണ്ട്... അതുകൊണ്ട് ഡോക്ടർക്ക് ഇപ്പോഴും ആനന്ദിനെ നല്ല ഓർമയുണ്ട്. വേണമെങ്കിൽ നിങ്ങളുടെ സുഹൃത്ത് പോൾ വിൽസന്റെ കൂടെ രണ്ട് ദിവസം നിൽക്ക്... ദാറ്റ് വിൽ ബി എ നൈസ് ഡിസ്ട്രേക്ഷൻ..."

"ഫാദർ പറയുന്നത് പോലെ ചെയ്യാം. തൃശ്ശൂരിൽ എത്തുന്ന ദിവസം ഞാൻ അറിയിക്കാം." ഫാദറിനെ വിളിച്ചപ്പോൾ വലിയ ആശ്വാസം തോന്നി.പതിയെ ഉറക്കത്തിലേക്ക് നീങ്ങി.

5

ഇനിയും അരമണിക്കൂർ കൂടിയെടുക്കും തൃശ്ശൂരിലെത്താൻ. തലശ്ശേരി മനോജിന്റെ വീട്ടിൽ നിന്നിറങ്ങുമ്പോൾ പത്തു മണി കഴിഞ്ഞിരുന്നു. മനസ് തേക്കിൻ കാട് മൈതാനിയിലെ സന്ധ്യകളിലേക്കും പിജി ഹോസ്റ്റലിലേക്കും അറിയാതെ വഴുതിവീണു.

പി ജി ഹോസ്റ്റലിന്റെ ഒന്നാം നിലയിൽ നിന്ന് നോക്കിയാൽ മതി ലിനപ്പുറം ഒരു കൂറ്റൻ മഞ്ഞ കെട്ടിടം കാണാം. അതിന്റെ നെറുകയിൽ ഒരു ചതുര ദീപസ്തംഭം. അതിൽ നിന്ന് മഞ്ഞ വെളിച്ചം ചുറ്റും പ്രസരിക്കും.

അതിന്റെ ഇടതു വശത്ത് അധികം ഉയരമില്ലാത്ത മറ്റൊരു കെട്ടിടമുണ്ട്. മഞ്ഞപ്പിത്തം ബാധിച്ച ഒരു ക്ഷീണൻ ജീവിയെപ്പോലെ തോന്നും. അടഞ്ഞു കിടക്കുന്ന ആ കെട്ടിടത്തിന്റെ അകത്ത് നിന്ന് സദാ എരിഞ്ഞു കൊണ്ടി രിക്കുന്ന വെളിച്ചം കാണാം. ആ കെട്ടിടത്തിന്റെ മറുവശത്ത് പൊന്ത ക്കാടാണ്. രാത്രിയായാൽ കുറുക്കൻമാർ ആരെയൊ കണ്ട് ഭയപ്പെട്ട പോലെ സദാ ഓളിയിട്ട കൊണ്ടിരിക്കും. ജില്ലാ ഹോസ്പിറ്റലിന്റെ ഭാഗമാണ് ഈ കെട്ടിടങ്ങൾ. മതിലിനും ഹോസ്റ്റലിനും ഇടയിൽ വീതി കുറഞ്ഞ റോഡാണ്. അതിലൂടെ ഒട്ടകപ്പക്ഷികളെപ്പോലെ ഇടയ്ക്കിടെ ഓട്ടോ റിക്ഷകൾ കടന്നുപോകും. സന്ധ്യയായാൽ റൂമിലിരുന്ന മടുപ്പ മാറ്റാൻ ഇടനാഴിയിൽ നിന്ന് ഗ്രിൽസിൽ പിടിച്ച് പുറത്തേക്ക് നോക്കിയി രിക്കും. ചില നേരങ്ങളിൽ ക്ലറ്റൻ കെട്ടിടത്തിന്റെ അകത്തുനിന്ന് ചുറ്റിക കൊണ്ട് ഇടിക്കും പോലെ ശബ്ദം കേൾക്കാം. ഉറക്കമില്ലാത്ത ചില രാവുകളിൽ മുറിക്കകത്തും ആ ശബ്ദം ഇഴഞ്ഞെത്തും.

"ബോബി എന്താണോ ശബ്ദം?" കളി കഴിഞ്ഞ് ബക്കറ്റമായി വരുന്ന ബോബിയോട് ചോദിച്ചു. ബോബി എം എസ് സി ഫൈനൽ ഇയർ ബോട്ടണി വിദ്യാർത്ഥിയാണ്. ബോബി ശ്രദ്ധിച്ചു.

"ആ കെട്ടിടത്തിൽ നിന്നും വരുന്ന ശബ്ദമല്ലേ... അത് വിട്ട് കള... എന്തോ ഒരു ശബ്ദം." ബോബി ഒഴിഞ്ഞുമാറുകയാണെന്ന് തോന്നി.

"ബോബിക്കറിയാം... പ്ലീസ് ടെൽമി."

"പത്ത് മിനിട്ട് കഴിഞ്ഞ് എന്റെ റൂമിലേക്ക് വാ... അപ്പോഴേക്കും ഞാൻ ഡ്രസ് മാറട്ടെ." ബോബി അത്രയും പറഞ്ഞപ്പോൾ കൗതുകം വർദ്ധിച്ചു. ബോബിയുടെ മുറി രണ്ടാം നിലയിലാണ്. വാതിൽ ചാരിയിട്ടുണ്ട്.

"ഹലോ ബോബി..."

"വരണം ആനന്ദൻ"

ബോബി കസേരയിലിരുന്ന ശ്രദ്ധയോടെ എന്തോ എഴുതുകയാണ്. ആനന്ദനെ കണ്ടപ്പോൾ ഫയൽ മടക്കി വെച്ചു.

"ജില്ലാ ആശുപത്രിയുടെ ഓട്ടോപ്സി റൂമാണത്. ആത്മഹത്യ ചെയ്തവ രെയും അപകട മരണത്തിൽ പെട്ടവരെയും പോസ്റ്റ്മോർട്ടം ചെയ്യുന്ന സ്ഥലം." വളരെ ക്ലൂലായിട്ടാണ് ബോബി അത്രയും പറഞ്ഞത്. ബോബി വീണ്ടും എന്തൊക്കെയോ പറഞ്ഞു. ഒന്നും കേട്ടില്ല. കണ്ണിൽ ഇരുട്ട കയറുന്നത് പോലെ തോന്നി. പെരുവിരലിൽ നിന്നും ഭയം ഒരു ഉൽക്ക പോലെ തലയോട്ടിലേക്ക് കയറി.പിന്നീട് ഒരു രാത്രിയില്യം ശരിക്ക് ഉറങ്ങാൻ കഴിഞ്ഞില്ല. രാത്രിയായാൽ ചുറ്റികയുടെ അടി. ഉറക്കം വന്ന ഇടങ്ങുമ്പോൾ മുഖമില്ലാത മനുഷ്യർ തന്റെ അടുത്ത് വന്നിരിക്കുന്നത്

പോലെ. ചില രാത്രികളിൽ കോണിപ്പടി കയറി ഇടനാഴിയില്ലൂടെ നടന്ന തന്റെ വാതിലിനടുത്തെത്തി നിൽക്കും. കാതോർത്തിരിക്കും. അൽപം കഴിഞ്ഞ് അവർ തിരിച്ച പോകും.

ഫൈനൽ പരീക്ഷയ്ക്ക് കഷ്ടിച്ച് രണ്ട് മാസം. സണ്ണിയോട് പറയാം. സെമിനാരിയിൽ പഠിച്ച സണ്ണിക്ക് മറ്റള്ളവരെക്കാൾ പ്രായവും പക്വതയും ഉണ്ട്.

"സണ്ണീ, ഉറങ്ങാൻ കഴിയുന്നില്ല. ഒന്നിലും കോൺസൻട്രേറ്റ് ചെയ്യാൻ കഴിയുന്നില്ല... രാത്രിയായയാൽ പുറത്തിറങ്ങാൻ പോലും ഭയം."

"ഞങ്ങളിൽ പലരും അത് ശ്രദ്ധിച്ചിട്ടുണ്ട്. മെസ് ഹാളിൽ എത്തിയാൽ ആനന്ദൻ എന്തിനെയോ ഉറിച്ച നോക്കുന്നത പോലെ അനങ്ങാതിരിക്കുന്നത് കാണാം... പരീക്ഷ അടുത്ത വരുന്നതല്ലേ? അതിന്റെ ടെൻഷൻ കൊണ്ടായിരിക്കും എന്ന കരുതി. പക്ഷേ, ആനന്ദി ങ്ങനെ ടെൻഷനടിച്ചാൽ ബാക്കിയുള്ളവരുടെ കാര്യം."

"അതല്ല സണ്ണി. ഞാൻ പറയാം"

സണ്ണി ശ്രദ്ധയോടെ കേട്ടു.

"നമുക്കൊരു കാര്യം ചെയ്യാം... എനിക്ക് പരിചയമുള്ള ഒരു സൈക്കാ ട്രിസ്റ്റ് ഉണ്ട്... ഡോ. ഡെന്നി ജോസഫ്. പരീക്ഷ വരുന്നതല്ലേ? ഇങ്ങനെ ഉറങ്ങാതെയും പേടിച്ചും ഇരുന്നാൽ പരീക്ഷ എഴുതാൻ കഴിയില്ല."

"സണ്ണി നമ്മൾ രണ്ട പേരും മാത്രമെ അറിയാൻ പാടുള്ള"

"ഡോൺഡ് വറി..."

"നമുക്ക് നാളെ വൈകിട്ട് പോകാം... ഞാൻ ഡോക്ടറെ വിളിച്ച പറയാം"

ഡോക്ടർ ഡെന്നി ജോസഫിന്റെ മുൻപിലിരിക്കയാണ്. ക്ലീൻ ഷെയിവ്. നീണ്ട മെലിഞ്ഞ രൂപം. ഉളച്ചകയറുന്ന കണ്ണുകൾ. ആരെയും ആകർഷിക്കുന്ന ചിരി.

"ആനിന്ദിന്റെ അച്ഛൻ എങ്ങനെയാണ് മരിച്ചത്?" എല്ലാം കേട്ട കഴിഞ്ഞപ്പോൾ ഡോക്ടർ ചോദിച്ചു.

ചോദ്യം കേട്ട് അൽപമൊന്ന് പരുങ്ങി.

"എന്താ പറയാൻ വിഷമമുണ്ടോ?"

"ഇല്ല ഡോക്ടർ... അച്ഛൻ ആത്മഹത്യ ചെയ്തതാ."

പറഞ്ഞ കാര്യങ്ങളെല്ലാം ഡോക്ടർ ഒരു ഫയലിൽ കുറിച്ച വെച്ച.

"നിങ്ങളുടെ സുഹൃത്ത് പറഞ്ഞത് ശരിയാകണമെന്നില്ല. ഓട്ടോപ്സി

ആനന്ദയാനം

മുറിയിൽ നിന്നുള്ള ശബ്ദം നിങ്ങളുടെ ഹോസ്റ്റലിൽ എത്തുമെന്ന് തോന്നുന്നില്ല. ഒന്നുകിൽ സുഹൃത്ത് നിങ്ങളെ പേടിപ്പിക്കാൻ പറഞ്ഞു... അല്ലെങ്കിൽ അയാളോട് ആരെങ്കിലും പറഞ്ഞത് അയാൾ വിശ്വസിച്ച് കാണും... രാത്രിയിലുള്ള കാര്യങ്ങൾ വെറും തോന്നലുകളാണ്. ഞങ്ങൾ ഇതിനെ ഡെല്യൂഷൻ എന്ന് വിളിക്കും... മെഡിക്കേഷൻ വേണ്ടി വരും." ആനന്ദൻ ഡോക്ടറെ ശ്രദ്ധയോടെ കേട്ടിരുന്നു.

"ഈ ഗുളിക കഴിക്കുമ്പോൾ ആദ്യത്തെ കുറച്ച ദിവസം പകൽ ഉറക്കം വരും. മരുന്ന് കഴിച്ച തുടങ്ങിയാൽ പേടിയൊക്കെ മാറും." പ്രി സ്ക്രിപ്ഷൻ കൈമാറിക്കൊണ്ട് ഡോക്ടർ പറഞ്ഞു. ഡോക്ടർ ബെല്ലടിച്ചു. പുറത്ത് കാത്ത് നിൽക്കുന്ന ഒരു നേഴ്സ് വന്നു.

"പുറത്തിരിക്കുന്ന സണ്ണി ജോസഫിനെ വിളിക്ക്."

സണ്ണി ജോസഫ് ചിരിച്ച കൊണ്ട് അടുത്ത് വന്നിരുന്നു.

"നിങ്ങളുടെ സുഹൃത്തിന് പറയത്തക്ക പ്രശ്നങ്ങളൊന്നുമില്ല. മരുന്ന് റഗുലറായി കഴിക്കണം. ഒരു മാസം കഴിഞ്ഞ് വന്നാൽ മതി."

"ഡോ. ഡെന്നി ജോസഫ് സണ്ണിയുടെ വെറും പരിചയക്കാര നാണോ? അതോ...?"

ഡോ. ഡെന്നി ജോസഫിന്റെ അടുത്ത നിന്ന് കോളേജിലേക്ക് മടങ്ങുമ്പോൾ ആനന്ദൻ ചോദിച്ചു.

"ആനന്ദന്റെ ഊഹം ശരിയാണ്... ഡോക്ടർ എന്റെ ബ്രദറാണ്. ആദ്യമേ അത് പറഞ്ഞാൽ ആനന്ദൻ വന്നില്ലെങ്കിലോ എന്ന് വിചാരി ച്ചാണ് പറയാതിരുന്നത്."

"ശരിയാണ്."

ആനന്ദന്റെ ബസ് പതിയെ തൃശ്ശൂർ ട്രാൻസ്പോർട്ട് സ്റ്റാന്റിലേക്ക് കയറി. ബസ്സിറങ്ങി മുൻപിൽ കണ്ട ഫോൺ ബൂത്തിൽ കയറി ഫാദർ സണ്ണിയെ വിളിച്ചു.

"ഫാദർ സണ്ണി ജോസഫ്?"

"യെസ്... സ്പീക്കിംഗ്."

"ഞാൻ തൃശ്ശൂരിലെത്തി. പോൾ വിൽസന്റെ ഓഫീസിലേക്കുള്ള യാത്രയിലാണ്."

"ഗുഡ്. ഡോക്ടറെ കാണണ്ടെ? എപ്പോഴത്തേക്കാ എപ്പോയിന്റ്മെ ന്റ് വാങ്ങണ്ടത്?"

"നാളെ വൈകുന്നേരം അഞ്ച മണി?"

"അങ്ങനെയാവട്ടെ. പോൾ വിൽസനോട് എന്റെ സ്നേഹാന്വേഷണം അറിയിച്ചേക്ക്."

"ഡഫിനിറ്റ്ലി. ഫാദർ"

പി ജി പഠന കാലത്ത് സാഹിത്യ അക്കാദമി ഹാളിൽ നടന്ന ഒരു സെമിനാറിൽ വെച്ചാണ് പോൾ വിൽസനെ പരിചയപ്പെടുന്നത്. അന്നാണ് മനസ്സിലായത് 'അന്വേഷണം' മാസികയുടെ പത്രാധിപരാ ണെന്ന്. അന്വേഷണം മാസികയിലേക്ക്

നിർബന്ധിച്ച് ലേഖനങ്ങൾ എഴുതിച്ചത് വിൽസനായിരുന്നു.

പരിചിതമായ വഴിയിലൂടെ തേക്കിൻകാട് മൈതാനം ലക്ഷ്യമാക്കി അയാൾ നടന്നു.

6

ഓട്ടോ റിക്ഷയിൽ കയറി 'അന്വേഷണം' മാസികയുടെ ഓഫീ സിലെത്തുമ്പോൾ സമയം അഞ്ച് മണി കഴിഞ്ഞിരുന്നു. വിൽസൺ ഓഫീസിൽ തന്നെയുണ്ടായിരുന്നു.

"ഹലോ ആനന്ദൻ... വിളിച്ച പറഞ്ഞത് നന്നായി. പക്ഷേ ഞാൻ കുറച്ച കൂടി നേരത്തെ പ്രതീക്ഷിച്ച... ആകെ ഒരു ക്ഷീണിച്ച മട്ടുണ്ടല്ലോ ഇതെന്താ നെറ്റിയിലൊരു പ്ലാസ്റ്ററൊക്കെ."

"വിശദമായി സംസാരിക്കാനുണ്ട്... പിന്നീടാകാം. മാസിക എങ്ങനെ പോകുന്നു?"

"നിങ്ങളെപ്പോലെ ചിലരുള്ളത് കൊണ്ട് നിലനിന്നു പോകുന്നു."

"സഹായികളെവിടെ?"

"അടുത്ത മാസത്തേക്കുള്ള മാറ്ററൊക്കെ റെഡിയായി. രണ്ട ദിവസ ത്തേക്ക് ഇനി കാര്യമായി വർക്കുണ്ടാവില്ല... അവർ കുറച്ച് നേരെത്തെ പോയി. എന്താ കുടിക്കാൻ വേണ്ടത്?"

"അൽപം കഴിയട്ടെ..."

"കുറച്ച പുതിയ മാറ്ററുകൾ എത്തിയിട്ടുണ്ട്. ആനന്ദൻ അതൊന്ന് വായിച്ച് നമുക്ക് വേണ്ടത് തിരഞ്ഞെടുക്കണം."

"സമയമുണ്ടല്ലോ? എനിക്ക് സീരിയസായ കുറച്ച കാര്യങ്ങൾ ഷേർ ചെയ്യാനുണ്ട്. ഞാൻഫോൺ വിളിച്ചപ്പോൾ പറഞ്ഞത് അവധിയെടു ത്തിരിക്കുന്നു എന്നല്ലേ?"

"എന്നാൽ അങ്ങനെയല്ല വിൽസാ... ഞാൻ കോളജിൽ നിന്നും രാജിവെച്ചിരിക്കയാണ്..."

 ആനന്ദയാനം

"രാജി വെച്ചെന്നോ? എന്ത് ഭ്രാന്താ ഇത്?"

"ചില പ്രത്യേക സാഹചര്യത്തിൽ അങ്ങനെ വേണ്ടി വന്നു. ഈ വിവരം ഞാനെന്റെ വീട്ടിൽ പോലും പറഞ്ഞിട്ടില്ല. എന്റെ മനസാകെ തകർന്നിരിക്കയാ..." വിൽസൺ ശ്രദ്ധയോടെ കേട്ടിരുന്നു.

"എന്തായിരുന്നു ഇത്രയും വലിയ സാഹചര്യം?"

"പറയാം... നമുക്കൊന്ന് പുറത്തിറങ്ങിയാലോ?"

"എഗ്രീഡ്... ജസ്റ്റ് ടെൻ മിനിട്ട് സ്. ഞാനൊന്ന് ഫ്രഷായി വരാം."

മുണ്ട് മാടിക്കുത്തി ഹാഫ് ഷർട്ടിന്റെ സ്ലീവ് അൽപം മടക്കി വെച്ച് തോൾ സഞ്ചി തൂക്കി ഫുട്പാത്തിലൂടെ ആത്മവിശ്വാസത്തോടെ നടന്നു നീങ്ങുന്ന വിൽസണെ കൗതുക പൂർവ്വം നോക്കി.വിൽസന്റെ കൂടെ നടക്കുമ്പോൾ എന്തിനേയും നേരിടാം എന്ന തോന്നൽ ആരിലുമുണ്ടാകും.

"നമുക്ക് ചായ ടൗണിലെത്തി കഴിച്ചാപ്പോരെ?" ആനന്ദിനെ നോക്കി വിൽസൺ തിരക്കി.

"ധാരാളം"

ഹോട്ടൽ പത്തൻസിൽ കയറി ചായ കഴിച്ച് തേക്കിൻകാട് മൈതാ നിയിലൂടെ നടന്നു. തേക്കിൻകാട് മൈതാനം അസ്തമയ വെളിച്ചത്തിൽ ലയിച്ചു നിന്നു. വടക്കുംനാഥനെ തൊഴാനെത്തുന്നവരും സായാഹ്ന സന്ദർശകരും ഏതോ ആലോചനയിൽ മുഴുകി നടക്കുകയാണ്. അവിടവിടെ തലയുയർത്തി നിൽക്കുന്ന ഒറ്റയാൻ മരങ്ങളുടെ തണലിൽ ചിലരിരുന്ന് സംസാരിക്കുന്നുണ്ട്.

"നമുക്കാ കോർണറിൽ ഇരിക്കാം." ആളൊഴിഞ്ഞ ഒരിടം ചൂണ്ടിക്കാ ട്ടി വിൽസൺ പറഞ്ഞു.

വിൽസൺ ബീഡിയെടുത്ത് ചുണ്ടിൽ വെച്ച് തീ കൊളുത്തി രണ്ട് പഫെടുത്ത് എരിച്ചു.

"പുകവലി വിട്ടിട്ടില്ല."

"തലപുകയുമ്പോൾ ഒന്നു പുകച്ചാൽ ചെറിയൊരു ആശ്വാസം കിട്ടും. പഴയതു പോലെ അത്രയില്ല. എന്തായിരുന്നു ആനന്ദിന്റെ പ്രശ്നം?"ഒന്നു കൂടി ശക്തിയായി വലിച്ച് വിൽസൺ ചോദിച്ചു.

"ഈ വർഷത്തിന്റെ തുടക്കത്തിലാണ് റോസി ഫിലിപ്പ് ഇംഗ്ലീഷ് ഡിപ്പാർട്ട്മെന്റിൽ ലക്ചററായി ചേരുന്നത്. ധാരാളം വായിക്കും. നന്നായി പഠിപ്പിക്കും..."വിൽസൺ ശ്രദ്ധയോടെ കേട്ടു.

"അവർ രണ്ടു മൂന്ന് തവണ എന്റെ കോർട്ടേഴ്സിൽ വന്നിട്ടുണ്ട്. ഒഫ്ലോസ്. പുസ്തകമെടുക്കാൻ..."

"തനിയെയായിരുന്നോ?"

"ആദ്യം ഞങ്ങളുടെ ഡിപ്പാർട്ട്മെന്റിലെ ഒരു സഹപ്രവർത്തകയുടെ കൂടെ. ഒരു ദിവസം ഉച്ചകഴിഞ്ഞ് അവർ തനിയെ വീട്ടിലെത്തുന്നു. ഉച്ചയു റക്ക ക്ഷീണം മാറ്റാൻ ഞാൻ അടുക്കളയിൽക്കയറി ചായയിട്ടുകയായിരു ന്നു... ഒരു മുന്നറിയിപ്പില്ലാതെ അവരെന്റെ മുൻപിൽ. കരഞ്ഞു കലങ്ങിയ പോലെ കണ്ണുകൾ ചുവന്ന് വീർത്തിരുന്നു. അവർ തൊട്ടടുത്തുള്ള സ്റ്റൂളിൽ ഇരിക്കുന്നു. 'എന്തുപറ്റി റോസ്' എന്ന എന്റെ ചോദ്യത്തിന്. യേസ് ഷീ ബേർസ്റ്റ് ഇൻട്ടു ടിയേർസ്. ഞാൻ വല്ലാതായി.' റോസി എന്താ ഇത്? ചെറിയ കുട്ടികളെപ്പോലെ?"

"അതു കഴിഞ്ഞ്?"

പെട്ടെന്ന് അവൾ ചോദിച്ചു "സാറിന് എന്നെ 'രക്ഷിക്കാൻ' കഴിയുമോ?' അവളെന്താണ് ' രക്ഷിക്കണം' എന്ന വാക്ക് കൊണ്ട് ഉദ്ദേശിച്ചത് എന്ന് ഇപ്പോഴും എനിക്കറിയില്ല"

"ആനന്ദൻ എന്ത് പറഞ്ഞു?"

"എന്തു പറയാൻ. സോറി... അയാം ഓൾറെഡി കമ്മിറ്റഡ്"എന്നു പറഞ്ഞു. ആ വിഷയം ഞാൻ മുൻപ് സൂചിപ്പിച്ചിട്ടുണ്ട്..."

"യേസ് ഓർക്കുന്നുണ്ട്... ജെന്നി"

"പെട്ടെന്നാണ് മുറിക്കകത്തേക്ക് ഒരാൾ ഓടിക്കയറി അലറിക്കൊ ണ്ട് അവളെ വലിച്ചിഴച്ച് പുറത്തേക്ക് കൊണ്ടുപോകുന്നത്. അവളുടെ മുഖത്ത് അയാൾ പലതവണ അടിച്ചു."

"ആരായിരുന്നു അയാൾ?"

"അവളുടെ ഹസ്ബന്റായിരുന്നു. അയാളുടെ കൂടെ മറ്റൊരാൾ കൂടി യുണ്ടായിരുന്നു. മുറ്റത്ത് നിന്ന് അയാളെന്നെ അസഭ്യം പറഞ്ഞു. ഇനി താനാ കോളജിൽ പഠിപ്പിക്കില്ല. നോക്കിക്കോ എന്ന് ഭീഷണി മുഴക്കി. തുടർന്ന് സമരം... പോസ്റ്ററുകൾ... എന്തിന് ലോക്കൽ പത്രത്തിലും ആ വാർത്ത ഇടംപിടിച്ചു... എല്ലാറ്റിന്റെയും പിന്നിൽ ആ മനുഷ്യനായിരുന്നു."

"പിന്നെ എന്തുണ്ടായി."

"എന്റെ നിരപരാധിത്വം കോളജധികൃതർക്ക് ബോധ്യമായെങ്കിലും സമരം നീണ്ടു പോകുമെന്ന ഘട്ടം വന്നപ്പോൾ പ്രിൻസിപ്പൽ എന്നോട് നീണ്ട അവധിയെടുക്കാൻ ആവശ്യപ്പെട്ടു."

"അഭിമാനക്ഷതത്താൽ ആനന്ദൻ ജോലി രാജി വെക്കുന്നു.എന്താ യിരുന്നു സമരക്കാരുടെ ആവശ്യം?"

 ആനന്ദയാനം

“എന്നെ പിരിച്ച വിട്ടുക... അല്ലാതെന്ത്? ഈ വാർത്ത ജെന്നിയുടെ വീട്ടുകാർ അറിയുന്നു...”

“അവർ പിന്തിരിയുന്നു, അല്ലേ?”

“അതാണ് സംഭവിച്ചത്...”

“ആനന്ദന്റെ പ്രശ്നം മനസ്സിലായി. നമ്മൾ ഇപ്പം തന്നെ ഒരു ടേക്സി പിടിച്ച് ജെന്നിയുടെ വീട്ടിൽ പോകുന്നു. അവളോടും അവളുടെ അച്ഛനോടും സംസാരിക്കുന്നു. വേണമെങ്കിൽ നമുക്ക് പ്രിൻസിപ്പലിനെ ക്കൊണ്ടും സംസാരിപ്പിക്കാം...”

“അവളുടെ വിവാഹം ഇപ്പോ ഉറപ്പിച്ച കാണും. ജെന്നിയുടെ അച്ഛനോട് ഞാൻ സംസാരിച്ചു...”

“എങ്കിൽ അത് വിട്ട് കള...”

“പറ്റുന്നില്ല. മറികടക്കാൻ പറ്റാത്ത ഒരു വേദന. ഉറക്കം വരുന്നില്ല. ചിലപ്പോ മനസ്സിന്റെ താളം തെറ്റുമെന്ന തോന്നൽ... പറയാൻ വിട്ടു പോയി... ഫാദർ സണ്ണി ജോസഫിനെ വിളിച്ചിരുന്നു. വിൽസനോട് സ്നേഹാന്വേഷണം അറിയിക്കാൻ പ്രത്യേകം പറഞ്ഞു.”

“ഇക്കാര്യങ്ങളൊക്കെ ഫാദർക്ക് അറിയാം?”

“അറിയാം”

“നാളെ ഞാൻ ഡോ. ഡെന്നി ജോസഫിനെ കാണുന്നുണ്ട്. വിൽസൻ കൂടെ വരണം”

“ഞാനും വരാം.”

തേക്കിൻകാട് മൈതാനത്തിന് മുകളിൽ ഇരുട്ടിന്റെ ശോഭ പടർന്നു. മൈതാനത്തിന് ചുറ്റുമുള്ള കെട്ടിടങ്ങൾ ദീപമാലകൾകൊണ്ടലംകൃത മായി. ഇടയ്ക്കിടെ മൈതാനത്തേക്ക് ഒഴുകിയെത്തുന്ന ഫ്ലാഷ് ലൈറ്റുകൾ.

“നമുക്കൽപം നടക്കാം.” എന്തോ ഓർത്തിട്ടെന്ന പോലെ വിൽസൺ പറഞ്ഞു.

മൈതാനിയുടെ വിശാലതയില്ലൂടെ അവർ അലസമായി നടന്നു.

7

“ഉറക്കമില്ലായ്മ നമുക്ക് പരിഹരിക്കാം. ആനന്ദൻ പറഞ്ഞ മനസിനെ ആക്രമിച്ചെത്തുന്ന അവ്യക്തമായ ചിന്തകൾ ഉറക്കം വരുമ്പോൾ താനെ മാറും. അപ്പോഴും നിങ്ങളെ അലട്ടുന്ന പ്രശ്നം ബാക്കിയാകും. അത് പരിഹ രിക്കാൻ ഒറ്റ മാർഗമേയുള്ള. അധ്യാപനം താങ്കൾക്കൊരു പേഷനാണ്... അക്കാര്യം നിങ്ങളുടെ സുഹൃത്ത് ഫാദർ സണ്ണി ജോസഫ് എന്നോട്

പറഞ്ഞിട്ടുണ്ട്. ഒന്നുകിൽ പെട്ടെന്ന് ഏതെങ്കിലും സ്ഥാപനത്തിൽ ചേർന്ന് ആ ദൗത്യം തുടരുക. അല്ലെങ്കിൽ..." ഒന്ന് നിർത്തി ഡോക്ടർ തൊട്ടടുത്തിരിക്കുന്ന വിൽസണെ നോക്കി... "അല്ലെങ്കിൽ... ഗെറ്റ് കംപ്ലീ റ്റ്‌ലി എൻഗേജ്ഡ് ഇൻ സംതിങ് യുആർ ഇന്ററസ്റ്റഡ് ഇൻ... നിങ്ങൾ എഴുതുമെന്നറിയാം. അങ്ങനെയെന്തെങ്കിലും... ഐ ഹാവ് അനദർ സജഷൻ... യാത്ര... പിന്നെ ഒരു കാര്യം മനസ്സിലാക്കുക... മനുഷ്യർ പലരീതിയിലുള്ളവരാണ്... ചിലരുടേത് ചെറിയ മനസ്സാണ്. നിങ്ങളുടെ നിരപരാധിത്വം ബോധ്യപ്പെടാൻ പോലും ആ കുട്ടി കാത്തിരുന്നില്ല. ഫോർഗിവ് യുവർ ജെന്നി... ഇത്രയും ഞാൻ സംസാരിച്ചത് ഒരു ഡോക്ടർ എന്ന രീതിയിലല്ല... ഐ നോ യു മോർ ത്രൂ യുവർ ഫ്രന്റ് ഫാദർ സണ്ണി ജോസഫ്..." പ്രിസ്ക്രിപ്ഷൻ കൈമാറുമ്പോൾ ഡോക്ടർ കൂട്ടിച്ചേർത്തു.

"ആനന്ദൻ ഇരിക്ക്. ഇരുന്ന് പറയേണ്ട കാര്യമാണ്. എനിക്കൊരാശയം തോന്നുന്നു." അന്വേഷണം മാസികയുടെ ഓഫീസിലെത്തിയ പ്പോൾ വിൽസൺ പറഞ്ഞു. ആനന്ദൻ ശ്രദ്ധിച്ച് കേട്ടു.

"പി എസ് സി എഴുതിയതല്ലേ? ജോലി ഉറപ്പായും കിട്ടും... അതല്ല കാര്യം. ഈ അനുഭവങ്ങളെ ഒന്ന് രേഖപ്പെടുത്തുക... ... അതിനായി ഞാൻ ഈ തൃശ്ശൂരിൽ ഒരു ചെറിയ വീടോ മുറിയോ ഏർപ്പാടാക്കിത്ത രാം. അല്ലെങ്കിൽ ആനന്ദിന് പരിചയമുള്ള നല്ലൊരിടം... ബട്ട് ദാറ്റ് ഷുഡ് ബി എ ക്വൽ ഏന്റ് കൊയറ്റ് പ്ലെയിസ്..."

"അങ്ങനെയൊരു സ്ഥലമുണ്ട്..."

"എങ്കിൽ മറ്റൊന്നും ആലോചിക്കണ്ട"

"പക്ഷേ?"

"ഒരു 'പക്ഷെ'യുമില്ല. ഒറ്റ ഡിമാന്റ്... ആ വർക്ക് നമ്മുടെ പബ്ലിഷിംഗ് ഹൗസ് പ്രസിദ്ധീകരിക്കും. മാസികയിൽ ഒരു 'നോവൽ' സീരിലൈസ് ചെയ്യുന്നതിനോട് ഞാൻ യോജിക്കുന്നില്ല. അല്ലെങ്കിൽ മറ്റേതെങ്കിലും ആഴ്ചപ്പതിപ്പിന് നൽകാം... അതിന് വേണ്ട ഏർപ്പാടൊക്കെ ഞാൻ ചെയ്യാം." വിൽസൺ ആവേശത്തോടെ പറഞ്ഞു

"അങ്ങനെയൊന്ന് എഴുതുമോ എന്ന് ഉറപ്പില്ല... അതിന് എത്ര കാലം വേണ്ടി വരുമെന്നും. എഴുതിയാൽ അത് വിൽസന്റെ പബ്ലിഷിംഗ് ഹൗസിനായിരിക്കും."

"ഈ മുഹൂർത്തം നമുക്ക് സെലിബ്രേറ്റ് ചെയ്യാം... ലെറ്റ്സ് ഗോ ഔട്ട്..."

ഉറച്ച തീരുമാനത്തിലെത്തിയ പോലെ അവർ പുറത്തിറങ്ങി.

റോഡിന്റെ ഇരുവശത്തും കാടാണ്. ചിലയിടങ്ങളിൽ പുറത്തേക്ക് തള്ളിനിൽക്കുന്ന കൂറ്റൻ പാറ. ചിലയിടങ്ങളിൽ തരിശായിക്കിടക്കുന്ന കുന്നാണ്. ഇപ്പോൾ കാർ സഞ്ചരിക്കുന്നത് ഇരുവശങ്ങളിലും കാട്ടുചെമ്പകങ്ങളും മന്ദാരങ്ങളും അത്തിമരങ്ങളും സമൃദ്ധമായി വളരുന്ന പാതയിലൂടെയാണ്. ശിവപുരത്ത് നിന്ന് യാത്രയാരംഭിക്കുമ്പോൾത്തന്നെ സമയം പന്ത്രണ്ട് കഴിഞ്ഞിരുന്നു. നട്ടുച്ചയാണെങ്കിലും വനമധ്യത്തിലായത് കൊണ്ട് ഒട്ടും ചൂടനുഭവപ്പെടുന്നില്ല. ഒത്ത പൊക്കമുള്ള വെളുത്ത മെലിഞ്ഞ് സുമുഖനായ ചെറുപ്പക്കാരനാണ് കാറോടിക്കുന്നത്. പേര് രഞ്ജിത്ത്. ബാങ്ക് ഉദ്യോഗസ്ഥനാണ്.

"രഞ്ജിത്തേ, തൊട്ടടുത്ത് ഒരു പുഴയുണ്ട്. നമുക്ക് അൽപനേരം അവിടെ ഇരുന്ന് പോകാം" ഗംഗേട്ടൻ നിർദ്ദേശം നൽകി. ടൂറിസ്റ്റ് വണ്ടികൾ ഇടയ്ക്കിടെ കടന്നുപോകുന്നുണ്ട്. പുഴയോട് ചേർന്ന അൽപം വീതി കൂടിയ റോഡിൽ വണ്ടി പാർക്ക് ചെയ്തു.

"ഇതാണ് മുതലപ്പുഴ. വർഷകാലത്ത് ഇവൾ അപകടകാരിയാണ്. കഴിഞ്ഞ വർഷ കാലത്ത് ഏഴ് പേരെ അപഹരിച്ച പുഴയാണ്. കുത്തിയൊഴുകുന്ന പുഴയുടെ ഭംഗി കണ്ട് കുളിക്കാനിറങ്ങിയ നാലുപേർ ഒഴുക്കിൽ പെട്ടു. രക്ഷിക്കാൻ എടുത്തു ചാടിയ മറ്റ മൂന്ന് പേരും. താഴെ ഗുഹപോലെ ഒരു കുഴിയുണ്ട്. അതിൽ പെട്ടാൽ രക്ഷയില്ല. എഞ്ചിനിയറിംഗ് കോളജിൽ നിന്നും സ്ഥലഭംഗി കണ്ടാസ്വദിക്കാൻ എത്തിയ വിദ്യാർത്ഥികൾ." ഭീതിയോടെ ആനന്ദൻ പുഴയിലേക്ക് നോക്കി.

"ശരി, നമുക്ക് യാത്ര തുടരാം..."

"ഇന്നലെ രാത്രി ആനന്ദൻ നല്ല മൂഡിലായിരുന്നു. എന്നിലെ പഴയ സഖാവിനെ ഓർമ്മിപ്പിച്ച് പ്രകോപിപ്പിക്കാൻ ശ്രമിച്ചു. ആനന്ദൻ ഓർമിക്കുന്നുണ്ടോ?" യാത്രക്കിടയിൽ ഗംഗേട്ടൻ ഓർമ്മിപ്പിച്ചു.

"പ്രകോപിപ്പിക്കാൻ വേണ്ടിയല്ല. അറിയാൻ വേണ്ടി ചോദിച്ചതാണ്." ഗംഗേട്ടൻ കൂടുതലൊന്നും ചോദിച്ചില്ല.

പിറകിലേക്ക് മായുന്ന കാഴ്ചകൾ കണ്ടും ഗംഗേട്ടന്റെ സംഭാഷണം ശ്രദ്ധിച്ചും ആനന്ദൻ ഇരുന്നു. രഞ്ജിത്ത് നന്നായി പാടും. ഗംഗേട്ടന്റെ വീട്ടിൽ വെച്ച് ഇന്നലെ രാത്രിയാണ് രഞ്ജിത്തിനെ പരിചയപ്പെട്ടത്. മിതഭാഷിയാണ്.

"എനിക്ക് പഴയ ഗംഗേട്ടനേയും ഈ ഗംഗേട്ടനേയും പരസ്പരം പൊരുത്തപ്പെടുത്താൻ കഴിയുന്നില്ല." ഗംഗേട്ടൻ കൈമാറിയ മൂന്നാമത്തെ പെഗ് സ്വീകരിച്ച കൊണ്ട് ആനന്ദൻ പറഞ്ഞു.

"പണ്ട് കാട്ടം മലകളും കയറിയിറങ്ങി വിപ്ലവം നടപ്പാക്കാൻ പുറ പ്പെട്ട എന്നെ ഞാനെന്നേ മറന്നു. ആ കാലം ആവശ്യപ്പെട്ടത് അന്ന് പ്രവർത്തിച്ചു. ഇന്നതിന് പ്രസക്തിയില്ല." അത്രയും പറഞ്ഞപ്പോൾ ഗംഗേട്ടനിൽ വീണ്ടും അഗ്നിച്ചിറക് മുളച്ച് വരുന്നതായി തോന്നി.

"ആനന്ദൻ എന്താ ഓർക്കുന്നത്?"

"ഞാൻ ഇന്നലെ രാത്രിയിലെ രസകരമായ സംഭവങ്ങൾ ഓർത്ത താണ്."

"ഇനി നമ്മൾ കായൽ പ്രദേശത്തേക്കാണ് പോകുന്നത്. നമുക്ക് കുറച്ച് നേരം അവിടെയിരിക്കാം."

റോഡിന്റെ ഇടതുവശത്ത് വൃക്ഷങ്ങൾക്കിടയിലൂടെ നോക്കിയാൽ സ്തംഭിച്ചു നിൽക്കുന്ന വികാരം പോലെ ജലസമൃദ്ധി കാണാം. മുമ്പിൽ ഒന്നരണ്ട് കാറുകൾ നിർത്തിയിട്ടുണ്ട്. അതിലെ യാത്രക്കാർ ഉച്ചവെയി ലിൽ തിളങ്ങുന്ന ജലാശയത്തിലേക്ക് നോക്കിയിരിക്കയാണ്. ഗംഗേട്ടൻ കാർ സൈഡിലേക്ക് മാറ്റി നിർത്തി.

"രഞ്ജിത്തേ, നീ കാർ ആ തണലത്തേക്ക് മാറ്റ്. വണ്ടിയിലിരു ന്ന രണ്ടെണ്ണം കഴിച്ച് നമുക്കീ കാഴ്ചകൾ കാണാം" രഞ്ജിത്ത് കാർ സൈഡിലേക്ക് മാറ്റി.

ഈരണ്ട പെഗ് കഴിച്ച് പുറത്തിറങ്ങി. കായലിനപ്പുറത്ത് വലിയ മലയാണ്. ചെങ്കുത്തായിക്കിടക്കുന്ന പാറയുടെ നെറ്റിയിൽ നിന്ന് താഴേക്കിറങ്ങിയൊഴുകുന്ന വെള്ളിരേഖ പോലെ ചെറിയൊരരുവി. ജല സമൃദ്ധിയിൽ നീന്തിത്തുടിക്കുന്ന കാർമുകിൽപ്പക്ഷികൾ. അവയുടെ നീണ്ട ചുണ്ടും തലയും ഇടയ്ക്കിടെ വെള്ളത്തിലേക്ക് താഴും. ചുണ്ടിൽ പിടയുന്ന ചെറുമീനുകളുമായി ഉയരുമ്പോൾ മറ്റ പക്ഷികൾ ആരവമുയർത്തി ചുറ്റും കൂട്ടം. മനസ്സിലെ മുറിവുകൾ പക്ഷിത്തൂവലുകൾ കൊണ്ട് ആരോ തഴുകുന്നതുപോലെ.

"ഒരു മണിക്കൂർ യാത്ര. ആനന്ദിന് സ്ഥലം ഇഷ്ടപ്പെട്ടല്ലോ?".

"ഭൂമിയിൽ ഇങ്ങനെയും ചില സ്ഥലങ്ങളുണ്ടെന്ന് ഇപ്പോഴാണ് മനസ്സിലാവുന്നത്."

"ആനന്ദൻ താമസിക്കാൻ പോകുന്നത് ഇതു പോലെ ശാന്തസുന്ദ രമായ സ്ഥലത്താണ്. നോവെലെഴുതി പൂർത്തിയാക്കിയിട്ടേ തിരിച്ചു പോകേണ്ട കാര്യത്തെപ്പറ്റി ആലോചിക്കാവു."

തേക്കിൻതോപ്പിനും തെങ്ങിൻതോപ്പിനും ഇടയിലുള്ള സാമാന്യം വീതിയുള്ള റോഡിലൂടെ കാർ വേഗത്തിൽ നീങ്ങി. ഇളകി വരുന്ന

എരുമക്കുട്ടങ്ങളെ ആനന്ദൻ കൗതുകത്തോടെ നോക്കി. ഒരു ഇരുമ്പു ഗെയിറ്റിനു മുന്നിൽ കാർ നിർത്തി. ഗംഗേട്ടൻ ഹോണടിച്ചു. ഓടുപാകിയ ഒറ്റനില വീട്ടിൽ നിന്ന് ഒരാൾ ഇറങ്ങി വന്നു. ആറടിയിലേറെ പൊക്കവും നല്ലവണ്ണവും വീട്ടിത്തടിയുടെ നിറവുമുള്ള ഒരാൾ. രോമം നിറഞ്ഞ ശരീരം. കഷണ്ടി കയറിത്തുടങ്ങിയിട്ടുണ്ട്. ഏത് നിമിഷവും അഴിഞ്ഞു വീഴാൻ സാധ്യതയുള്ള ലുങ്കി ചുറ്റിവന്ന അയാളെ അത്ഭുതത്തോടെ നോക്കി. അയാൾ ഗെയിറ്റ് തുറന്നു. കാർ വീട്ടുവളപ്പിലേക്ക് കയറി.

"ഇത് ഭാസ്ക്കരേട്ടൻ. ഈ വീടും സ്ഥലവുമൊക്കെ നോക്കി നടത്തുന്നത് ഭാസ്ക്കരേട്ടനാണ്....." കാറിൽ നിന്ന് ഇറങ്ങുന്നതിനിടയിൽ ഗംഗേട്ടൻ പറഞ്ഞു. ആനന്ദൻ അയാളെ നോക്കി ചിരിച്ചു.

"ഭാസ്ക്കരേട്ടാ... ഇതാണ് ഞാൻ പറഞ്ഞ സാർ. ആനന്ദൻ ശങ്കർ കോളജ് അധ്യാപകൻ എഴുത്തുകാരൻ.... കുറച്ച നാൾ ഇവിടെക്കാണും. വേണ്ട സഹായങ്ങളൊക്കെ ചെയ്തു കൊടുക്കണം."

"സാർ എത്ര കാലം വേണേലും താമസിച്ചോ. ഞാൻ കൂടെയുണ്ടാകും. ആ കാണുന്നതാണ് എന്റെ വീട്... ഒന്ന് നീട്ടി വിളിച്ചാൽ ഞാനിവിടെ യെത്തും." സ്നേഹമൂറുന്ന വാക്കുകൾ കേട്ടപ്പോൾ ആശ്വാസം തോന്നി. വീടും പരിസരവും അടിച്ച വൃത്തിയാക്കി വെച്ചിട്ടുണ്ട്. രണ്ടു കിടപ്പുമുറി. ഒരു ഹോൾ... കിച്ചൺ. മേശ രണ്ടു മൂന്ന് കസേരകൾ. വീട് നിൽക്കുന്ന കോംപൗണ്ടിൽ അവിടവിടെയായി തേക്ക മരങ്ങൾ. ഭാസ്ക്കരേട്ടന്റെ വീടിന്റെ അതിർത്തി കമ്പിവേലി കെട്ടി മറച്ചിട്ടുണ്ട്. വേലിപ്പടർപ്പിൽ പൂവിട്ടു നിൽക്കുന്ന അരിപ്പൂച്ചെടികൾ. കുറച്ചകലെ മരങ്ങൾക്കിടയിൽ സ്വതന്ത്രമായി മേഞ്ഞു നടക്കുന്ന മയിലുകൾ.

"പരിസരം ഇഷ്ടപ്പെട്ടോ?" ഗംഗേട്ടൻ ചോദിച്ചു.

"വളരെ ഇഷ്ടപ്പെട്ടു."

"ഏത് കാലത്തും പൂക്കൾ വിരിയുന്ന ഈസ്ഥലത്തെ ആളുകൾ വിളിക്കുന്നത് വസന്തവനം എന്നാണ്."

"വസന്തവനം. ഫോറസ്റ്റ് ഓഫ് സ്പ്രിംഗ്" ആനന്ദൻ പതിയെ ഉരുവിട്ടു.

"രഞ്ജിത്തേ , ഇന്ന് നമ്മൾ ആനന്ദന്റെ കൂടെ... ഉച്ചഭക്ഷണത്തിന് ശേഷം ഒന്ന് കറങ്ങാം."

"ഗംഗേട്ടൻ പറയുമ്പോലെ... നാളെ അതിരാവിലെ പുറപ്പെടണമെ ന്ന് മാത്രം."

"ഞാനത് വിട്ടുപോയി... രഞ്ജിത്തിന് നാളെ ഓഫിസിൽ പോകേണ്ട തല്ലേ? ഭാസ്ക്കരേട്ടൻ ഉച്ചഭക്ഷണം തയ്യാറാക്കിയിട്ടുണ്ടല്ലോ?"

"സാർ പറഞ്ഞത് പോലെ എല്ലാം ഏർപ്പാടാക്കിയിട്ടുണ്ട്." ഗംഗേട്ട
നോട് സംസാരിക്കുമ്പോൾ അയാളുടെ നാവിൽ ആദരവ് നിറയുന്നുണ്ട്.

വരാന്തയിൽ നിന്ന നോക്കിയാൽ ജലസംഭരണി കാണാം. അതി
നുമപ്പുറം നീലമലകൾ.

9

അസ്തമയ വെളിച്ചം മാറിലണിഞ്ഞ് കിടക്കുന്ന ജലാശയത്തിലേക്ക്
നോക്കി അയാൾ പുറത്തെ പുൽത്തകിടിയിലെ കസേരയിലിരുന്നു.
തണുത്ത കാറ്റ് വീശുന്നുണ്ട്. ഒരു മാസമായിക്കാണും ഇവിടെയെത്തി
യിട്ട്. റോഡിലൂടെ നടന്നു പോകുന്ന ചിലർ കൗതുകത്തോടെ പുതിയ
അന്തേവാസിയെ നോക്കുന്നുണ്ട്. ഭാസ്ക്കരേട്ടനെ കൂടാതെ ഇവിടെയെ
ത്തുന്നത് പത്രമെത്തിക്കുന്ന ജോസ് എന്ന പയ്യനാണ്. ഭാസ്ക്കരേട്ടന
മൊന്നിച്ച് വല്ലപ്പോഴും ടൗണിൽപ്പോകും. ഭാസ്ക്കരേട്ടന്റെ വീട്ടിൽ നിന്ന്
നാലഞ്ച് വീടകലെയുള്ള റഹിം ഓട്ടോ റിക്ഷയുമായി എത്തും. നേരത്തെ
പറഞ്ഞിരിക്കണമെന്ന് മാത്രം. ഭാസ്ക്കരേട്ടൻ ഗെയിറ്റ് കടന്ന് വരുന്നുണ്ട്.
ഭാസ്ക്കരേട്ടനെ കാണുമ്പോഴൊക്കെ മത്തായിച്ചേട്ടനെ ഓർക്കും.

"ഇരിക്ക് ഭാസ്ക്കരേട്ടാ."

"ഇന്ന് ജോലി നന്നായി നടന്നോ?"

"നടന്നു" എഴുത്തിന് ജോലിയെന്നാണ് ഭാസ്ക്കരേട്ടൻ പറയുന്നത്.
കൃത്യം എട്ടു മണിക്ക് ഭാസ്ക്കരേട്ടൻ അത്താഴമെത്തിക്കും. കോട്ടയംകാ
രനാണ് ഭാസ്ക്കരേട്ടൻ.

"ഭാസ്ക്കരേട്ടന് ഇപ്പോൾ നാട്ടിലാരുമില്ലേ?"

"എന്ത് നാട്? ഞാനന്ന് കൈക്കുഞ്ഞായിരുന്നു. അച്ഛൻ എന്നെയും
എട്ടത്ത് ജ്യേഷ്ഠനേയും അമ്മയേയും കൂട്ടി രായ്ക്കുരാമാനം നാട്ടുവിട്ടതാ. പല
മാർഗങ്ങളില്ലൂടെ ഇവിടെയെത്തി. അന്ന് ഇവിടെ എങ്ങും വനമാണ്.
പാട്ടത്തിന് എത്ര ഭൂമി വേണേലും കിട്ടും. പത്തേക്കർ അങ്ങനെ വാങ്ങി.
കുടിൽ കെട്ടി. കാട്ടുമൃഗങ്ങളെ തുരത്തി പിടിച്ചു നിന്നു."

"കുടിയേറി താമസിക്കാൻ വേണ്ടി തന്നെയാണോ നാടുവിട്ടത്?"

"അല്ല. എന്റെ അച്ഛൻ രാഘവൻ നായർ ഭ്രസ്വത്തൊക്കെ ഉള്ള
ആളായിരുന്നു. ഞങ്ങളുടെ വീട്ടിനടുത്ത് ഒരു നാടാർ താമസിച്ചിച്ചിരു
ന്നു. അയാൾ ഒരു ദിവസം അയാളുടെ അതിർത്തിയിൽ വേലി കെട്ടി.
വാസ്തവത്തിൽ അത് ഞങ്ങളുടെ അതിർത്തിയിലായിരുന്നു. ഇളയ
ച്ഛൻ വാസുദേവൻ നായർ ആ വേലി പൊളിച്ചു കളഞ്ഞു. വഴക്കായി...
കരുത്തനായ അയാൾ ഇളയച്ഛനെ അടിച്ച് താഴെയിട്ടു. ലഹള കേട്ട്

ഓടിയെത്തിയ അച്ഛന് ഇത് സഹിച്ചില്ല. അകത്ത് പോയി തോക്കെ ടുത്ത് ഒറ്റ വെടി. സംഭവ സ്ഥലത്ത് വെച്ച തന്നെ അയാൾ മരിച്ച. ഇഎംഎസ് അധികാരത്തിലെത്തിയ കാലം. ഭയപ്പെട്ട പോയ അച്ഛൻ പോലീസിന് പിടി കൊടുക്കാതിരിക്കാൻ കയ്യിലുണ്ടായിരുന്ന പണവും പണ്ടങ്ങളും എടുത്ത് അന്ന് തന്നെ പുറപ്പെട്ട."

"അച്ഛനെ തേടി പോലീസൊന്നും ഇവിടെ എത്തിയില്ലേ?"

"ഇന്നത്തെ കാലമല്ലല്ലോ അന്ന്. ഇവിടെയാണെങ്കിൽ എങ്ങും കാട്. മരിക്കുന്നത് വരെ പോലീസിനെ പേടിച്ചാ അച്ഛൻ ജീവിച്ചത്. പോലീസിന്റെ മണം കിട്ടിയാൽ അച്ഛൻ മുങ്ങും... പക്ഷേ, ദൈവം തമ്പുരാൻ വിട്ടില്ല. വേദന സഹിച്ച് സഹിച്ചാ മരിച്ചത്. രക്ഷയില്ലെന്ന് കണ്ടപ്പോൾ വിഷം കഴിച്ചു..." ഒരു നിമിഷം അയാൾ നിശ്ശബ്ദനായി. ഏതോ നിശ്ശബ്ദ വേദനയിൽ ആനന്ദനും.

"അന്നത്തെ ജീവിതമൊക്കെ..."

"നന്നേ ചെറുപ്പത്തിൽ തന്നെ പലതരം ജോലികൾ ചെയ്തു. മൂന്നാല് എരുമകളുണ്ടായിരുന്ന... അതിനെ മേക്കൽ. പതിനഞ്ചാമത്തെ വയസ്സ മുതൽ ഞാനും ജ്യേഷ്ഠനും ചെയ്യാത്ത ജോലിയില്ല... പാറ പൊട്ടിക്കൽ, കണ്ടം കിളക്കൽ, തടി പിടിക്കൽ... അങ്ങനെ പലതും. പിന്നെ രാത്രി യായാൽ ചില ദിവസങ്ങളിൽ വേട്ടക്ക് പോകും. അന്ന് മിക്ക വീടുകളിലും കള്ളത്തോക്കുണ്ടായിരുന്നു."

"ഭാസ്കരേട്ടൻ ഒരു പാട് മൃഗങ്ങളെ വേട്ടയാടിയോ?"

"അന്ന് ഇന്നത്തെ പോലെ നിയമങ്ങളില്ലല്ലോ?" എത്രയെത്ര കാട്ട പന്നികൾ, മുയൽ, മാൻ, മലയണ്ണാൻ."

"ഇറച്ചിയൊക്കെ..."

"ഞങ്ങളുടെ ആവശ്യത്തിന് എടുത്ത് ബാക്കി വിൽക്കും. അങ്ങ നെയൊക്കെ കിട്ടിയ കാശ കൊണ്ടാണ് ഞാനെന്റെ വീട് വെച്ചത്. അതിന്റെയൊക്കെ പാപമുണ്ടാകില്ലേ? അതാ ഗതി പിടിക്കാത്തത്..."

"ഇപ്പോൾ വേട്ടയ്ക്ക് പോകണമെന്ന് തോന്നാറില്ലേ?"

"ഇപ്പോൾ കടുത്ത നിയമമല്ലേ? ആരെങ്കിലും ഒറ്റിക്കൊടുക്കും... പക്ഷേ, ഈ നിയമങ്ങളൊക്കെ വരുന്നതിന് മുൻപേ ഞാൻ ആ പരിപാടി നിർത്തിയിരുന്നു..."

"എന്തെങ്കിലും അപകടം പറ്റിയോ?"

"അതോർക്കുമ്പോ ഇപ്പോഴും നെഞ്ചിലൊരു നീറ്റലാ." ഭാസ്കരേട്ടൻ ഒന്ന് നിർത്തി.

"എന്തായിരുന്നു ആ സംഭവം?"

"ഞങ്ങളുടെ സംഘത്തിൽ നാല്വ പേരുണ്ടായിരുന്നു. രാത്രി എട്ടുമണി യോടെ കാട്ട കയറി. കൊട്ടം ഇരുട്ട്. ഹെഡ് ലൈറ്റിന്റെ വെളിച്ചത്തി ലാണ് നടത്തം. നല്ല കയറ്റം കയറി വേണം എത്താൻ. അപ്പോഴാണ് ഒരു മാൻ കുറ്റിച്ചെടികൾക്കിടയിൽ നിൽക്കുന്നത് ശ്രദ്ധയിൽ പെട്ടത്. അത് അനങ്ങുന്നില്ല... കിടക്കാനുള്ള ഭാവത്തിലായിരുന്നു. ഞാൻ കാഞ്ചിയിൽ വിരലമർത്തി. അത് വീണു. സന്തോഷത്തോടെ ഞങ്ങൾ ഓടിച്ചെന്നു. എന്റെ പൊന്നു സാറെ. അപ്പോ കണ്ട കാഴ്ച." ആനന്ദൻ ഭാസ്കരേട്ടനെ നോക്കി. അയാളുടെ മുഖത്തെ വികാരം വായിച്ചെടുക്കാൻ പ്രയാസമായിരുന്നു.

"അത് പ്രസവിക്കാറായ മാനായിരുന്നു.ഒരു മാൻകുട്ടി പുറത്തേക്ക് വരുന്നു. ചലനമറ്റ കിടക്കുന്ന തള്ള മാൻ ഞങ്ങളെ തുറിച്ച നോക്കുന്നു... അന്ന് തോക്കുപേക്ഷിച്ചതാ... പക്ഷെ ആ വേദന നിറഞ്ഞ നോട്ടം എന്നെ എന്റെ മരണം വരെ പിന്തുടരും. '

"ഭാസ്കരേട്ടാ... അത് വല്ലാത്ത ദുരന്തമായിപ്പോയല്ലോ?" ഒരു നെടു വീർപ്പോടെ അയാൾ ആനന്ദനെ നോക്കി.

"സാറെ ഞാൻ അത്താഴവും എടുത്ത് വേഗം വരാം. അത് കഴിഞ്ഞ് എനിക്കൊന്ന് പുറത്ത് പോകണം..." ഇത്രയും വ്യസനത്തിൽ ഭാസ്ക രേട്ടനെ ഒരിക്കലും കണ്ടിട്ടില്ല. പാപഭാരത്തോടെ തലകുനിച്ച് നടന്നു നീങ്ങുന്ന ഭാസ്കരേട്ടനെ ആനന്ദൻ നോക്കി. അയാളുടെ ഉള്ളിലെ നീറ്റൽ തന്നിലേക്കും പടരുന്നതായിത്തോന്നി.

10

അസ്തമയ വെളിച്ചത്തിൽ ലഹരി പൂണ്ടു നിൽക്കുന്ന കായൽ ജലം. അതിന് പിറകിലെ ചെങ്കുത്തായി നിൽക്കുന്ന പർവ്വത ശിരസ് ച്ചുവന്ന ടുട്ടുത്തു. കായലോളങ്ങളെ മുത്തമിട്ട വരുന്ന കാറ്റിൽ ഉന്മാദം പൂണ്ട് ഇളകിയാട്ടുന്ന വൃക്ഷശിഖരങ്ങൾ. ഒന്ന് പുറത്തിറങ്ങാൻ തോന്നുന്നു. ആനന്ദൻ ഭാസ്കരേട്ടന്റെ വീട്ടിലേക്ക് നോക്കി. ഭാസ്കരേട്ടന്റെ ഭാര്യ വരാ നതയിലിരിക്കുന്നുണ്ട്.

"ഭാസ്കരേട്ടാ." ആനന്ദൻ വേലിക്കടുത്ത് ചെന്ന് വിളിച്ചു.

"സാറോ? ചേട്ടൻ തൊട്ടടുത്ത വീട്ടിലുണ്ട്. ഞാൻ വിളിക്കാം..." സരസ്വതിച്ചേച്ചി പറഞ്ഞു.

"സാറന്വേഷിച്ചോ?" അഞ്ച് മിനിട്ട് കഴിഞ്ഞപ്പോഴേക്കും ഭാസ്കരേട്ടൻ എത്തി.

"പുറത്ത് പോയി ഒന്ന് കുളിച്ച വന്നാലോ?"

"പുഴയിലോ?"

"ഉൾ വനത്തിൽ നിന്നും വരുന്ന ഒരു നീർച്ചാലിനെക്കുറിച്ച് പറഞ്ഞി ല്ലേ?"

"കുറച്ച കയറ്റം കയറേണ്ടിവരും..."

"അത്ര വലിയ കയറ്റമൊന്നുമല്ലല്ലോ?"

"അല്ല. ഞാൻ തോർത്തെടുത്ത് വരാം..."

പുറമ്പോക്കിലെ കുറച്ച കുടിലുകൾ പിന്നിട്ട് രണ്ടു മൂന്ന് കയറ്റിറക്ക ങ്ങൾ താണ്ടി വനാതിർത്തിയിലെത്തിയപ്പോൾത്തന്നെ ദൂരെ നിന്ന് വന്നെത്തുന്ന കാട്ടാറിന്റെ നേർത്ത ഈണം കേട്ടുടങ്ങി. ആകാശത്തി ലേക്ക് ശിരസ്സുയർത്തിനിൽക്കുന്ന കൂറ്റൻ മരങ്ങൾ... ചാഞ്ഞു കിടക്കുന്ന പാറമട. മരങ്ങൾക്കിടയിൽ പടർന്ന കയറിയ കാട്ടുചെടികൾ.

"ഇക്കാണുന്ന പാറമട കയറിയാൽ നമുക്ക് നല്ലൊരിടമുണ്ട്. അവിടെ കുളിക്കാൻ ആളുകൾ അങ്ങനെ കയറി വരില്ല... ഞാൻ നടക്കുന്ന വഴിയിലൂടെ വന്നാൽ മതി. കയറുമ്പോൾ ഊരി താഴെ വീഴാതെ ശ്ര ദ്ധിക്കണം."

"ശ്രമിക്കാം."

സമനിരപ്പിലെത്തിയപ്പോൾ താഴേക്ക് നോക്കി. വീതി കുറഞ്ഞ ഒരു പുഴ കാണാം. ചിലയിടങ്ങളിൽ ഒഴുക്കിന് ശക്തിയില്ല. ആരൊക്കെയോ സംസാരിക്കുന്നുണ്ട്.

"പുറമ്പോക്കിൽ താമസിക്കുന്നവരാ... ജോലി കഴിഞ്ഞ് വന്നാൽ അവരിവിടെ വന്നാ അലക്കുന്നതും കുളിക്കുന്നതും"

ചെങ്കുത്തായ പാറയുടെ ശിരസ്സിൽ നിന്ന് കുതിച്ചെത്തുന്ന ജല പതന ത്തിൽ ഇളകിയാടുന്ന കാട്ടുചെടികൾ

"നമുക്ക് അതിനടിയിൽ നിന്ന് കുളിക്കാം..."

"ഒഴുകി അങ്ങ് താഴേക്ക് പോവുക്യോ?"

"ഇപ്പം പേടിക്കേണ്ട. മഴക്കാലത്ത് ഇങ്ങോട്ട് ആർക്കും വരാനേ കഴിയില്ല."

അടിവസ്ത്രം മാത്രം ധരിച്ച് ആജാനുബാഹുവായ ഭാസ്ക്കരേട്ടൻ ജലപത നത്തിന്റെ നേരെ കീഴിലേക്ക് നടന്നു. തൊട്ടടുത്ത ഒരു പാറയിലിരുന്ന് ആനന്ദൻ ആ കാഴ്ച നോക്കിനിന്നു. ഭാസ്ക്കരേട്ടൻ കുഴിയിലേക്കിറങ്ങി. അരയ്ക്ക് മുകളിലെ വെള്ളമുള്ള. കൈ രണ്ടും പാറയിൽ അമർത്തിവെച്ച്

അൽപം കുനിഞ്ഞ് നിന്നു. ചരിത്രാതീതകാലത്ത് നിന്നിറങ്ങി വന്ന് പ്രകൃതിയെ നമിക്കുന്ന ഒരു ജീവിയെ ഓർമപ്പെടുത്തി. അയാളുടെ തലക്ക മുകളിൽ വെള്ളം ശക്തിയായി പതിക്കാൻ തുടങ്ങി. ഇടയ്ക്ക് തലയുയർത്തി തിരിഞ്ഞു നോക്കി ചിരിച്ചു. ആനന്ദനും ഒഴുക്കിലേക്കിറ ങ്ങി. കുഴിയുടെ മറു ഭാഗത്ത് നിന്ന് ശിരസ്സ് കുനിച്ചു. ശക്തിയായ ജലപത നത്തിൽ അൽപമൊന്ന് വിമ്മിട്ടപ്പെട്ടു. തലയുയർത്തി. അതിന്റെ രസം നുകർന്ന് ഏറെ നേരം ജലക്രീഡ നടത്തി.

"എങ്ങനെയുണ്ടായിരുന്നു സാറേ?"

"വാക്കുകളിൽ വിവരിക്കാനാവാത്ത അനുഭവം. വെറുതെയല്ല ആളുകൾ ഈ പ്രദേശത്തെ വസന്ത വനം എന്ന് വിളിക്കുന്നത്."

"സന്തോഷായി... ഇനി നമ്മൾ വന്ന വഴിയല്ല തിരിച്ച പോകുന്നത്. മറ്റൊരു വഴി പോകാം... കുറച്ച ദൂരമുണ്ടെങ്കിലും അത്ര ദുർഘടമല്ല..." കുളിച്ചു കയറി ഡ്രസ് മാറ്റുന്നതിനിടയിൽ ഭാസ്ക്കരേട്ടൻ പറഞ്ഞു.

നടന്നു താഴോട്ടെത്തിയപ്പോൾ കുറച്ച സ്ത്രീകളും കുട്ടികളും അലക്ക തുണികൾ ബക്കറ്റിലിട്ട് നടന്നു പോകുന്നത് കണ്ടു. സ്ത്രീകളുടെ മുടിയുടെ തുമ്പത്തു നിന്നുള്ള നനവ് ഉടുമുണ്ടിൽ പടരുന്നുണ്ട്. തോർത്ത് മാത്രം അരയിൽ ചുറ്റിയ കുട്ടികൾ പുതിയ സന്ദർശകരെ ആശങ്കയോടെ നോക്കി. താമസസ്ഥലത്തെത്തുമ്പോൾ ഇരുട്ട് പരന്നിരുന്നു.

"ഡ്രസ് മാറി ഞാനിപ്പോ വരാം..." ഗെയിറ്റ് തുറക്കുമ്പോൾ ഭാസ്ക്കരേ ട്ടൻ പറഞ്ഞു.

എട്ടു മണിക്ക് ഭാസ്ക്കരേട്ടൻ അത്താഴവുമായി എത്തി.

"ഭാസ്ക്കരേട്ടൻ എവിടെ പോയിരുന്നു. നേരത്തെ കണ്ടില്ല."

"വീട്ടിലേക്ക് സാധനങ്ങൾ വാങ്ങാൻ മാർക്കറ്റിൽ പോയിരുന്നു. അവിടെ വെച്ച് ഒന്ന് രണ്ട് പരിചയക്കാരെ കണ്ട് സംസാരിച്ച് നേരം പോയി."

"സാറ് കഴിക്ക്... നമുക്ക് നാളെ കാണാം..."

"ഭാസ്ക്കരേട്ടൻ ഒന്ന് നിൽക്ക്..." ആനന്ദൻ അകത്തു പോയി ഒരു കവർ എടുത്ത് ഭാസ്ക്കരേട്ടനെ ഏൽപിച്ചു.

"അത് വീട്ടിലെത്തി തുറന്നു നോക്കിയാൽ മതി. ഭാസ്ക്കരേട്ടാ ഞാൻ നാളെ രാവിലെ നാട്ടിലേക്ക് പോകും."

"ങ്ങേ? ഒരു മുന്നറിയിപ്പില്ലാതെ?"

"കുറേ നാളായില്ലേ ഇവിടെ... റഹിമിനോട് ആറ് മണിക്ക്

 ആനന്ദയാനം

ഒറ്റയ്ക്കുമായി ഇവിടെയെത്താൻ പറയണം."

"ഗംഗേട്ടനോട് പറയേണ്ട?"

"നാളെ ഗംഗേട്ടനെ കണ്ടിട്ടേ പോകൂ..."

"ഇവിടെ വന്ന കാര്യമൊക്കെ നടന്നോ?"

"നടന്നു. എന്താ ഭാസ്കരേട്ടന്റെ മുഖത്തൊരു പ്രയാസം..."

"സാർ പെട്ടെന്ന് നാട്ടിലേക്ക് പോവ്വാന്ന് പറഞ്ഞപ്പോൾ എന്തോ ഒര് വിഷമം."

"ഞാൻ വീണ്ടും വരും... നമ്മൾ ഒരിക്കൽക്കൂടി ആ മലയിടുക്കിലെ നീരൊഴുക്കിൽ കുളിക്കും..."

"വരണം സാർ..." അത്രയും പറഞ്ഞ് ഇരുട്ടില്ലൂടെ നടന്നുനീങ്ങുന്നെ ഭാസ്കരേട്ടനെ വേദനയോടെ ആനന്ദൻ നോക്കി.

ഏറെക്കുറെ ഒന്നര മാസമായി വീട്ടിൽ പോയിട്ട്. ശിവപുരത്തേ ക്ക് പുറപ്പെടുന്നതിന് ഒരു ദിവസം മുമ്പ് വീട്ടിൽ പോയിരുന്നു. തന്റെ രാജിയൾപ്പെടെ കോളജിൽ നടന്ന കാര്യങ്ങളുടെ ഒരു ലഘുവിവരണം മോഹനേട്ടന് നൽകിയിരുന്നു.

"രാജിവെക്കാൻ എളുപ്പം കഴിയും. പക്ഷേ."

"ജോലിയെവിടെയെങ്കിലും കിട്ടും. അതെനിക്ക് ഉറപ്പുണ്ട്."

"ഇതൊന്നും നീ നേരത്തെ പറഞ്ഞില്ല."

"പറയാനുള്ള മാനസികാവസ്ഥയിലായിരുന്നില്ല."

"പി എസ് സി എഴുതിയതല്ലേ? പക്ഷേ അതുവരെ..."

"തൃശ്ശൂരിൽ നിന്നിറങ്ങുന്ന ഒരു പ്രസിദ്ധീകരണമുണ്ട്... ഒരു വർക്ക് ഏൽപ്പിച്ചിട്ടുണ്ട്... അതുമായി ബന്ധപ്പെട്ട് ഒരു യാത്രയുണ്ട്. നാളെ രാവിലെ പോകും." കൂടുതലൊന്നും മോഹനേട്ടൻ തിരക്കിയില്ല.

കായലിന് മുകളിൽ ഇരുട്ട പരന്നു. കാടിന്റെ കൂടാരങ്ങളിൽ നിന്ന് കടന്നെത്തുന്ന തണുത്ത കാറ്റിൽ അനാഥമാക്കപ്പെട്ട മാൻ കുഞ്ഞിന്റെ നിർത്താതെയുള്ള കരച്ചിൽ.

11

"നോവൽ പൂർത്തിയായയല്ലോ? സന്തോഷം. പ്രസിദ്ധീകരിക്കുമ്പോൾ അറിയിക്കണം."

ശിവപുരത്ത് നിന്ന് കോഴിക്കോട്ടേക്കുള്ള ബസിൽ കയറുമ്പോൾ ഗംഗേട്ടൻ ഓർമിപ്പിച്ചു.

"ഒര് ഔട്ട് ലൈൻ തയ്യാറാക്കിയിട്ടുണ്ട്. ഉടനെ പ്രസിദ്ധീകരിക്കാൻ പറ്റുമെന്ന് തോന്നുന്നില്ല... പ്രസിദ്ധീകരിക്കുമ്പോൾ ഉറപ്പായും ഗംഗേട്ടനെ അറിയിക്കും."

പൊള്ളുന്ന വെയിലിൽ ഉരുകിയൊലിക്കുന്ന റോഡിലൂടെ ബസ് നീങ്ങി. ആനന്ദൻ ഷട്ടർ താഴ്ത്തി. സീറ്റിൽ കണ്ണടച്ച ചാരിക്കിടന്നു.

"ഇറങ്ങുന്നില്ലേ?" തൊട്ടടുത്ത് ഇരുന്ന ആൾ തട്ടി വിളിച്ചപ്പോഴാണ് ബസ് കോഴിക്കോട്ടെത്തിയെന്ന് മനസ്സിലായത്. യാത്രക്കിടയിൽ എവിടെയോ വെച്ച് ഒന്ന് മയങ്ങിപ്പോയിരുന്നു. അയാളോട് നന്ദി പറഞ്ഞ് ബസ്സിറങ്ങി. സമയം ആറ് മണി കഴിഞ്ഞിരുന്നു. ഇന്നിവിടെ തങ്ങിയാലോ? വല്ലാത്ത ക്ഷീണം. ഓട്ടോയിൽ കയറി ഉഡുപ്പി ട്ടൂറിസ്റ്റ് ഹോമിലെത്തി. രണ്ടുമൂന്നുതവണ ഇവിടെ താമസിച്ചിട്ടുണ്ട്.

കുളി കഴിഞ്ഞപ്പോൾ ക്ഷീണം മാറി. മുറിപ്പൂട്ടി താക്കോൽ റിസ പ്ഷനിസ്റ്റിനെ ഏൽപ്പിച്ച് പുറത്തേക്ക് നടന്നു. ഇരുട്ടിത്തുടങ്ങിയിരുന്നു. റോഡിന്റെ ഇരുവശങ്ങളിലുള്ള കെട്ടിടങ്ങൾ ഇലക്ട്രിക്ക് വെളിച്ചത്തിന്റെ ധാരാളിത്തത്തിൽ വീർപ്പുമുട്ടി. തലയ്ക്ക് തീപിടിച്ച പോലെ ഇരമ്പി മായുന്ന വാഹനപ്പെരുമ. ഫുട്പാത്തിലൂടെ നടന്ന് റോഡരികിൽ നിർത്തിയിട്ടി രിക്കുന്ന ഓട്ടോയിൽ കയറി."

"തൊട്ടടുത്ത ബീവറേജിൽ"

മുറിയിലെത്തി സ്വസ്ഥമായി കഴിച്ചറങ്ങാം. പാർസലും സോഡയും വാട്ടർബോട്ടിലും വാങ്ങി മുറിയിലെത്തി. തൊട്ടടുത്ത മുറിയിലെ വർത്ത മാനങ്ങളും പൊട്ടിച്ചിരിയും റൂമിനകത്ത് എത്തുന്നുണ്ട്. ഡ്രസ് മാറി കസേരയിൽ സ്വസ്ഥമായി ഇരുന്നു. ആദ്യത്തെ പെഗ്ഗ് കഴിച്ചപ്പോൾ ഒരിക്കല്യമനുഭവിക്കാത്ത ആശ്വാസം. ശാന്തിവനത്തിലെ ഭാസ്കരേ ട്ടനും കായലും കാട്ടമയിലും മനസ്സിലെത്തി. മുറിയിൽ ഫോണുണ്ട്. ഡയറിയിൽ ജെന്നിയുടെ നമ്പറുമുണ്ട്. എന്തുകൊണ്ടോ വെട്ടി മാറ്റാൻ തോന്നിയില്ല. അല്ലെങ്കിൽ വിളിച്ചിട്ട് എന്ത് പറയാൻ? തെറി പറയാൻ വശമുണ്ടായിരുന്നെങ്കിൽ രണ്ടു തെറി പറയാമായിരുന്നു. അല്ലെങ്കിൽ മാഷെ വിളിച്ച് രണ്ട് ന്യായം പറയാം. ചിലപ്പോൾ അവളുടെ വിവാഹം ഇതിനകം നടന്നിരിക്കും.

കാലത്തുണർന്നപ്പോൾ ഏഴ് മണി കഴിഞ്ഞിരുന്നു. സമാധാനം. ബോധത്തോടെ തന്നെയാണ് കിടന്നത്. കൈയും മുഖവും കഴുകിയിട്ട ണ്ട്. മേശപ്പുറം ക്ലീനാണ്. കുളിച്ച് റെഡിയായി മുറി ചെക്ക് ഔട്ട് ചെയ്ത് ട്ടൂറിസ്റ്റ് ഹോമിന് അടുത്തുള്ള ഹോട്ടലിൽക്കയറി ബ്രേക്ക്ഫാസ്റ്റ് കഴിച്ച. ഇനി വീട്ടിലേക്ക്.

       ആനന്ദയാനം

ഉച്ചയ്ക്ക് വീട്ടിലെത്തിയപ്പോൾ സരോജിനിയേടത്തിയും രജിനിയേട
ത്തിയും അടുക്കളയിലിരുന്ന് എന്തൊക്കെയൊ വർത്തമാനം പറഞ്ഞ്
രസിക്കയാണ്. സരോജിനിയേടത്തിയെ പ്രതീക്ഷിച്ചിട്ടില്ല.

"ഇതെന്ത് പോക്കാ ആനന്ദാ? ഇവിടെ ഫോണില്ലേ? ഇനിക്കൊന്ന്
വിളിച്ചാലെന്താ? അമ്മ പോയെന്ന് വിചാരിച്ച് ഇനിക്ക് ഞാളൊന്നും
മാണ്ടേ?"

സരോജിനിയേടത്തി പരാതിയുടെ കെട്ടഴിക്കാൻ തുടങ്ങി... രക്ഷപ്പെ
ടാൻ ഒറ്റ വഴിയേയുള്ള.

"അപ്പവിന്റെ പഠനമൊക്കെ നന്നായി പോന്നില്ലേ?"

"പഠിക്ക്ന്ന്ണ്ട്... ഓനെ ഇങ്ങോട്ട് വിട്ടാല് ഇഞ്ഞെന്തെങ്കില്ും
പറഞ്ഞു കൊട്ടക്ക്വോ?"

"എനെക്കെവിട്ന്നാ സമയം... ഞാൻ രണ്ട് ദിവസം കഴിഞ്ഞ് തിരിച്ച
പോക്ും"

"ആനന്ദേ... ... ഒരു റജിസ്റ്റേർഡ് കത്ത്ണ്ട്. കുറച്ച് മുൻപ് പോസ്റ്റ്മേൻ
തന്നതാ അകത്തെ മേശേല് വെച്ചിട്ടുണ്ട്..."

"റജിസ്റ്റേർഡ് കത്തോ?" ആകാംക്ഷ അടക്കാൻ കഴിഞ്ഞില്ല.
കത്തെടുത്ത് പെട്ടെന്ന് ഇറന്ന. ഊഹിച്ചതു പോലെ പി.എസ്.സി യിൽ
നിന്നാണ്... അഡ്ഡ്യസ് മെമോ... ഗവ: കോളേജിലേക്കുള്ള നിയമനം
അറിയിച്ചുകൊണ്ടുള്ള കത്ത്. കത്ത് നെഞ്ചിൽ വെച്ച് ഗുരു പരമ്പരക
ളോട് നന്ദി പറഞ്ഞു. ഒരുനിമിഷം അച്ഛനേയും അമ്മയേയും ഓർത്തു.
എത്രയും വേഗത്തിൽ മോഹനേട്ടനെ ഈ സന്തോഷവാർത്ത അറി
യിക്കണം. ഇപ്പോൾ ഓഫീസില്ുണ്ടാകും. ആനന്ദൻ ഫോണെടുത്തു...

ആനന്ദയാനം

ഭാഗം 5

"He who travels far will often see things

Far removed from what he believed was truth.

When he talks about it in the fields at home,

He is often accused of lying,

For the obdurate people will not believe

What they do not see and distinctly feel.

Inexperience,I believe,

Will give little credence to my song."

..From The Journey To The East

Hermann Hesse

1

നെഹ്റു നഗറിലെ തന്റെ ഫ്ലാറ്റിലിരുന്ന് സാമാന്യം വലിയൊരു പുസ്തകം വായിക്കുകയാണ് ചാന്ദിനി ഭട്ട്. തണുത്ത കാറ്റ് സ്വെറ്ററിന്റെ കവചത്തെ ഭേദിച്ച് മഞ്ഞിന്റെ വിശുദ്ധിയുള്ള വിരലുകൾ കൊണ്ട് ശരീരത്തെ സ്പർശിക്കുന്നുണ്ട്. പതിനൊന്ന് മണിയെങ്കിലും കഴിയണം മഞ്ഞിന്റെ ശിരോവസ്ത്രമണിഞ്ഞു നിൽക്കുന്ന ഡൽഹി തെളിയാൻ.

വായിച്ചു കൊണ്ടിരുന്ന നോവലിന്റെ കഥാഗതിയിൽ മനസ്സ് ഇടയ്ക്കിടെ ഉലയുന്നുണ്ട്.വായനയ്ക്കിടയിൽ ഒന്ന് കണ്ണടച്ചു. എന്തോ കാരണത്താൽ ഒരു നിമിഷം തലയുയർത്തി ചുറ്റും നോക്കി. ഏതോ ഓർമ്മയിൽ നിന്ന് ഉണർന്ന പോലെ.

"ചാന്ദിനി നീ വായിക്കുമ്പോൾ മറ്റൊരാളായി മാറുന്നു. അകന്നിരുന്ന

ശ്രദ്ധിക്കുന്ന ഒരാൾക്ക് നീ വായിക്കുന്ന താളിലെ ഭ്രമണങ്ങളും വേലി യേറ്റങ്ങളും ഇറക്കങ്ങളും നിന്റെ മുഖത്ത് നിന്നും വായിച്ചെടുക്കാൻ കഴിയും. വായനയുടെ ഒരു പ്രത്യേക രീതി ശാസ്ത്രമാണ് നിന്നെ നയി ക്കുന്നത്." ഹാഷിം തന്റെ അടുത്ത് നിന്ന് പറയുന്നതായി തോന്നി.

വായിച്ചു കൊണ്ടിരുന്നത് വാർഗാസ് യോസയുടെ "ഡ്രീം ഓഫ് ദ കെൽട്ട് "എന്ന നോവലാണ്. അതിലെ ഒരു വാചകത്തിൽ മനസ്സടക്കി. പെൻസിലെടുത്ത് ആ വാചകത്തിന്റെ നെറ്റിയിൽ ഒരു നക്ഷത്രചി ഹ്നം വരച്ചു. 'ഡീമോറലൈസേഷൻ ഓവർവെമ്ട് ഹിം ഫ്രം ഹെഡ് റ്റ റ്റൗ" ആ ഒരു വാചകം നോവലിലെ കേന്ദ്ര കഥാപാത്രമായ റോജർ കെയ്സ്മെന്റിന്റെ ജീവിതത്തെ ച്ഴ്ഴ് നിൽക്കുന്ന രഹസ്യത്തിന്റെ അറക ളിലേക്കുള്ള താക്കോലാണെന്ന് തോന്നി.

പുറത്തെ ഇടനാഴിയിലൂടെ ആരോ നടന്നു വരുന്ന കാലൊച്ച. വാതിലിൽ ആരോ മുട്ടിയോ? ചാന്ദിനി എഴുന്നേറ്റ് വാതിൽ തുറന്നു. തണുത്ത കാറ്റ് മുറിയിലേക്ക് ഇരച്ചുകയറി. പുറത്ത് ആരെയും കാണാനില്ല. തോന്നിയതാകാം. ഫ്ലാസ്ക്കിൽ കരുതിവെച്ച കാപ്പി ഒരു കപ്പിലൊഴിച്ചു. ചൂട് കാപ്പി ഉള്ളിൽ ചെന്നപ്പോൾ ഉന്മേഷം തോന്നി. കപ്പ് അൽപനേരം തന്റെ ഇടത്തെ നെഞ്ചിൽ വെച്ചു. നെഞ്ചിലാകെ ചൂട് പടർന്നു. ഹാഷിമിൽ നിന്നും കിട്ടിയ ശീലം. കപ്പ് കഴുകി വെച്ച് വീണ്ടും പുസ്തകം കൈയിലെടുത്തു വായനയിൽ മുഴുകി. തന്റെ വായനാ ഗതിയെ തടസപ്പെടുത്തി മൊബൈൽ ഫോൺ കിടക്കയിൽക്കിടന്ന് സ്പന്ദിക്കാൻ തുടങ്ങി. അപരിചിത നമ്പറാണ്. ഫോൺ പതിയെ നിശ്ശ ബ്ദമായി. ചിലപ്പോൾ ആരിൽ നിന്നോ നമ്പർ തേടിപ്പിടിച്ച് തന്നെ ഗുണ ദോഷിക്കാൻ വിളിക്കുന്ന നാട്ടിലെ ഒരകന്ന ബന്ധുവായിരിക്കും. ഫോൺ വീണ്ടും റിംഗ് ചെയ്തു. ആരായിരിക്കാം? ചാന്ദിനി ഫോൺ അറ്റന്റ് ചെയ്തു.

"ചാന്ദിനി ഭട്ട് അല്ലേ?" ഭൂതകാലത്ത് എവിടെയോ വെച്ച് മനസ്സിൽ പതിഞ്ഞ ശബ്ദം. അല്ലെങ്കിൽ തന്റെ തോന്നലോ?"

"അതെ."

"ചാന്ദിനി ഈ വിളിക്കുന്നത് ആരാണെന്ന് മനസ്സിലായോ? ഞാൻ... ആനന്ദൻ ശങ്കർ."

"ആനന്ദൻ സർ!"

"അതെ"

"എനിക്ക് വിശ്വസിക്കാൻ കഴിയുന്നില്ല സാർ... സാർ എവിടുന്നാ വിളിക്കുന്നത്?" ചാന്ദിനി ചാടിയെഴുന്നേറ്റു.

"നിന്റെ ഡൽഹിയിൽ നിന്ന്. പഹാർഗഞ്ചിലെ ഹോട്ടൽ

ഇന്ദ്രപ്രസ്ഥയിൽ നിന്ന്."

"സാർ എപ്പോളെത്തി?"

"ഇന്ന് കാലത്ത് എത്തിയിട്ടേ ഉള്ള."

"ജസ്റ്റ് എ വിസിറ്റ് ഒർ എനി സെമിനാർ റ്റു അറ്റന്റ്...?.

"ജസ്റ്റ് എ വിസിറ്റ്."

"എന്റെ നമ്പർ എവിട്ടന്ന് കിട്ടി?"

"അതൊക്കെ നേരിൽ പറയാം. എനിക്ക് ചാന്ദിനിയെ ഒന്ന് നേരിൽ കാണണം."

"തീർച്ചയായും... ഞാൻ താമസിക്കുന്നത് നെഹ്റുനഗറിലാണ്. സാർ ഒരു ടാക്ലി പിടിച്ച് വന്നാൽ മതി. ഞാനിവിടെ കാത്തിരിക്കാം."

"അതുവേണ്ട ചാന്ദിനി. എനിക്ക് നിന്നോട് മാത്രമായ് ചില കാര്യ ങ്ങൾ സംസാരിക്കാനുണ്ട്..."

"ഞാൻ ഒരു മണിക്ക്കൂറിനുള്ളിൽ പുറപ്പെടാം"

"ഇന്ന് വേണ്ട... നാളെ രാവിലെ പത്ത് മണിക്ക്. പ്രൊവൈഡഡ് യു ഡോൺട് ഹാവ് എനി എൻഗേജ്മെന്റ്."

"ഓ കെ സർ"

"താങ്ക്യൂ ചാന്ദിനി." അപ്പുറത്ത് നിന്ന് ഫോൺ കട്ട് ചെയ്തു. വായിച്ച കൊണ്ടിരുന്ന പുസ്തകം അടച്ച് വെച്ചു. ഇനി വായിച്ചാൽ ശരിയാവില്ല.

"ചാന്ദിനി നിന്റെ കഥ വായിച്ചു. നന്നായിട്ടുണ്ട്. എഴുത്തിൽ മെച്ചരി റ്റി ഫീൽ ചെയ്യുന്നുണ്ട്. ചിലയിടങ്ങളിൽ കാഥറീൻ മാൻസ്ഫീൽഡിന്റെ ചെറിയ സ്വാധീനം കാണാം. ഇത് നിന്റെ ആദ്യ കഥയല്ലെന്ന് വ്യക്തം. എഴുത്ത് ഇടരണം" സെയിന്റ് അലോഷ്യസ് കോളജിലെ ബി.എ ഫൈനൽ വിദ്യാർത്ഥിയായിരിക്കെ ലൈബ്രറി ഹാളിൽ വെച്ച് ആനന്ദൻ സാർ പറഞ്ഞ വാക്കുകൾ തന്നെ ഒരിക്കൽക്കൂടി തഴുകുന്നത് പോലെ തോന്നി. ഒന്നും പറയാനാകാതെ സാറിന്റെ മുൻപിൽ പകച്ച് നിന്നത് നല്ല ഓർമ്മയുണ്ട്. കോളജിന്റെ സിൽവർ ജൂബിലിയോടനുബന്ധിച്ച് പുറത്തിറക്കിയ സുവനീറിൽ വന്ന കഥയെക്കുറിച്ചായിരുന്നു സാറിന്റെ പരാമർശം. കോളിംഗ് ബെൽ ഒരു വട്ടം ശബ്ദിച്ചു. ക്ലോക്കിലേക്ക് നോക്കി. പത്ത് മണി.സുഖാനിദേവിയായിരിക്കും. അടുക്കള ജോലിയിൽ സഹാ യിക്കാനെത്തുന്ന സുഖാനിദേവിയെ ഏർപ്പാടാക്കിയത് ഹാഷിമിന്റെ സുഹൃത്ത് രണദേവാണ്.

"മേം ഞാൻ താമസിച്ചോ?" വാതിൽ തുറന്നപ്പോൾ നിറഞ്ഞ മനസ്സോടെ സുഖാനി മുന്നിൽ.

"ഹേയ്"

"മേമിന് ടീയോ? കോഫിയോ?"

"അൽപം മുമ്പ് കുടിച്ചതാണ്. കുറച്ച് കഴിഞ്ഞിട്ട് പറയാം."

ഒന്നര മണിക്കൂർ ഇനി അടുക്കള സുഖാനിക്ക് അവകാശപ്പെട്ടതാണ്. സഹായിക്കാൻ ചെന്നാൽ സമ്മതിക്കില്ല.

"മാം മുറിയിലിരുന്ന എഴുത്തുകയോ വായിക്കുകയോ ചെയ്‌തോ. ഇവിടെ ഞാൻ നോക്കിക്കൊള്ളാം"

സുഖാനി ദേവിയുടെ കുടുംബം പണ്ടെങ്ങോ കാലത്ത് കൽക്ക ത്തയിൽ നിന്ന് കുടിയേറി ഡൽഹിയിൽ എത്തിയതാണ്. സുഖാനി ജനിച്ചതും വളർന്നതും ഡൽഹിയിലാണ്. സുഖാനിക്ക് നാൽപതിനട്ട ത്ത പ്രായം വരും. പതിനാറാമത്തെ വയസ്സിൽ അവളുടെ വിവാഹം നടന്നു. നാലഞ്ചുവർഷം കഴിഞ്ഞിട്ടും കുട്ടികളുണ്ടായില്ല. ഒരു പുലർകാ ലത്ത് പുറത്ത് പോയ ഭർത്താവ് തിരികെ വന്നില്ല. ഇവിടെ നാലഞ്ച് കുടുംബങ്ങൾക്ക് ഭക്ഷണം ഒരുക്കിക്കൊടുക്കുന്നത് സുഖാനിയാണ്. ഒട്ടവിലെത്തുന്ന വീടിന്റെ അടുക്കളയുടെ ഒരു മൂലയിൽ ചുരുണ്ട കിടന്ന് താൻ ഒരിക്കലും കണ്ടിട്ടില്ലാത്ത കൽക്കത്തയെ സ്വപ്നം കണ്ട് ഉറങ്ങും.

പഹാർ ഗഞ്ച്. തിരക്കില്ലെങ്കിൽ നാൽപത് മിനിറ്റ് ടാക്സി യാത്ര. സാർ എന്തിനായിരിക്കും എന്നെ കാണണമെന്ന് പറഞ്ഞത്?

"ചാന്ദിനി നീ ഏൽപിച്ച കഥകൾ വായിച്ചു. അതിൽ ഒരു കഥ വ്യത്യ സ്തമാണ്. അത് ഞാൻ മാർക്ക് ചെയ്തിട്ടുണ്ട്. മൽസരത്തിന് അതയച്ചാൽ മതി. ഓർക്കുക സമ്മാനത്തിലോ മൽസരത്തിലോ ഒന്നുമല്ല കാര്യം... എഴുതുക... അതാണ് പ്രധാനം" കോളജ് വിദ്യാർത്ഥികൾക്കായി മലയാ ളത്തിലെ പ്രശസ്ത വാരിക നടത്തിയ മൽസരത്തിൽ ഒന്നാം സമ്മാനം കിട്ടിയപ്പോൾ കോളജ് ആഘോഷമാക്കി.

"നമുക്ക് അഭിമാനിക്കാം. മലയാള ഭാഷയ്ക്ക് ഒരു നല്ല എഴുത്തുകാരിയെ നമ്മുടെ കോളജിന് സംഭാവന ചെയ്യാൻ കഴിഞ്ഞതിൽ..." അനുമോദന പ്രസംഗത്തിൽ സാർ പറഞ്ഞ വാക്കുകൾ കേട്ട് സദസ്സ് എഴുന്നേറ്റ് നിന്ന് കൈയടിച്ചത് ഇന്നലെയെന്ന പോലെ ഓർക്കുന്നു. പിന്നീടുള്ള എഴുത്തിന് പ്രചോദനമായി മാറിയത് സാറിന്റെ ആ വാക്കുകളാണ്.

"ആനന്ദൻ സാർ പോകുകയാണ്." പുറത്ത് നിന്നും ഓടി വന്ന് ഹബീബ് പറഞ്ഞപ്പോൾ ആർക്കും ഒന്നും മനസ്സിലായില്ല. മറ്റ കുട്ടി കളോടൊപ്പം പുറത്ത് ചെന്നു. ഗ്രൗണ്ട് ഫ്ലോറിലും ഒന്നാം നിലയിലും രണ്ടാം നിലയിലും നിലയുറപ്പിച്ച കുട്ടികൾ നിശ്ശബ്ദരായി താഴോട്ട് നോക്കുകയാണ്. പ്രൊഫ. ഇഗ്നേഷ്യസിനും പ്രൊഫ. രാമചന്ദ്രനുമൊപ്പം

നടന്നു നീങ്ങുന്ന ആനന്ദൻ സാർ. പ്രഫ. ഇഗ്നേഷ്യസ് ഒന്നു തിരിഞ്ഞു നോക്കുന്നു. ഒപ്പം സാറും. വളരെ ശാന്തനായി കുട്ടികൾക്കു നേരെ കൈവീശുന്നു. കുട്ടികൾ തിരിച്ചും. ഒപ്പം ഒരായിരം നിശ്ശബ്ദമായ ഗദ്ഗദ ങ്ങളും അന്തരീക്ഷത്തിലെ ച്ചടില ലയിച്ചു ചേർന്നു.... തുടർന്നുള്ള ദിവസ ങ്ങളിലെ ശൂന്യത... ഓർക്കാൻ കൂടി പേടി തോന്നുന്നു. മരിച്ച വീട്ടുപോലെ ക്ലാസ് മുറികൾ... അധ്യാപകർ ക്ലാസിൽ വരുന്നു... പോകുന്നു... ആർക്കും ഒന്നിലും ശ്രദ്ധയില്ല.

"ഡോ. ആനന്ദൻ ശങ്കർ പോയതില്ലുള്ള നിങ്ങളുടെ വിഷമം ഞങ്ങൾക്കുമറിക്കാം... കോളേജ് അദ്ദേഹത്തെ പുറത്താക്കിയതല്ല... സമര നേതാക്കൾ പറഞ്ഞുപരത്തുംപോലെ... അദ്ദേഹം രാജിവെച്ച് പോയതാണ്. വരാൻ പോകുന്നത് ഫൈനൽ പരീക്ഷയാണ്. ദിസ് ടൈം വീ വിൽ ഹാവ് എ റാങ്ക്,എ ഫ്യൂ ഫസ്റ്റ് ക്ലാസസ്, ഏന്റ് എ ലാർജ് നമ്പർ ഓഫ് സെക്കന്റ് ക്ലാസ്സസ്... പ്ലീസ് ഡോണ്ഡ് ഗെറ്റ് ഡിസ്റ്റേക്ളഡ് ഫ്രം യുവർ ഗോൾ... ഹിച്ച് യുവർ വാഗണ്." ഒടുവിലത്തെ പ്രയോഗത്തി ന്റെ അർത്ഥം പിന്നീടാണ് മനസ്സിലായത്. പ്രൊഫ. ഇഗ്നേഷ്യസിന്റെ ഹൃദയസ്പർശിയായ സെന്റ്ഓഫ് പ്രസംഗം കാതുകളിൽ മുഴങ്ങുന്നു.

ജനൽ പാളികൾ തുറന്ന് പുറത്തേക്ക് നോക്കി... തെളിഞ്ഞു വരുന്ന ആകാശം. തെരുവുകളിൽ തിരക്ക വർദ്ധിച്ചിരിക്കുന്നു. വീതി കുറഞ്ഞ തെരുവില്ലൂടെ വേഗത്തിൽ ഓടിപ്പോകുന്ന റിക്ഷാവണ്ടികൾ... നീണ്ട ഓൻപത് വർഷങ്ങൾക്കു ശേഷം ആനന്ദൻ സാറിനെ കാണാൻ പോകുന്നു.എന്തായിരിക്കാം തന്നോട് മാത്രമായി സാറിന് പറയാന ുള്ളത്?

2

ഉണർന്നപ്പോൾ വളരെ വൈകിയിരുന്നു. കഴിഞ്ഞ രാത്രി ചാന്ദിനി വീണ്ടും വിളിച്ചിരുന്നു. കാലത്തിന്റെ മറുപുറത്തേക്കുള്ള ഓർമകളുടെ സഞ്ചാര പാതയാണ് ചാന്ദിനിയിപ്പോൾ.ഓർമ്മകളുടെ ഗതിയിൽ മനസ് വീണ്ടും കലുഷിതമായി. ബാഗിൽ സൂക്ഷിച്ച മദ്യം ഒന്ന് രണ്ട് പെഗ് കഴിച്ചു. തണുപ്പ് കൂടി കൂടി വന്നപ്പോൾ വീണ്ടും വീണ്ടും കഴിച്ചു. ഭക്ഷണം കഴിച്ച്കിടന്നതേ ഓർമ്മയുള്ളൂ.

ചൂടുവെള്ളത്തിൽ കുളി കഴിഞ്ഞപ്പോൾ എന്തെന്നില്ലാത്ത ഉന്മേഷം തോന്നി. പിൻ ജനൽ തുറന്ന് പുറത്തേക്ക് നോക്കി. മൂടിക്കെട്ടിയ ആകാ ശത്തിനു കീഴിൽ കെട്ടിടങ്ങൾ കണ്ണടച്ച് ധ്യാനിക്കുന്നു.കെട്ടിടങ്ങൾക്കു പിറകിലെ ഇറസായ സ്ഥലത്ത് ഇല കൊഴിഞ്ഞ മരങ്ങൾ മറ്റൊരു വസന്തത്തിന്റെ കാലൊച്ചകൾക്കായി കാത്തിരിക്കുകയാണ്.

ഇനിയും സമയമുണ്ട്. പുറത്ത് പോയി ഭക്ഷണം കഴിച്ച വരാം. ഫുട്പാത്തിലൂടെ അൽപം നടക്കുകയും ചെയ്യാം. മുറിപൂട്ടി പുറത്തിറ ങ്ങി. തൊട്ടടുത്ത റൂമിൽ നിന്ന് കുട്ടികളുടെ ബഹളം. സംസാരം കേട്ടിട്ട് ബംഗാളി ഫാമിലിയാണെന്ന് തോന്നുന്നു. പുറത്ത് പ്രതീക്ഷിച്ചതിലും തണുപ്പുണ്ട്. സ്വെറ്ററും വിന്റർ കേപ്പും ധരിച്ചത് നന്നായി. നിരത്തിൽ അധികം ആളില്ല. റോഡരികിൽ നാഥനില്ലാതെ നിർത്തിയിട്ടിരിക്കുന്ന റിക്ഷകൾ... തണുപ്പിൽ ക്ലനിപ്പിടിച്ച് ഒരു വൃദ്ധൻ റിക്ഷ വലിച്ച പോകുന്നു. ശിരസ്സും ഉടലും കമ്പിളി കൊണ്ട് മൂടിയിട്ടുണ്ട്. അയാൾ നന്നേ ചുമയ്ക്കുന്ന ണ്ട്. കുട്ടിക്കാലത്ത് കണ്ട ഒരു സിനിമ ആനന്ദിന്റെ ഓർമയിലെത്തി.

അൽപം പരിഷ്കൃത രീതിയിൽ അലങ്കരിച്ച ഒര് സൗത്ത് ഇന്ത്യൻ റസ്റ്റോറന്റിൽക്കയറി ഇഡ്ഡ്ലിയും സാമ്പാറും ചൂടു കാപ്പിയും ആസ്വദിച്ച കഴിച്ചു. ഫുട്പാത്തിലൂടെ തിരിച്ച നടക്കുമ്പോൾ പിറകിലൊരു സ്പർശം. തിരിഞ്ഞു നോക്കി. പതിനൊന്ന് വയസ്സ് പ്രായം തോന്നിക്കുന്ന ചെമ്പിച്ച മുടിയും വെള്ളാരം കണ്ണകളുമുള്ള ഒരു പെൺകുട്ടി. അവൾ ആനന്ദിന് നേരെ കൈ നീട്ടി. അവളോടൊപ്പം ആറേഴ് വയസ്സുള്ള ഒരാൺകുട്ടിയു മുണ്ട്.

"സാർ..."

പത്ത് രൂപകൊടുത്തപ്പോൾ അവളുടെ കണ്ണകൾ വികസിച്ച. നന്ദിപൂർവ്വം നോക്കി എങ്ങോട്ടോ ഓടിപ്പോയി. മുറിയിൽ തിരിച്ചെത്തി സോഫാ സെറ്റിയിൽ അലസമായിക്കിടന്നു. ചാന്ദിനി പത്ത് മണിക്ക് എത്തുമെന്നാണ് പറഞ്ഞത്. ഇന്നലെ വൈകുന്നേരം ചാന്ദിനി ചൗക്ക് ഉൾപ്പെടെ ചില സ്ഥലങ്ങൾ സന്ദർശിച്ചങ്കിലും ബുക്ക് സ്റ്റാളുകളൊന്നും സന്ദർശിച്ചില്ല. മുൻപ് ഏത് നഗരത്തിൽ ചെന്നാലും ആദ്യം സന്ദർശി ക്കുക പുസ്തകക്കടകളായിരിക്കും.

"ആനന്ദേ ഇഞ്ചെ പഠിപ്പിനിയും കയിഞ്ഞിട്ടില്ലേ?" എവിടെയെങ്കിലും യാത്ര കഴിഞ്ഞ് തിരിച്ചെത്തുമ്പോൾ കൈയിലെ പുസ്തകക്കെട്ട് കണ്ട് അമ്മ ചോദിക്കും. കാലപ്രവാഹത്തിൽ തന്നിലുണ്ടായ പരിണാമങ്ങളെ ഓർത്ത അയാൾ സ്വയം വേദനിച്ചു.

അയാളെഴുന്നേറ്റ് ജനലിലൂടെ പുറംകാഴ്ചകളിലേക്ക് നോക്കി. ആകാ ശച്ചരിവിലെ മേഘക്കെട്ടിന് പിറകിൽ വെളിച്ചം സ്തംഭിച്ച നിൽക്കുന്നു. കെട്ടിടങ്ങൾക്ക പിറകിലെ ഇല കൊഴിഞ്ഞ മരത്തിന്റെ ചില്ലകളിലൊ ന്നിൽ നീണ്ട വാലും തലയിൽ പൂവും വർണ്ണച്ചിറകുമുള്ള ഒരു ഒറ്റയാൻ പക്ഷി ഓർമകളിൽ നഷ്ടപ്പെട്ട പോലെ ഇരിക്കുന്നുണ്ട്. ഒരു മുന്നറിയിപ്പി ല്ലാതെ അത് എങ്ങോട്ടോ പറന്ന പോയി. തന്റെ സ്വകാര്യതയിലേക്ക്

    ആനന്ദയാനം

ആരോ എത്തി നോക്കുന്ന എന്ന് തിരിച്ചറിഞ്ഞു കാണം. ഡോറിൽ ആരോ മുട്ടന്നേണ്ട്. ചാന്ദ്നി ഭട്ട് ആയിരിക്കും.

"യേസ് കമിൻ..." വാതിൽ ഇറന്ന് തന്റെ മുമ്പിൽ ഒരു വിസ്മയമായി ചാന്ദ്നി.

"വെൽക്കം ചാന്ദ്നി." നീല ഡനിം ജീൻസും കറുത്ത ഫൾ സ്ലീവ് ടോപ്പും ബ്രൗൺ ജാക്കറ്റും കഴുത്തിനും ചുറ്റും കോഫി ബ്രൗൺ മഫ്ലറും ധരിച്ച് തന്റെ മുൻപിൽ നിൽക്കുന്ന ചാന്ദിനിയെ അയാൾ അത്ഭുത ത്തോടെ നോക്കി. ഒരു നിമിഷം ജെന്നിയെ ഓർത്തു പോയി.

"സാറെന്താ ഇങ്ങനെ നോക്കുന്നത്?"

"ഒൻപത് വർഷത്തിന് ശേഷം കാണുന്നതല്ലേ?"

"സറെന്താ ഓർത്തത് എന്ന് ഞാൻ പറയട്ടെ"

"കമോൺ... റ്റെൽ മി..."

"ഒൻപത് വർഷം മുൻപ് സാർ പഠിപ്പിച്ച ചാന്ദിനി തന്നെയാണോ ഇത്? എന്നല്ലേ?"

"കറക്ട്"

"ഡൽഹിയിലെത്തിയ ശേഷമാണ് സൗകര്യവും സ്വാതന്ത്ര്യവും സന്തോഷവും നൽകുന്ന വേഷം ധരിച്ച തുടങ്ങിയത്."

"എനിക്ക് എന്തൊക്കെ മാറ്റങ്ങൾ ഉണ്ടായി എന്ന് പറയാമോ?"

"പറയത്തക്ക മാറ്റമില്ല. ശരീരം അൽപം മെലിഞ്ഞതായിത്തോന്ന ന്ന. മുഖത്ത് പഴയ പ്രസരിപ്പ് കാണാനില്ല. അതിവിട്ടത്തെ കാലാവസ്ഥ കൊണ്ടായിരിക്കും."

"യു ആർ ഔട്ട് ആന്റ് ഔട്ട് ഒണസ്റ്റ് ചാന്ദിനി..."

ആനന്ദൻ റിസപ്ഷനിൽ രണ്ട് കോഫിക്ക് ഓർഡർ ചെയ്തു.

"ഇനി പറ സാറിന് എന്റെ നമ്പർ എവിടുന്ന് കിട്ടി?"

"നിന്റെ സുഹൃത്ത് ഹിമശ്രീയിൽ നിന്ന്."

"ഞാനൂഹിച്ചു... ഇഫ്ളവിൽ പി ജിക്ക് ചേർന്നതിന് ശേഷം രണ്ട മൂന്ന് കത്തുകൾ സാറിന് അയച്ചിരുന്ന. ഒന്നിനും മറുപടി അയച്ചില്ല..."

"സോറി. അക്കാലത്ത് എന്റെ മനസ്സ് വല്ലാത്ത അവസ്ഥയിലൂടെ കടന്നുപോകുകയായിരുന്ന..."

"ഐ നോ സർ... കുറച്ച വർഷങ്ങൾക്ക് മുൻപ് പ്രഫ. ഇഗ്നേ ഷ്യസിനെ കണ്ടിരുന്ന. പ്രഫസറിൽ നിന്നാണ് സാർ ഗവൺമെന്റ് സർവീസിൽ കയറിയ കാര്യം മനസ്സിലാക്കിയത്..."

"ചാന്ദിനിയുടെ വിശേഷങ്ങൾ ചിലതൊക്കെ ഹിമശ്രീയിൽ നിന്ന് ഞാനും മനസിലാക്കി"

"അവളെന്താ എന്നെക്കുറിച്ച് പറഞ്ഞത്..."

"ഇഷ്ടവിലെ പഠനം കഴിഞ്ഞ് ജെ എൻ യുവിൽ റിസർച്ച് ചെയ്യലും ഡിയുവിൽ അസി.പ്രൊഫസറായി ജോലി കിട്ടിയലും. പിന്നെ സഹപ്ര വർത്തകനും ഏക്ലിവിസ്റ്റുമായ ഹാഷിമിനെ വിവാഹം കഴിച്ചലും. '

"മറ്റൊന്നും പറഞ്ഞില്ല."

"ഇല്ല..."

"അവൾ ബോധപൂർവ്വം പറയാഞ്ഞതായിരിക്കും." ചാന്ദിനി എന്തോ ഓർത്തിട്ടെന്ന പോലെ പെട്ടെന്ന് മൗനത്തിലാണ്ട്. ഡോർ ബെൽ ഒന്ന മുഴങ്ങി.

"യേസ് കമിൻ."

വെയിറ്റർ കോഫി ജഗ്ഗും രണ്ട കപ്പും ടീപ്പോയിൽ വെച്ചു.

"ചാന്ദിനി കോഫി കഴിക്ക്." ആനന്ദൻ കോഫി രണ്ട കപ്പിലൊഴിച്ച് ഒന്ന് ചാന്ദിനിക്ക് നേരെ നീട്ടി.

"താങ്ക്യൂ സർ."

"കമോൺ ചാന്ദിനി... മുഖം വല്ലാതിരിക്കുന്നു. എന്താണണ്ടായത്?"

"അദ്ദേഹം ഡൽഹിയിലെ പല മൂവ്മെന്റിലും പങ്കെടുക്കുമായിരുന്ന. ഞങ്ങൾ ക്രമേണ മാനസികമായി അടുത്തു. ഒടുവിൽ ഒന്നിച്ച ജീവിക്കാൻ തീരുമാനിച്ചു. '

"അച്ഛനുമമ്മയുമൊക്കെ അറഞ്ഞിരുന്നോ?"

"അറിഞ്ഞിരുന്ന... പിന്നീടിന്നുവരെ അച്ഛൻ ഫോണിൽ പോലും വിളിച്ചിട്ടില്ല..."

"സാരമില്ല ചാന്ദിനി. നമ്മൾ ചിന്തിക്കുന്നത് പോലെ ലോകം ചിന്തി ക്കണമെന്നില്ല. ബട്ട് ഐ വുഡ് ലൈക് റ്റു മീറ്റ് മിസ്റ്റർ ഹാഷിം."

"ആ കൂടിക്കാഴ്ച ഇനി ഉണ്ടാവില്ല..."

"എന്തു പറ്റി!"

"ഒരു രാത്രി സഹപ്രവർത്തകൻ രണദേവ് മിശ്രുയുടെ വീട്ടിൽ നിന്നും ബൈക്കിൽ ഞങ്ങളുടെ താമസസ്ഥലത്തേക്ക് വരികയായിരുന്ന. ഏതോ വാഹനം ഇടിച്ച തെറിച്ച വീണു. പിറ്റേന്ന് കാലത്താണ് കണ്ടത്. പോലീസ്സ്റ്റേഷനിൽ നിന്ന് വിവരം കിട്ടി..."

"വോസ് ഇറ്റ് ഏൻ ഏക്ലിഡന്റ് ഓർ."

 ആനന്ദയാനം

"ഇറ്റ് വോസ് എ ക്ലിയർ കെയ്സ് ഓഫ് ബ്രൂട്ടലി പ്ലാന്റ് മർഡർ."

"അന്വേഷണമൊന്നും നടന്നില്ലേ?"

"അങ്ങനെയൊന്ന് നടന്നു. ഇപ്പോഴും നടക്കുന്നു..."

"സോറി ചാന്ദിനി."

"സാറിന് എന്നോട് മാത്രമായി എന്തോ പറയാനുണ്ടെന്ന് പറഞ്ഞു?"

"ചാന്ദിനി, ഇപ്പോൾ നീ അനുഭവിക്കുന്ന വേദനയുടെ ആഴം എനിക്ക് മനസ്സിലാകും... അതിന് മുൻപിൽ എന്റെ വേദനയുടെ കെട്ടഴിക്കാൻ ഞാൻ ആഗ്രഹിക്കുന്നില്ല. എന്നാലും ചിലത് പറയാം. ദേർ വോസ് എ റ്റൈം വെൻ ഐ വോസ് ഡാലീയിങ്ങ് വിത്ത് ദ ഐഡിയ ഓഫ് സൂയിസൈഡ്... ഫാദർ സണ്ണി ജോസഫും അന്വേഷണം മാസികയുടെ എഡിറ്ററുമായ വിൽസണും ഉചിതമായ സമയത്ത് ഇടപെട്ടില്ലായിരു നെങ്കിൽ ഇന്ന് നമ്മൾ തമ്മിലുള്ള ഈ കൂടിക്കാഴ്ച സംഭവിക്കില്ലായി രുന്നു." ഇടർന്ന് ഒന്നും പറയാനാവാതെ ആനന്ദൻ ഇരുന്നു. ചാന്ദിനി ആനന്ദനെ ശ്രദ്ധിച്ചു... അയാളുടെ ചുണ്ടും കൈവിലലുകളും വിറയ്ക്കുന്നു ണ്ടായിരുന്നു.

"ഇതിനിടയിൽ വിൽസൺ ഒരു ആശയം മുന്നോട്ട് വെക്കുന്നു. ഒഫ്ലോസ് ഏസെ മാറ്റർ ഓഫ് ഡിസ്ട്രേക്ഷൻ. ഒരു നോവലെഴുതുക."

"സാറെഴുതിയോ?"

"എഴുതിത്തുടങ്ങി. അതിനിടയിൽ ഗവൺമെന്റ് സർവീസിൽ കയറുന്നു. നോവലിനെപ്പറ്റി മറക്കുന്നു... വിൽസൺ ഓർമപ്പെടുത്തിക്കൊ ണ്ടിരുന്നു. ഒടുവിൽ പലയിടങ്ങളിലും വെച്ച് അത് പൂർത്തിയാക്കുന്നു... വിൽസൺ അത് പുസ്തക രൂപത്തിലാക്കി."

"ഐ വിഷ് റ്റു റീഡ് ദാറ്റ് ഏസ് ഏർലി ഏസ് പോസിബിൾ." ആനന്ദൻ തന്റെ ബാഗ് തുറന്ന് നോവൽ പുറത്തെടുത്തു.

"നാട്ടിൽ നിന്നും ഡൽഹിയിലേക്ക് പുറപ്പെട്ടപ്പോൾ ആദ്യം ഓർത്തത് ചാന്ദിനിയെയാണ്. ചാന്ദിനിയുടെ അഭിപ്രായം അറിയാൻ താൽപര്യമുണ്ട്..." ആനന്ദൻ കൈയ്യൊപ്പ് ചാർത്തി ചാന്ദിനിക്ക് പുസ്തകം കൈമാറി.

"സാറിന്റെ വർക്ക് വായിക്കാൻ എനിക്ക് അതിയായ ആകാം ക്ഷയുണ്ട്. സാറിന്റെ കൈയ്യൊപ്പോട്ട കൂടിയുള്ള ഈ കോപ്പി ഞാൻ നിധിപോലെ സൂക്ഷിക്കും."

"ഇനിയുള്ള രണ്ട് മൂന്ന് ദിവസം ഞാൻ ഒരു യാത്രയിലായിരിക്കും. തിരിച്ചെത്തുമ്പോൾ ഞാൻ വിളിക്കാം."

"എങ്ങോട്ടാണ്?"

"ഹരിദ്വാർ, ഋഷികേശ് അങ്ങനെ ചില പുണ്യസ്ഥലങ്ങൾ"

"ആത്മീയ വഴിയിലാണ് ഇപ്പോൾ.?"

"ഒറ്റപ്പെടുന്നവന് എന്തെങ്കിലും ഒര് താങ്ങ് വേണ്ടേ ചാന്ദിനി."

"സമയമുണ്ടെങ്കിൽ ഞാനും സാറിന്റെ കൂടെ വരുമായിരുന്നു..."

"ഡൽഹിയിൽ സ്ഥിരമായി താമസിക്കുന്ന ആൾക്ക് എപ്പോൾ വേണമെങ്കിലും പോകാമല്ലോ? യാത്ര കഴിഞ്ഞ് തിരിച്ചെത്തിയാൽ ഞാൻ ചാന്ദിനിയെ വിളിക്കാം."

"അപ്പോഴേക്കും ഞാനിത് വായിച്ച പൂർത്തിയാക്കും..."

"നമുക്ക് പുറത്തിറങ്ങാം... ഇന്നത്തെ ഉച്ച ഭക്ഷണം ഒന്നിച്ച്..."

തെളിഞ്ഞ ആകാശത്തിന് കീഴെ അവർ നടന്നു.

3

ഡൽഹി കന്റോൺമെന്റ് ആർമി ഗസ്റ്റ് ഹൗസിന്റെ കൂറ്റൻ ഗെയിറ്റിന് മുൻപിൽ ഏഴ് മണിക്ക് ടാക്സി കാറെത്തി. ഇന്നലെ ലെഫ്റ്റനന്റ് ജ്യോതി കുമാറിന്റെ അതിഥിയായി ആർമി ഗസ്റ്റ് ഹൗസിലായിരുന്നു.

"വിഷ്യു എ ഹാപ്പി ജേണി..." ജ്യോതികുമാർ യാത്രയാക്കി. മകര മഞ്ഞിൽ വിതുമ്പുന്ന ആകാശത്തിന് കീഴിൽ കാർ വേഗത്തിൽ നീങ്ങി. അഞ്ചാം ഗെയിറ്റിലിറങ്ങുമ്പോൾ ഏഴരമണി. എട്ട് മണിക്കാണ് ഹരിദ്വാ റിലേക്കുള്ള ബസ്സെയ്ക്കുക. അരമണിക്കൂർ കൂടി സമയമുണ്ട്. റോഡിന്റെ മറവശം കടന്നാൽ ചായ കഴിക്കാം. ചുറ്റിലും റസ്റ്റോറന്റ് എന്ന ബോർഡ് കാണാനില്ല. തട്ടുകടക്ക് ചുറ്റും നിരവധി പേർ... ചായ കുടിച്ച് തിരിച്ചെത്തി യപ്പോൾ അഞ്ചാം ഗെയിറ്റിനു മുൻപിൽ നിരവധി ട്ടൂറിസ്റ്റ്കൾ... ഹരിദ്വാർ... ഋഷികേശ് എന്ന വിളി കേട്ടപ്പോഴാണ് ചിന്തയിൽ നിന്നുണർന്നത്. ബസ് നമ്പർ നോക്കി ഉറപ്പ വരുത്തി. ജ്യോതികുമാർ ഇന്നലെ ബുക്ക് ചെയ്തതാണ്. ഫോണിൽ സെയിവ് ചെയ്ത ഡീറ്റെയിൽസ് കണ്ടക്ടർ പരിശോധിച്ചു. ആഗ്രഹിച്ചത പോലെ സൈഡ് സീറ്റാണ്. ട്രിം ചെയ്ത ഒതുക്കിയ താടിയും ചാര നിറത്തിലുള്ള ജുബ്ബയും ഇളം നീല നിറത്തില ള്ള ജീൻസും ധരിച്ച നാൽപത് വയസ് പ്രായം തോന്നിക്കുന്ന ഒരാൾ തൊട്ടപ്പറത്ത് വന്നിരുന്നു.ഏറെക്കാലമായി പരിചയമുള്ള രീതിയിൽ അയാൾ നിറഞ്ഞു ചിരിച്ചു.

"ഹരിദ്വാറിൽ എപ്പോഴെത്തും...?"

"ഒരു മണിയാകുമ്പോഴേക്കും ഹരിദ്വാറിലെത്തും. ആദ്യമായാണോ

ആനന്ദയാനം

ഹരിദ്വാറിലേക്കുള്ള യാത്ര.?" അൽപം തമിഴ് ച്ചുവയുള്ള ഇംഗ്ലീഷിലാണ് സംസാരം.

"അതെ."

"ഐ തിങ്ക് യൂ ആർ എ സോളോ ട്രാവലർ ലൈക് മി...?"

"യേസ്."

"ഗോഡ് ബ്ലസ് യൂ. ഞാൻ ഋഷികേശിലേക്കാണ്. തിരിച്ചവരുമ്പോൾ ഹരിദ്വാറില്ലം..."

"താങ്കൾ ആദ്യമായല്ല ഋഷികേശിലേക്ക് പോകുന്നത് എന്ന് തോന്നുന്നു.?" അയാൾ ഏതോ കാരണത്താൽ മൗനത്തിലാണ്ട. ബസ് പതിയെ നീങ്ങി.

"താങ്കളെന്തോ ചോദിച്ച. അതെ... ഞാൻ ആദ്യമായാണോ ഈ യാത്രയെന്ന്? അല്ലേ?"

"അതേ.?"

"ഞാനിത് ആറാം തവണയാണ്. ഓരോ തവണയും എന്റെ വരവ് ഒരു വലിയ മനുഷ്യനെത്തേടിയാണ്. . ഈ തവണയെങ്കിലും സാധ്യ മാകുമെന്ന് കരുതുന്നു."

"ചോദിക്കാൻ പാട്ടുണ്ടോ എന്നറിയില്ല. എന്നാലും ചോദിച്ച പോകുകയാണ്. ആരെയാണ്?" അയാൾ ആർദ്രമായി ആനന്ദിനെ നോക്കി.

"നമ്മൾ ഇതുവരെ പരസ്പരം പേര് പോലും പറഞ്ഞില്ല. എന്റെ പേര് ഇഞാന കണ്ണൻ... തമിഴ്നാട് സ്വദേശി."

"പേര് ആനന്ദൻ... കേരളം"

"ഓ! റിയലി ഞാൻ രണ്ടു മൂന്ന് തവണ കേരളത്തിൽ വന്നിട്ടുണ്ട്. ശരിക്കും ഗോഡ്സ് ഓൺ കൺട്രി..."

"താങ്ക്യൂ."

"എന്ത ചെയ്യുന്നു?"

"അധ്യാപകനാണ്."

"റ്റീച്ചിംഗ് ഈസ് എ ഗ്രെയിറ്റ് പ്രൊഫഷൺ... ഞാൻ സിനിമാ ഫീൽഡിലാണ്. ഗ്രാഫിക്ക് വർക്ക് ചെയ്യുന്നു. അയാൾ വീണ്ടും മൗനത്തി ലാണ്ട. ആനന്ദൻ പുറം കാഴ്ചകളിലേക്ക് നോക്കിയിരുന്നു. മനസ് വീണ്ടും ഓർമകളിൽ തുഴയാൻ തുടങ്ങി. എത്ര തൊഴിച്ച് പുറത്താക്കിയാലും വിട്ട കലാത്ത ബിംബമായി ജെന്നി മനസ്സിൽ തെളിയുന്നു. കാലം അതിന്റെ വിദൂരഭാഷയിൽ സംസാരിക്കുന്നു. 'ഫെഗറ്റ്... '

"സാർ ലഞ്ച് കഴിക്കാൻ സമയമായി. അൽപം ഉറങ്ങിപ്പോയി അല്ലേ?" ജ്ഞാനക്കണ്ണൻ ഓർമിപ്പിച്ചു.

"പുറത്തെ കാഴ്ചകൾ നോക്കിയിരിക്കെ ഒന്ന് മയങ്ങിപ്പോയി"

ലഞ്ച് കഴിക്കുമ്പോഴും ആരെ കാണാനാണ് ഈ യാത്രയെന്ന് മാത്രം ജ്ഞാനക്കണ്ണൻ സൂചിപ്പിച്ചില്ല.

"ബസ് പുറപ്പെടാൻ ഇനിയും സമയമുണ്ട്... നമുക്ക് അൽപ നേരം അവിടെയിരിക്കാം..." ലഞ്ച് കഴിച്ച് പുറത്തിറങ്ങിയപ്പോൾ അയാൾ പറഞ്ഞു.

റസ്റ്ററന്റിന്റെ വിശാലമായ ലോണിൽ ചാരുബെഞ്ചുകൾ അതിഥി കൾക്കായി കാത്തിരുന്നു. ബസ് പുറപ്പെടാൻ ഇനിയും ഇരുപത് മിനി ട്ടുണ്ട്. ലോണിലിരുന്ന ജ്ഞാനക്കണ്ണൻ ഒരു സിഗരറ്റ് കൈയ്യിലെടുത്തു. തീ കൊളുത്താതെ സിഗരറ്റിലേക്ക് കൗതുകത്തോടെ നോക്കി.

"ഒരു കാലത്ത് ഞാൻ ധാരാളം വലിച്ചിരുന്നു. ലഞ്ച് കഴിച്ചാൽ വലിക്കാൻ തോന്നും.... പക്ഷേ, പിടിച്ച് നിൽക്കും."

"താങ്കൾ ആ കഥ പറഞ്ഞില്ല.... കേൾക്കാൻ താത്പര്യമുണ്ടായി രുന്നു."

"എന്റെ അന്വേഷണം ആരെത്തേടിയാണെന്ന്?"

"അതെ"

"ഞാനൊരൊട്ടും ഇതുവരെ പറഞ്ഞില്ല. മറ്റൊന്നു കൊണ്ടുമല്ല. ചില സ്വകാര്യ അനുഭവങ്ങൾ മറ്റുള്ളവരുമായി പങ്കു വെക്കാത്തതാണ് നല്ലതെന്ന് തോന്നി. എന്നാലും ആ കഥ ഞാൻ നിങ്ങളുമായി പങ്കു വെക്കാം..."

"പ്ലീസ് പറയൂ"

"ഗ്രാഫിക്സ് വർക്കുമായി ഹൈദ്രബാദിലായിരുന്നു. രാവെന്നോ പകലെന്നോ ഇല്ലാത്ത ജോലി. സിഗരറ്റ് ഈ ഘട്ടത്തിൽ എത്ര വലിച്ചു കൂട്ടിയെന്ന് ഓർമ്മയില്ല... മദ്യത്തിന്റെ തണലിൽ അൽപം ഉറക്കം... അതായിരുന്നു അക്കാലത്തെ എന്റെ ജീവിത ശൈലി. ക്രമേണ എനിക്ക് വിശപ്പ് എന്ന വികാരം നഷ്ടപ്പെട്ടു. ശരീരം ശോഷിച്ചു. ഒരു ദിവസം ബോധം കെട്ട് വീണു. തൊട്ടടുത്ത ഹോസ്പിറ്റലിൽ സഹപ്ര വർത്തകർ എന്നെ എത്തിച്ചു. ഡോക്ടറുടെ നിർദ്ദേശപ്രകാരം അപ്പോ ളോഹോസ്പിറ്റലിലും... ഒടുവിൽ മനസ്സിലായി. ലങ്ങ് കാൻസറാണെന്ന്. എത്രയും വേഗം കീമോ ആരംഭിക്കണം എന്ന് ഡോക്ടർ പറഞ്ഞപ്പോൾ എന്റെ ജീവിതം തീർന്നു എന്ന് തോന്നി. എന്റെ വൈഫ് തല കുനിച്ച്

കിടക്കയ്ക്കരികിൽ ഇരിക്കുന്നുണ്ടായിരുന്നു. രണ്ടാഴ്ച കഴിഞ്ഞു കാണും. ഞാൻ ഡോക്ടർ റോയിയോട് ചോദിച്ചു. "ഇനി എത്ര?." അയാളൊന്നും പറഞ്ഞില്ല. മരണം ഉറപ്പായ വ്യക്തിക്ക് തോന്നുന്ന ഒരു ധൈര്യമുണ്ട ല്ലോ? അതെനിക്കും തോന്നി. പുറത്തെ വെളിച്ചം കാണാൻ കൊതിച്ച ഒരു ദിവസം രണ്ടു ദിവസത്തെ അനുവാദം ചോദിച്ച് പുറത്ത് പോയി. ഒരു പുലർകാലത്ത് വീട്ടിൽ നിന്ന് പുറപ്പെട്ട ഞാൻ ഋഷികേശിലെത്തി. സുനിശ്ചിതമായ മരണത്തെ ശാന്തമായി നേരിടണമെന്ന് തോന്നി. അതൊരു വല്ലാത്ത യാത്രയായായിരുന്നു. രാത്രിയായി... അസ്തമയ സമയത്താണ് ത്രിവേണി ഘട്ടിലെത്തുന്നത്. തീരെ അവശനായിരുന്നു. ത്രിവേണി ഘാട്ടിന്റെ പടികളിലൊന്നിൽ കിടന്നു... ഗംഗ ആരവത്തോടെ ഒഴുകുകയാണ്. ആ രാത്രി പൂർത്തിയാക്കില്ല എന്ന് ഉറപ്പായി... ഞാൻ ക്രമേണ മയക്കത്തിലേക്ക് കടന്നു. എന്റെ പിറകിൽ ആരോ തട്ടിയത് നല്ല ഓർമ്മയുണ്ട്."

"നമ്മുടെ ബസ് പുറപ്പെടാൻ സമയമായി..." ഞാനയാളെ ഓർമപ്പെ ടുത്തി. അയാളുടെ ചുണ്ടുകൾ വിറയ്ക്കുന്നുണ്ടായിരുന്നു.

"നമുക്ക് തുടരാം,.... അല്ലേ?" സീറ്റിലിരുന്നു കൊണ്ട് അയാൾ ചോദിച്ചു.

"തുടരാം...."

"എവിടയാ ഞാൻ നിർത്തിയത്?."

"ആരോ പിറകിൽ തൊട്ടു."

"അയാളെനിക്ക് എന്തൊക്കെയോ കുടിക്കാനും തിന്നാനും തന്നു. ഓർമ തെളിയുമ്പോഴൊക്കെ എന്തോ ഒരു പച്ചില തന്നു... എത്ര ദിവസങ്ങൾ അയാളുടെ കൂടെ കഴിഞ്ഞു എന്ന് ഓർമയില്ല. കാട്ടിലെ നീരുറവയിൽ നിന്ന് ശേഖരിച്ച തണുത്ത വെള്ളം കുജ്ജ നിറച്ച കുടിച്ചു. അയാൾ തരുന്ന പച്ചില ചവച്ചരച്ച് തിന്നുമ്പോഴൊക്കെ എനിക്ക് പരിസര ബോധം നഷ്ടപ്പെട്ടും. തെളിഞ്ഞ നിലാവുള്ള ഒരു ദിവസം ഞാൻ ഉണർന്നു... മനസ്സിന്റെ ഭാരം കുറഞ്ഞു. എനിക്ക് മനസ്സിലായി ഞാൻ ഇരിക്കുന്നത് ഒരു ഗുഹയുടെ മുൻപിലാണെന്ന്. ചുറ്റും കാടാണ്... ആരെയും കണ്ടില്ല... എനിക്ക് നല്ല വിശപ്പ് തോന്നി. തേജസ്സുള്ള മുഖവുമായി ഒരു സന്ന്യാസി എന്റെ മുൻപിലെത്തി. തീക്ഷ്ണമായ ആ കണ്ണുകളിലേക്ക് ഞാൻ നോക്കി... അലിവോടെ അദ്ദേഹം എന്റെ ദേഹത്ത് തട്ടി..."വിശക്കുന്നുണ്ട്... അല്ലേ?" സ്വാമി ഗുഹക്കകത്ത് കയറി കുറേ പഴങ്ങളുമായി പുറത്ത് വന്നു "കഴിച്ചോളൂ..." ആ പഴത്തിന് നല്ല മധുരമായിരുന്നു..."

"താങ്കൾക്ക് മുഷിയുന്നില്ലല്ലോ?"

"ഹേയ്..." എനിക്ക് ആകാംക്ഷ അടക്കാനായില്ല. "ഒടുവിൽ?"

പിറ്റേന്ന് കാലത്ത് ഉണർന്നു. കാടിനു മുകളിൽ തെളിഞ്ഞ ആകാശം.

"തിരിച്ചു പോകണ്ടേ?" സന്യാസി ചോദിച്ചു.

"പോകണം..."

"സ്വാമി എന്റെ ബാഗ് എടുത്തു തന്നു. എന്റെ പേഴ്സും ഡ്രസ്സും എല്ലാം അതിലുണ്ടായിരുന്നു."

"ഇവിടെയെത്തിട്ട് എത്ര ദിവസമായെന്ന് അറിയോ?" സ്വാമി ആർദ്രമായി ചോദിച്ചു.

"ഇല്ല"

"കഴിഞ്ഞ അമാവാസി ദിവസമാണ് താങ്കൾ ഇവിടെയെത്തിയത്... ഇന്നലെ പൗർണ്ണമിയായിരുന്നു... ഇനി നമുക്ക് പുറപ്പെടാം. 'സ്വാമിയുടെ കൂടെ ഞാൻ ഏറെ നേരം നടന്നു. ഒടുവിൽ ടാക്സി സ്റ്റാൻഡിലെത്തി."

"ഇനി നിങ്ങൾക്ക് പോകാം..." ഒരു വെളിപാടുപോലെ ഞാൻ തിരിഞ്ഞു നോക്കി. പക്ഷേ, ആ സന്യാസി ശ്രേഷ്ഠനെ എങ്ങും കണ്ടില്ല.

"താങ്കളുടെ രോഗം?"

"നാട്ടിലെത്തി ഞാൻ നേരെ ഡോ.റോയിയുടെ അടുത്തെത്തി... ഡോക്ടർ ക്ഷുഭിതനായിരുന്നു. അയാൾ വീണ്ടും സ്കാനിംഗ് ഉൾപ്പെടെ പലവിധ ടെസ്റ്റുകൾ നടത്തി...

"മിസ്റ്റർ ജ്ഞാനക്കണ്ണൻ. നിങ്ങൾ എന്ത് ചികിൽസയാണ് തേടിയ തെന്നറിയില്ല... ഇപ്പോൾ രോഗത്തിന്റെ ഒരു ലക്ഷണവും താങ്കളിലില്ല... ഞങ്ങളുടെ ഭാഷയിൽ മിറാക്ൾ എന്ന് പറയാം..." അടക്കി വെക്കാൻ പറ്റാത്ത വിസ്മയത്തോടെ ഡോ. റോയി പറഞ്ഞു.

ജ്ഞാനക്കണ്ണൻ വീണ്ടും മൗനത്തിലാണ്ട.

"എന്തായിരുന്നു സന്യാസിയുടെ പേര്?" ആനന്ദന് ചോദിക്കാതി രിക്കാൻ കഴിഞ്ഞില്ല.

"പേര് ചോദിക്കാൻ വിട്ടു പോയിരുന്നു. ഇപ്പോൾ ആറ് വർഷമായി... ഒരോ വർഷവും ഋഷികേശിൽ വരുമ്പോൾ എന്റെ കണ്ണുകൾ ആ വലിയ മനുഷ്യന വേണ്ടി തിരയും... പക്ഷേ, ഇതുവരെ കണ്ടെത്താൻ കഴിഞ്ഞി ല്ല. ഈ യാത്രയിൽ കാണാൻ കഴിയട്ടെ എന്ന് പ്രാർത്ഥിക്കുന്നു..."

"താങ്കൾക്ക് ആ വലിയ മനുഷ്യനെ കാണാൻ കഴിയട്ടെയെന്ന് ഞാനും ആശംസിക്കുന്നു."

"താങ്ക്യൂ... ഞാൻ രണ്ടു ദിവസം ഋഷികേശിലുണ്ടാകും... തിരിച്ച

വരുമ്പോൾ ഹരിദ്വാറില്ലും... താങ്കൾ?"

"ഇന്ന് ഹരിദ്വാറിൽ തങ്ങും... നാളെ ഋഷികേശിലും."

"ചിലപ്പോൾ നമ്മൾ വീണ്ടും കണ്ടുമുട്ടും..." അയാൾ കണ്ണടച്ച് ഏതോ ചിന്തയിൽ മുഴുകി... പുറത്തെ കാഴ്ചകൾ കണ്ട് ആനന്ദൻ ഇരുന്നു.

4

ഹരിദ്വാർ, ഋഷികേശ് യാത്ര കഴിഞ്ഞ് ഇന്നലെയാണ് തിരിച്ചെത്തി യത്. ഓരോ യാത്രയും പുതിയൊരനുഭവം കൊണ്ട് ജീവിതം നിറയ്ക്കും. യുക്തി തോറ്റ പോകുന്ന അനുഭവം ഈ യാത്രയിലും ഉണ്ടായി. ഗംഗയോട് ചേർന്ന് നിൽക്കുന്ന പഴമയെ ഓർമിപ്പിക്കുന്ന ഹോട്ടലിൽ റൂമെടുത്തു. മൂന്നാം നിലയിലെ ആറ്റി ഇരുപത്തിയാറാം നമ്പർ മുറിയിൽ നിന്നും നോക്കിയാൽ ഗംഗയിലെ ഒഴുക്കിലേക്ക് നോക്കാം. മാലിന്യം നിറഞ്ഞ ഗംഗയല്ല... കുതിച്ചൊഴുകുന്ന തെളിഞ്ഞ ജലവിതാനം. ഹോട്ടൽ റിസ പ്ഷനിസ്റ്റ് ബാലാജിയുടെ നിർദ്ദേശപ്രകാരം ഒരു ഓട്ടോയിൽ സന്ധ്യാ നേരത്തെ ആരതി കാണാൻ ഹർ - കി - പൗരിയിൽ എത്തി. പലരും ഗംഗയിൽ മുങ്ങിക്കുളിക്കുന്നുണ്ട്. സൈഡ് ബാഗ് ഗംഗയുടെ പടവിൽ വെച്ചു. പടവുകളോട് ചേർന്ന പോസ്റ്റുകളിൽ ചങ്ങലകൾ ബന്ധിപ്പിച്ചി ട്ടുണ്ട്. ചങ്ങലയിൽ പിടിക്കാതെ മുങ്ങിക്കുളിച്ചാൽ ചിലപ്പോൾ ഒഴുക്കിൽ പെടും... കരുതലോടെ കുളിച്ച കയറി... സന്ധ്യയാകുമ്പോഴേക്കും പടവുക ളിൽ ജനത്തിരക്കായി. ഇലക്കുമ്പിളിൽ ദീപങ്ങൾ ഒഴുകിയകലുന്ന കാഴ്ച കണ്ട് മുറിയിൽ തിരിച്ചെത്തുമ്പോൾ ഒൻപതു മണിയായിരുന്നു. ഇരുട്ട് പരന്നെങ്കിലും തീരങ്ങളിലെ ദീപസ്തംഭങ്ങളുടെ വെളിച്ചത്തിൽ നിഷ്കള ഭംഗിയോടെ ഒഴുകുന്ന ഗംഗയെക്കാണാം.

റിംഗ് ചെയ്യു കൊണ്ടിരുന്ന നമ്പറിലേക്ക് നോക്കി. ചാന്ദിനി ഭട്ട്

"യാത്ര കഴിഞ്ഞ് സാർ തിരിച്ചെത്തിയോ?"

"ഇന്നലെ വൈകിട്ട് തിരിച്ചെത്തി... ഞാൻ അങ്ങോട്ട് വിളിക്കാൻ ആലോചിക്കുമ്പോഴാണ് ചാന്ദിനിയുടെ വിളി."

"സാറിന്റെ നോവൽ വായിച്ചു കഴിഞ്ഞു."

"എന്തു തോന്നി.?"

"അതൊക്കെ നേരിൽപ്പറയാം... സാറിപ്പം അതേ ഹോട്ടലിലാണോ? ഐ മീൻ ഇന്ദ്രപ്രസ്ഥയിൽ?"

"അതേ ഹോട്ടലിൽ..."

"ഞാൻ നാലു മണിയാകുമ്പോഴേക്കും അവിടെയെത്താം.."

"ഒകെ ചാന്ദിനി..."

ആനന്ദൻ വാച്ചിലേക്ക് നോക്കി. സമയം മൂന്ന് മണി കഴിഞ്ഞിട്ടേയു ള്ളൂ... ഫോൺ വീണ്ടും റിംഗ് ചെയ്തു. വിൽസനാണ്.

"ഹലോ വിൽസൺ... ഞാനിപ്പോൾ നമ്മൾ സൂചിപ്പിച്ച യാത്ര കഴിഞ്ഞ് ഡൽഹിയിലെത്തി... '

"യാത്ര എങ്ങനെയുണ്ടായിരുന്നു."

"ഹൈലി റിവോർഡിംഗ്... വിശേഷങ്ങൾ നേരിൽപ്പറയാം"

"ഒകെ. താങ്കളുടെ നോവൽ നന്നായി പോകുന്നുണ്ട്... നമുക്ക് അടുത്ത വർക്കിനെപ്പറ്റി ഇനി ധൈര്യമായി ആലോചിക്കാം."

"ആലോചിക്കാം... ഞാനിപ്പോ ഒരു സുഹൃത്തിനെ കാത്തിരിക്കയാ..."

"ശരി. നമുക്ക് നേരിൽ കാണാം..." വിൽസൺ ഫോൺ കട്ട് ചെയ്തു.

ആനന്ദൻ അന്നത്തെ ഹിന്ദു പത്രത്തിലൂടെ അലസമായി കണ്ണോ ടിച്ചു.

ഡോർ ബെൽ മുഴങ്ങിയപ്പോഴാണ് സോഫാ സെറ്റിയിൽക്കിട ന്ന് മയങ്ങിപ്പോയ കാര്യം മനസ്സിലായത്. വാതിൽ തുറന്നു നിറഞ്ഞ ചിരിയുമായി ചാന്ദിനി ഭട്ട്.

"വെൽക്കം ചാന്ദിനി..."

"സാർ ഉറങ്ങിപ്പോയിരുന്നോ? രണ്ടു തവണ ബല്ലടിച്ചു..."

"ഒന്ന് മയങ്ങിപ്പോയി... '

"കമോൺ.. ചാന്ദിനി... നോവലിനെക്കുറിച്ചുള്ള അഭിപ്രായം..."

"ഇതിലെ ചില കഥാപാത്രങ്ങളെയൊക്കെ ഞാൻ ഐഡന്റിഫൈ ചെയ്തിട്ടുണ്ട്..."

"ഒ കെ !ചാന്ദിനി തിരിച്ചറിഞ്ഞ ഒരു കഥാപാത്രത്തിന്റെ പേര്?."

"ഇതിലെ ശ്രീകലാ ശർമ്മ എന്ന എഴുത്തുകാരിക്ക് ഞാനുമായി അൽപം സാമ്യമുള്ളതായി തോന്നി."

"ആ കഥാപാത്രത്തെ രൂപപ്പെടുത്തുമ്പോൾ ചാന്ദിനി ഭട്ട് എന്ന എഴുത്തുകാരി എന്റെ മനസ്സിലുണ്ടായിരുന്നു..."

"ഇതിലെ മുഖ്യ കഥാപാത്രം ഗായത്രി മാധവ് ആരാണെന്ന് മനസ്സി ലാവുന്നില്ല..."

"അങ്ങനെയൊരാൾ ഉണ്ടായിരുന്നു എന്ന് മാത്രം മനസിലാക്കുക. '

"സോറി. അത്തരം ചോദ്യങ്ങൾ ചോദിക്കാൻ പാടില്ലെന്നറിയാം"

 ആനന്ദയാനം

"ചാന്ദിനിയുടെ പുതിയ വർക്കൊന്നും കാണാറില്ല..."

"സാറിനോട് യാത്ര പറഞ്ഞ് താമസ സ്ഥലത്ത് എത്തിയപ്പോൾ എന്റെ മനസ്സ് വല്ലാതെ കലുഷിതമായിരുന്നു.ഒരു തരം വിങ്ങൽ... അധികം വൈകാതെ അതൊരു ചെറുകഥയായി രൂപം കൊണ്ടു..."

"അപ്പോൾ എന്റെ വരവ് കൊണ്ട് പ്രയോജനമുണ്ടായി...?"

"തീർച്ചയായും..."

"എന്താണ് കഥയുടെ പേര്?"

"ഇന്ദ്രപ്രസ്ഥയിലെ അതിഥി"

"കൊള്ളാം... നല്ല ടൈറ്റിൽ"

"സാർ തനിച്ചിരിക്കുമ്പോൾ വായിച്ചാൽ മതി" കഥ കൈമാറിക്കൊ ണ്ട് ചാന്ദിനി പറഞ്ഞു.

"ഈ കഥ ഞാൻ വിൽസനെ ഏൽപിക്കും..."

"സാറിന്റെ ഇഷ്ടം. എതിർപ്പ് പറയരുത്... ഇന്ന് എന്റെ അതിഥിയായി നഹറു നഗറിൽ..."

"അങ്ങനെയാവട്ടെ..."

"സാറിന്റെ യാത്ര എങ്ങനെയുണ്ടായിരുന്നു? എവിടെയൊക്കെ പോയി..."

"ഹരിദ്വാർ. ഋഷികേശ്... ഡെറാഡൂൺ... അങ്ങനെ കുറച്ച സ്ഥലങ്ങ ളിൽ... ഈ യാത്രയിൽ വിചിത്രമായ ചില അനുഭവങ്ങളുണ്ടായി."

"അതൊക്കെ കുറിച്ച വെച്ചാൽ നല്ലതായിരിക്കും."

"ശരിയാണ്"

"കുറച്ചുകൂടി കഴിഞ്ഞാൽ ട്രാഫിക്ക് ജാമായിരിക്കും... നമുക്ക് ഇറങ്ങാം സാർ..."

5

റൂം ചെക്ക് ഔട്ട് ചെയ്ത് പുറത്തിറങ്ങി. ഊബർ ടാക്സി രണ്ടു മിനി ട്ടിനുള്ളിൽ എത്തുമെന്ന മെസെജ് വന്നു. ഡൽഹി നഗരം നേരത്തെ തന്നെ ഇരുട്ടിത്തുടങ്ങി. കെട്ടിടങ്ങൾക്ക മുകളിൽ പരന്നു വ്യാപിക്കുന്ന പുകമഞ്ഞ്. തണുപ്പിന്റെ തീവ്രത കൂടിക്കൂടി വന്നു.

റോഡിൽ നല്ല തിരക്കാണ്. കാർ മെല്ലെ നഹറു നഗറിനെ ലക്ഷ്യം വെച്ച് നീങ്ങി...

"ചാന്ദിനി ഇനിയെപ്പഴാ നാട്ടിലേക്ക് വരുന്നത്? '

"ഞാൻ ഉടനെ വരും സാർ. എനിക്ക് സാറിന്റെ നാട്ടും മുത്താച്ചിമ
ലയും കാണാൻ ആഗ്രഹമുണ്ട്."

"ചാന്ദിനി വന്നാൽ നിരാശപ്പെട്ടും."

"അതെന്താ?"

"മനുഷ്യരുടെ കൈയേറ്റം. അല്ലാതെന്താ?"

ചാന്ദിനി ഒരു നിമിഷം നിശ്ശബ്ദയായി.

"സാറിനോട് പറയാൻ വിട്ടുപോയി. ഏറെക്കാലത്തിന് ശേഷം
അച്ഛൻ വിളിച്ചിരുന്നു."

"അച്ഛൻ എന്തു പറഞ്ഞു?"

"മോളെന്താ ഞങ്ങളെയൊക്കെ വിട്ടോ?" എന്ന് ചോദിച്ചു.

"അച്ഛന് ചാന്ദിനിയുടെ കാര്യങ്ങളൊക്കെ അറിയാമായിരുന്നോ?"

"അനിയത്തി മായ പറഞ്ഞു കാണും... ഞാൻ അവളോട് എല്ലാം
പറഞ്ഞിരുന്നു... എന്നോട് സംസാരിക്കുമ്പോൾ അച്ഛന്റെ ശബ്ദം ഇടറി
യിരുന്നു."

"എങ്കിൽ ഒരാഴ്ച ലീവെട്ക്ക്... നമുക്ക് ഒന്നിച്ച് പോകാം."

"ഞാനും അതേക്കുറിച്ച് ആലോചിച്ചു."

ഇരു വശത്തുമുള്ള കെട്ടിടങ്ങളിൽ ദീപങ്ങൾ തെളിഞ്ഞു. പുറംകാഴ്ച
കളിലേക്ക് നോക്കി ആനന്ദൻ ഇരുന്നു.

"സാർ എന്താണ് ആലോചിക്കുന്നത്? എന്തായിരുന്നു യാത്രയിൽ
ഉണ്ടായ ആ അനുഭവം?

"ഹരിദ്വാറിൽ ഹർകി പൗരിയിൽ നടക്കുന്ന ആരതി പൂജയിൽ
പങ്കെടുത്തു മുറിയിൽ തിരിച്ചെത്തുമ്പോൾ ഒൻപത് മണി കഴിഞ്ഞിരു
ന്നു. അത്താഴം കഴിച്ച് ഏറെ നേരം ജനൽ വഴി നേർത്ത നിലാവിൽ
ഒഴുകിക്കൊണ്ടിരുന്ന ഗംഗയിലേക്ക് നോക്കിയിരുന്നു. ഗംഗാ തീരത്തേ
ക്ക് സന്ദർശകർ വന്നും പോയും കൊണ്ടിരുന്നു.ഉറങ്ങാൻ കിടന്നതേ
ഓർമയുള്ളൂ. ഉറക്കത്തിന്റെ ഏതോ ഘട്ടത്തിൽ എന്തോ ശബ്ദം കേട്ട്
ഞെട്ടിയുണർന്നു. സമയം നോക്കി. പന്ത്രണ്ട് മണി കഴിഞ്ഞിരുന്നു.
ആരോ കോണിപ്പടികൾ കയറി വരുന്നത് പോലെ... കോണിപ്പടി
യോടട്ടത്ത് കിടക്കുന്ന മൂന്നാം നിലയിലായിരുന്നു എന്റെ മുറി. ഞാൻ
ശ്രദ്ധിച്ചു. കോണിപ്പടി കയറി വരുന്ന ആൾ അതേ വേഗതയിൽ
ഇറങ്ങിപ്പോകുന്നു... ആദ്യം ഞാൻ കരുതിയത്. ഏതോ അന്തേവാസി
ഗംഗാ സന്ദർശനം കഴിഞ്ഞ് മുറിയിലേക്ക് തിരിച്ച വരികയായിരിക്കും
എന്നാണ്. പക്ഷേ ഈ പ്രക്രിയ പല തവണ ആവർത്തിക്കുന്നു.

 ആനന്ദയാനം

എനിക്ക് ഉറക്കം വന്നില്ല. മനസ്സ് അസ്വസ്ഥമാകാൻ തുടങ്ങി. വാതിൽ തുറന്നു നോക്കാനുള്ള നേരിയ ഭയവും. പിന്നെയും ഈ പ്രക്രിയ തുടർന്നു. രണ്ടും കൽപിച്ച് വാതിൽ പാളികളിൽ ഒന്ന് തുറന്നു.”

“ആരെയെങ്കിലും കണ്ടോ?”

“കണ്ടില്ലെന്ന് മാത്രമല്ല പെട്ടെന്ന് വല്ലാത്ത ഒരു തരം നിശ്ശബ്ദത പരന്നു. അപ്പോൾ എനിക്ക് തോന്നി ഒരു തരം ഹല്യൂസിനേഷനായി രിക്കുമെന്ന്... ഞാൻ വീണ്ടും കിടന്നു... വീണ്ടും പഴയതു പോലെ... ഒരു വിധം നേരം വെളുപ്പിച്ചു...”

“സാർ, ഹോട്ടൽ ജീവനക്കാരോട് ഈ അനുഭവത്തെക്കുറിച്ച പറഞ്ഞോ?”

“ഞാൻ ഹോട്ടൽ റിസപ്ഷനിസ്റ്റ് ബാലാജിയോട് ഇക്കാര്യത്തേ ക്കുറിച്ച് ചോദിച്ചു?”

“അയാൾ എന്ത് പറഞ്ഞു?”

“വിചിത്രമായ ഒരു കഥയാണ് അയാൾ പറഞ്ഞത്? മുമ്പ് പലരും ഇങ്ങനെയൊരു അനുഭവം പങ്കു വെച്ചെന്ന് പറഞ്ഞു... അയാളുടെ അപ്പൂപ്പനാണ് ഈ ഹോട്ടൽ പണിതത്. അപ്പൂപ്പൻ നൽകിയ വിശ ദീകരണം അയാൾ എന്നോട് പങ്കുവെച്ചു.ടൂറിസ്റ്റ് ഹോമിന്റെ അഞ്ചാം നിലയിലെത്താൻ നാൽപത്തഞ്ച് പടികൾ കയറണം... തിരിച്ചിറങ്ങാൻ നാൽപത്തിയഞ്ചും... പക്ഷെ ഒരാൾക്കും തൊണ്ണൂറു പടികളും ഒരു തെറ്റെ ങ്കിലും വരാതെ തുടർച്ചയായി എണ്ണിത്തീർക്കാൻ കഴിയില്ലെന്ന് പറഞ്ഞു. ഏതെങ്കിലും സ്റ്റെപ്പിൽ വെച്ച് ഒരു നമ്പർ തെറ്റും... അപ്പോൾ വീണ്ടും എണ്ണേണ്ടിവരും... അപ്പൂപ്പന്റെ വിശദീകരണം ബാലാജിക്ക് ബോധ്യ പ്പെട്ടില്ല. അയാൾ പരീക്ഷിക്കാൻ തീരുമാനിച്ചു. പക്ഷെ പരാജയപ്പെട്ടു... പലരും പരീക്ഷിച്ചു. ഒരിക്കൽ ഒരു യുവാവ് ഈ വെല്ലുവിളി ഏറ്റെടുത്ത് പല ദിവസങ്ങളിൽ പലവട്ടം ആവർത്തിച്ചു... അയാളും പരാജയപ്പെട്ടു.”

“അയാൾ ഒടുവിൽ എന്തു ചെയ്തു?” ഞാൻ അയാളോട് ചോദിച്ചു.

“പരാജയം ഏറ്റുവാങ്ങി അയാൾ എങ്ങോട്ടോ പോയി... അയാൾ താമസിച്ചത് സാറിപ്പോൾ താമസിക്കുന്ന മുറിയിലായിരുന്നു.സാറൊന്ന് പരീക്ഷിച്ച് നോക്കുന്നോ? ബാലാജി പാതി തമാശയായി എന്നോട് ചോദിച്ചു.

“സാറെന്തു പറഞ്ഞു...”

“ഞാൻ അയാളോട് ഒന്നും പറഞ്ഞില്ല. ചില കാര്യങ്ങൾ പരീക്ഷി ക്കാതിരിക്കുന്നതാണ് നല്ലത്!”

"സാറിന്റെ ഫോൺ റിംഗ് ചെയ്യുന്നുണ്ട്"

ആനന്ദൻ നമ്പറിലേക്ക് നോക്കി.

"പരിചയമുള്ള നമ്പറല്ല... ആരോടും സംസാരിച്ചിരിക്കാനുള്ള മൂഡിലല്ല."

"എങ്കിലും അറ്റന്റ് ചെയ്യ്..." ചാന്ദിനി നിർബന്ധിച്ചു.

ഫോൺ ഒരിക്കൽ കൂടി റിംഗ് ചെയ്തു.

"ഹലോ."

"ആനന്ദൻ സാറല്ലേ?"

"അതേ... ആരാണ്?

"ഞാൻ സാറിന്റെ നോവൽ വായിച്ചു."

"സന്തോഷം... ആരാണെന്ന് പറഞ്ഞില്ല..."

"ജെന്നി."

ആനന്ദൻ ഒരു നിമിഷം നിശ്ശബ്ദനായി. ഫോൺ കട്ട് ചെയ്തു.

"ആരായിരുന്നു സാർ?"

"ഒരു വായനക്കാരി"

"ഞാൻ പറയട്ടെ ആരാണെന്ന്?"

വിസ്മയത്തോടെ ആനന്ദൻ ചാന്ദിനി ഭട്ടിനെ നോക്കി.

"സാറിന്റെ കഥാനായിക ഗായത്രി മാധവ്... അല്ലേ?"

"എങ്ങനെ മനസ്സിലായി...?"

"കേവലം ഒരു വായനക്കാരിയോട് പ്രതികരിക്കുന്ന രീതിയിലല്ല സാർ സംസാരിച്ചത്... അവർ പേര് പറഞ്ഞപ്പോൾ ഷോക്കേറ്റതു പോലെ ഒരു നിമിഷം നിശ്ചലനായി..." ആനന്ദൻ മറുപടി പറയാതെ പുറത്തേക്ക് നോക്കിയിരുന്നു. ഊബർ നെഹ്റു നഗറിലെ പത്താം നമ്പർ ഗലിയിൽ നിന്നു.

"സർ, നമ്മളെത്തി..."

നെഹ്റു നഗറിന് മുകളിൽ പുകമഞ്ഞ് ഒഴുകുന്നുണ്ടായിരുന്നു. പക്ഷേ എന്തു കൊണ്ടോ അയാൾക്ക് ഒട്ടും തണുപ്പനുഭവപ്പെട്ടില്ല.

  ആനന്ദയാനം

www.ingramcontent.com/pod-product-compliance
Lightning Source LLC
LaVergne TN
LVHW051533170726

843492LV00006B/1746